மாற்றுமுறை காண்போம்!

அரசியல், சமூகம், விவசாயம், கல்வியில் மறுமலர்ச்சி

டாக்டர் க.பழனித்துரை

டிஸ்கவரி புக் பேலஸ்

#6, மஹாவீர் காம்ப்ளெக்ஸ், முனுசாமி சாலை,
(பாண்டிச்சேரி கெஸ்ட் ஹவுஸ் அருகில்)
கே.கே.நகர் மேற்கு, சென்னை-600 078.
பேச : 044 48557525, +91 87545 07070

மாற்றுமுறை காண்போம்!
ஆசிரியர்: டாக்டர் க.பழனித்துரை©

MAATRUMURAI KAANPOM
Author: Dr K.PALANIDURAI©

First Edition: December –2020

ISBN: 978-93-89857-56-6
Pages: 224
Book Design: Discovery Team.

Discovery Book Palace (P) Ltd,
6, Mahaveer Complex, Munusamy Salai,
K.K.Nagar West, Chennai–600 078.
Mobile: +91 87545 07070

E–mail: **discoverybookpalace@gmail.com,**
Website: **www.discoverybookpalace.com**

Rs. 220

இந்த நூலில் பிரசுரமாகியுள்ள எந்த ஒரு பகுதியையும் பதிப்பாளரின் எழுத்து பூர்வமான முன்அனுமதி பெறாமல் எடுத்தாள்வதோ, மறுபிரசுரம் செய்வதோ, மொழியாக்கம் செய்வதோ, அச்சு மற்றும் மின்னணு ஊடகங்களில் மறுபதிப்பு செய்வதோ, காப்புரிமைச் சட்டப்படி தடை செய்யப்பட்டுள்ளது. இந்த நூலிலிருந்து குறிப்பிட்ட பகுதிகளை மேற்கோள்காட்டி புத்தக விமர்சனம் செய்ய, ஊடகங்களுக்கு மட்டும் அனுமதி உண்டு.

உங்கள் மொபைல் போனிலிருந்து ஸ்கேன் செய்து டிஸ்கவரி புக் பேலஸின் மொபைல் ஆப்பை டவுன்லோடு செய்து, புத்தகங்களை வாங்குங்கள்.

சமர்ப்பணம்

என்
உயிரிலும்
அறிவிலும்
உணர்விலும்
செயலிலும்
நீக்கமற நிறைந்திருக்கும்
அரவிந்த அன்னைக்கு

பேராசிரியர் **இரா.இளங்கோ,**
பொருளாதாரத்துறைத் தலைவர்
மற்றும் கலைப்புல முதல்வர்
(பணி நிறைவு),
அண்ணாமலைப் பல்கலைக்கழகம்.

அணிந்துரை

முனைவர் க.பழனித்துரை, தமிழகம் முழுவதும் நன்கு அறிமுகமான, அரசியல் அறிவியல் பேராசிரியர். ஒரு சிந்தனையாளராகவும், களப் பணியாளராகவும் இவரது சமூகப் பங்களிப்பு குறிப்பிடத்தக்கது.

ஒரு குடியரசில், கூட்டாட்சி அரசியல் முறை பின்பற்றப்படும்போது, எங்ஙனம் ஊராட்சிகள் அதிக அதிகாரங்களுடன் செயற்பட வேண்டும், இன்றைய நடைமுறையில் பஞ்சாயத்துக்களின் நிறை குறைகள் எவை என்பதைப் புள்ளிவிவர ஆதாரங்களுடன் இவர் தம் அரிய கட்டுரைகள் மூலம் பதிவுசெய்து வருகிறார்.

பல்கலைக்கழக அறைகளுக்கு உள்ளேயே பல அறிஞர்களின் கருத்துகள் ஒடுங்கிவிடும் சூழலில், ஒரு சமூக விஞ்ஞானியாக, மக்களை எட்டக்கூடிய வகையில், மக்களுக்கு மிகவும் நெருக்கமாக உள்ள செய்தி ஊடகங்கள் வழியே தம் கருத்துகளை அனைவரின் சிந்தனைக்காகவும் முன்வைப்பவர் பேராசிரியர்.

"ஊருக்கு நல்லது சொல்வேன் - எனக்கு
உண்மை தெரிந்தது சொல்வேன்!"

என்று பாரதி போல் சத்தியதாகத்துடன் இவர் பதிவுசெய்யும் கருத்துகள், நம் கவனத்தை ஈர்ப்பவை, நம்மைச் சற்று மாறுபட்ட கோணத்தில் சிந்திக்க வைப்பவை. நுட்பமான வாசிப்பு வாய்க்கப் பெற்றவர்கள், இவர் பதிவுசெய்யும் சிந்தனைகள், உள்ளத்தின் உண்மையொளியின் வெளிப்பாடுகள்; அவற்றில் புனைவுகளில்லை; தன்னல எதிர்பார்ப்புகளுடன் அவை எவரையும் முனைந்து 'காய்தலு'மில்லை, வியந்து 'உவப்பது'மில்லை என்று உணர்வார்கள்.

தமிழகத்தில் முக்கிய அரசியல்வாதிகள் இவருடைய எழுத்துகளைக் கூர்ந்து படிக்கின்றார்கள். தேர்தல் காலங்களில் மக்களின் நாடித்துடிப்பு எவ்வாறு இருக்கிறது என்பதை அறிய இவருடைய ஆலோசனைகளைக்

கேட்பவர்கள் உண்டு. ஆனால், எந்தக் குறிப்பிட்ட கட்சி அமைப்புக்கும் உட்படாத சுதந்திரச் சிந்தனையாளராகவே கடந்த நாற்பதாண்டுக் காலமாக இவர் செயற்பட்டு வருகிறார். இதனால், இவர் சந்தித்த இடர்களும் உண்டு. அவற்றையெல்லாம் மனத்திண்மையுடன் எதிர்நீச்சல் போட்டுக் கரையேறினாலும், அந்த அனுபவங்களைப் பறை சாற்றுவதில்லை. "இன்றைய அரசியலில் இதுவும் ஓர் ஆராய்ச்சிக்குரிய கூறு" என்று சொல்லிக் கடந்து விடுவதே இவரது வலிமை.

நாற்பதாண்டுக் காலத்துக்கு முன்னால் அண்ணாமலைப் பல்கலைக்கழகத்தில் ஆராய்ச்சி மாணவராக இருந்தபோது, 'இந்தியாவில் துணை தேசியம்' (Sub-Nationalism) என்ற கருத்துவிதை, இவருடைய சிந்தனைப் புலத்தில் ஊன்றப்பட்டது. இந்திய அளவில், குறிப்பாக, திராவிடம், தமிழ்த் தேசியம், மாநில சுயாட்சி போன்ற தொடர்களெல்லாம் அதிகம் புழங்கும் தமிழகத்தில், துணை தேசியம் பற்றிய கருத்தாக்கங்கள் பெற்ற பரிணாம வளர்ச்சி, தேக்கம் அல்லது தேய்வு என்ன என்பது பற்றியெல்லாம் பேரா.க.பழனித்துரை, ஆழ்ந்து சிந்தித்து, பல கவனத்துக்குரிய வினாக்களை அன்றாடம் எழுப்பி வருகிறார். ஓர் இளைஞராக கனடாவின் Mc.Hill பல்கலைக்கழகத்துப் பயிற்சியில், தன் துணை தேசியம் பற்றிய சிந்தனைகளுக்குப் புதிய தடம் ஏற்படுத்திக்கொண்டார். பிறகு காந்திகிராமச் செயற்பாடுகளில், தம்மை முழுவதுமாகக் கரைத்துக்கொண்டு தம் குருநாதர் கர்மயோகி அவர்களின் ஆன்மிக வழிகாட்டுதல்களை நெஞ்சிலேற்று, இவர் எழுதியுள்ள கட்டுரைகளின் தொகுப்பாக இந்நூல் வெளிவருகிறது.

சுதந்திர இந்தியாவில், முதல் நான்கு அல்லது ஐந்து பதின்ம ஆண்டுகளில் ஏற்பட்ட முன்னேற்றத்தின் நிறைகுறைகள் எவை என்று பேராசிரியர் சிந்திக்கின்றார். மார்க்ஸிய இலட்சியத்தில், மனிதன் இயற்கையுடன் போராடி வெற்றி பெறுபவன். ஆனால், நடைமுறையில் மனிதனின் உள்ளார்ந்த தன்னல இயல்பு, இயற்கையை வென்றது என்பதைவிட, அதைச் சூறையாடி விட்டது என்பதே உண்மை. இப்பொழுது, உலக அளவிலே, சுற்றுச்சூழலைக் காக்க வேண்டிய நம் சமூகக் கடமைகள் பற்றியும் அரசுகளின் பொறுப்பு பற்றியும் அதிகம் சிந்திக்கப்படுகிறது, விவாதிக்கப்படுகிறது. அறிஞர்கள் நடுவிலும் 'வளம் குன்றா முன்னேற்றம்' (Sustainable Development) பற்றிய ஆக்கபூர்வமான கருத்துகள் பலவும் உலா வருகின்றன. இது ஓர் ஆரோக்கியமான வளர்ச்சி. இன்றைய சிந்தனைகளே நாளைய செயற்பாடுகள். இந்த ஏற்ற அறிவுலகச் சூழலில், பேரா.க.பழனித்துரை, அரசுகளும் அமைப்புகளும் இன்று மறந்துபோய்விட்ட, காந்தியச் சிந்தனைகளை நமக்கு நினைவூட்டுகிறார்.

‘இயற்கையோடு இயைந்த வளர்ச்சியே காந்தியப்பாதை. காலத்திற்கேற்ப மறு பரிசீலனை செய்யப்படும் காந்தியமே வளம் குன்றா முன்னேற்றத்துக்கு உண்மையான அடித்தளத்தை உருவாக்கும்’ என்பதைத்தான் அவரது இதய ஒலியாக நான் கேட்கிறேன்.

‘எந்த முன்னேற்றமும், நாம் கடந்த 70 ஆண்டுகளுக்கும் மேலாகக் கட்டிக் காத்துவரும் ஜனநாயக அமைப்புக்கு முரண்படாத வரையிலும், அதேநேரத்தில், ஜனநாயகத்தின் உயிர்க்கூறு எனக் கருதத்தகும் மக்களின் பங்கேற்பை முன்னிலைப் படுத்துவதாகவும் அமைய வேண்டும். ஒரு காலத்தில், விரைவான முன்னேற்றமும், ஜனநாயகப் பங்கேற்பும் எதிர்த்திசைகளில் இயங்குவதாகக்கூடக் கருதப்பட்டதுண்டு. ஆனால், அவையிரண்டும் ஒன்றுக்கொன்று இசைந்து செயற்படுவதே இன்றையத் தேவை. அதுவே, பொருளாதாரச் சீர்திருத்தங்களை, அரசியல் அடிப்படையில் தொடர்ந்து மேற்கொள்ளப்பட உறுதுணையாகும்’ என அமர்த்தியாசென் போன்ற அறிஞர்களும் கருதுகின்றார்கள். பொருளாதார, சமூகக் கொள்கைகளை உருவாக்குவதில், தங்களின் பங்கு என்பதை மக்கள் ஓர் அடிப்படை உரிமையாகக் கருதும் அளவுக்கு இன்று ‘மக்களின் பங்கேற்பு’ பற்றிய சிந்தனைகள் முன்னெடுத்துச் செல்லப்படுகின்றன.

அதேபோல, ஐம்பதாண்டுகளுக்கு முன்னால் நிலவிய கருத்துச் சூழலில், பொருளாதார வளர்ச்சி ஏற்படும்பொழுது ஏற்றத்தாழ்வுகள் எழுவது இயல்பானது என்று கருதப்பட்டது. அது முன்னேற்றத்திற்கு தேவையானது என்றுகூட சில அறிஞர்கள் கருதியிருந்தனர். ஆனால், இன்றைய சிந்தனைச்சூழலில் ஏற்றத்தாழ்வுகள் வளர்ச்சியை நசிக்கச் செய்கிறது என்னும் கருத்தை ஏற்றே அரசின் கொள்கைகள் வகுக்கப்படுகின்றன. ஆனால், இதைச் சாதிப்பதில் அரசின் முன் பல சவால்கள் எழுகின்றன.

முதல் தலைமுறைச் சீர்திருத்தங்கள் நிறைவேற்றப்பட்டபோது, எப்படிச் செல்லலாம் என்பதற்கு வழிகாட்டும், உருவரைகள், முன்மாதிரிகள் நமக்குக் கிடைத்தன. ஆனால், இப்போது பல சிக்கல்களைத் தீர்ப்பதற்கு, நமக்கு நாமே வழிகாட்டிக்கொள்ள வேண்டிய சூழலில் இருக்கிறோம். எடுத்துக்காட்டாக, மக்களுக்கு அளிக்க வேண்டிய சமூகப் பாதுகாப்பு, தொழிலாளர் நலன் பற்றிய கொள்கைகள், கல்வி, ஆரோக்யம் சார்ந்த கொள்கைகள் ஆகியவற்றை உருவாக்குவது எளிதல்ல. மேலும், அதிக அளவுக்குப் பரவலாக்கப்பட்ட பங்கேற்பு ஜனநாயகத்தை நடைமுறைப்படுத்த முயலும்போது நம்முடைய அமைப்புகளிலும், மக்களின் மனோபாவத்திலும் சில அடிப்படையான மாற்றங்கள் தேவைப்படுகின்றன.

‘இந்தியாவின் இன்றைய தேவை எது?’ என்று சிந்திக்கின்ற அறிஞர்கள் சமன் செய்து சீர்தூக்கும் கோல்போல், கட்சிக் கண்ணோட்டமின்றி, இதுவரை பெற்ற அனுபவத்தின் அடிப்படையில் புதிய சிந்தனைத் தடத்தை அமைக்க வேண்டும். அத்தகு அணுகுமுறையில் பேராசிரியர் க.பழனித்துரை பதிவு செய்யும் கருத்துகள் யாவும் அறிவியல் நோக்குடன், அனுபவப் பிழிவாக உள்ளன.

கல்வியும் சுகாதாரமும் ஒரு சமூகத்தின் இரு கண்கள். நோபல் அறிஞர்களும், உலக அமைப்புகளும் பல ஆராய்ச்சி அறிக்கைகளை இவை பற்றி வெளியிட்டுள்ளன. இவற்றிற்கு முன்னுரிமை கொடுத்து அரசு ஏற்ற கொள்கைகளை நடைமுறைப்படுத்த முன்வந்தாலும், அது உண்மையில் பயன் அளிக்க வேண்டுமானால், ஒரு குடிமக்கள் கலாசாரம் உருவாக்கப்பட வேண்டும் என்னும் ஆழமான கருத்தைப் பேராசிரியர் நம்முன் வைக்கிறார். இதை விளக்குவதற்காக, கேரளா போன்ற வெற்றி முத்திரை பதித்த மாநிலங்கள், இவ்வகையில் முன்னணியில் நிற்பதை அவர் சுட்டிக் காட்டுவது சிந்தனைக்குரியது. குடிமக்களை, வெறும் பயனாளிகளாகக் கருதும் அரசுகளின் மனோபாவம் மாறவேண்டும். குடிமக்கள் முன்னேற்றத் திட்டங்களைச் சரியான மனோபாவத்துடன் அணுகி, அதனால் உரிய பயனைப் பெறவேண்டும். இந்த ஏற்புத்திறன் மேம்பட வேண்டுமானால், அதை உருவாக்குகின்ற நல்ல தலைமை நமக்கு அமைய வேண்டும் என்ற தம் விருப்பத்தை மிகவும் ஆணித்தரமாகப் பதிவு செய்கிறார் பேராசிரியர். ஜெர்மனியில் தாம் நேரில் கண்டு வியந்த அஞ்சலா மெர்கல்-ன் தலைமையைப் போல நமது ஒவ்வொரு மாநிலத்திலும் தலைமை அமைந்தால் எவ்வளவு சிறப்பாக இருக்கும் என ஏக்கம் கொள்கிறார்.

இன்றைய நம் தேவை காந்தி - J.C.குமரப்பா ஆகியோரின் வழியில் ஒரு மாற்றுப் பொருளாதாரச் சிந்தனை. அன்றைய காலகட்டத்தில், நமக்கு மேற்கத்திய தொழில் வழி முன்னேற்றமே ஏற்றது என நேரு - மஹலனோவிஸ் திட்ட மாதிரியை ஏற்று நாம் எழுபது ஆண்டுகள் கடந்து வந்திருக்கிறோம். 1991க்குப் பிறகு உலகமயமாக்கப்பட்ட வணிகச் சூழலின் வெற்றி - தோல்வி அனுபவங்களைப் பெற்று, உலக அரங்கில் நம்மைப் பிற நாடுகள் பொருட்படுத்தக் கூடிய அளவுக்கு வளர்ந்து வந்திருக்கிறோம்.

ஆனால், இப்போது மீண்டும் நமது அணுகுமுறைகளை மறுபரிசீலனை செய்ய வேண்டிய காலம் வந்துள்ளது. கிராம அளவில் தன்னிறைவு தேடும், வளங்களைக் குன்றாது பாதுகாக்கும், அதே நேரத்தில் நவீன அறிவியலின் பயன், எல்லாருக்கும் கிடைக்குமாறு

செயற்படும் திட்டம் ஒன்றே நம் தேவை. அடித்தள மக்களுக்குரிய திட்டங்களை வகுப்பதில் பஞ்சாயத்துகள் வழி, உண்மையிலேயே அதிகாரங்கள் மக்களிடம் சென்றடைய வேண்டும். அப்போதுதான் 'எல்லாரும் இந்நாட்டு மன்னர்' என்று கொண்டாடும் அளவுக்கு, இந்தியக் குடியரசு உலக அரங்கில் கோலோச்சும்! பேராசிரியர் க.பழனித்துரையின் கட்டுரைகளில் சுட்டப்படுகின்ற சமகால வரலாற்றுக் காட்சிகள் யாவும் எல்லார் கண்ணிலும் படக்கூடியவை.

ஆனால், அவற்றைச் சுட்டிக்காட்டி, நம் கருத்தில் படாத செய்திகளை எல்லாம் தம் சிந்தனைகளாக இந்தக் கட்டுரைகளில் வடித்துள்ளார். சிக்கல்களை மட்டும் சொல்லிச் செல்லாமல், தீர்வுக்கான பாதையையும், காட்டுகின்ற இந்தக் கட்டுரைத் தொகுப்பு நூலை, அறிஞர்கள், அரசியல் மற்றும் சமூகப் பணியாளர்கள் என அனைவரும் வரவேற்பார்கள் என நம்புகிறேன்.

பேராசிரியர் க.பழனித்துரை அவர்களின் பணி மேலும் பல்லாண்டு தொடர்ந்து, தமிழ்க்கூறு நல்லுலகிற்குப் பயன் தருக என்று எல்லாம் வல்ல அரவிந்த அன்னையைப் பிரார்த்திக்கிறேன்.

அன்புடன்,

இரா.இளங்கோ

என்னுரை

கொரோனா என்ற தொற்று நம் கண்ணுக்குத் தெறியாத ஓர் உயிரி. அது இவ்வளவு வல்லமை படைத்த மனிதர்களை நடுநடுங்க வைத்துள்ளது. அதை அழிப்பதற்கு நாம் முயலுகின்றோம், நமக்கு உலகில் வாழ எவ்வளவு நியாயம் உண்டோ, அதேபோல் அதற்கும் உலகில் வாழ நியாயம் உண்டு. அப்படியென்றால், அது நம்மை அழித்து விடுமே! ஆம்... நாம் பலமிழந்தவர்களாக இருந்தால் அது அழித்துவிடும்தான். எனவே, நாம் பலமுள்ளவர்களாக நம்மை உருவாக்கிக்கொண்டு வாழ்ந்தால், அது நம்முடன் வந்து வாழ்ந்து போராடிவிட்டுச் சென்றுவிடும். 'எப்படி நாம் நம்மை பலமுள்ளவர்களாக ஆக்கிக்கொள்வது?' - இதுதான் பலர் கேட்கும் கேள்வி.

நம் வாழ்க்கைக்கு வழிகாட்டிய நமது முன்னோர்கள், நமக்கு வாழ்வைப் பற்றிய உண்மைகளையும், அதன் அடிப்படைகளையும் கற்றுத் தந்தள்ளனர். அவற்றை நாம் பின்பற்றவில்லை. அல்லது அந்த வழிகாட்டுதல்களில் பொதிந்துள்ள உண்மைகளை நாம் புரிந்து கொள்ளாததன் விளைவு, நம் வாழ்வு புறச்சூழலில் நடைபெறும் மாற்றங்களின் தாக்கத்தால் கட்டமைக்கப்பட்டு, ஒரு இயந்திரத்தனமான வாழ்க்கையை வாழ முற்பட்டு வாழ்க்கையின் அடிநாதமான உண்மை, அமைதி, ஆனந்தம், மகிழ்ச்சி என்ற அனைத்தையும் இழந்து சூழலின் சுழற்சியில் சிக்குண்டு வாழ்ந்துகொண்டுள்ளோம்.

'உலகத்தை இறைவன் படைத்தான்' என்ற புரிதல் நமக்கு இருந்தால், இறைவன் படைத்த உலகத்தில் அனைத்தும் இறைத் தன்மையுடன்தானே இருக்க வேண்டும்..? அப்படியென்றால் அனைத்தையும் படைப்பது ஆண்டவன்தானே. ஆண்டவன் படைப்புகளில் எது உயர்ந்தது, எது தாழ்ந்தது? அனைத்துக்கும் வாழும் உரிமை உண்டுதானே..? அப்படியிருந்தால் மனிதன் மட்டும் வாழ்வதற்காக அனைத்தையும் அழிப்பது எந்த வகையில் நியாயமாக இருக்க முடியும்? மனிதர்கள் அனைவரும் சமமாகப் பார்க்கப்படுவது இல்லையே. எப்படி உலகில் படைக்கப்பட்ட அனைத்தும் ஆண்டவன் பார்வையில் சமமாக வாழத் தகுதி பெற்றனவோ, அதேபோல, உலகில் படைக்கப்பட்ட மனிதர்கள் அனைவரும் சமமானவர்கள். அப்படிச் சமமாக வாழ முடிகிறதா? இந்தக் கேள்விக்குள் விடைதேட ஆரம்பித்தால் ஒரு பதில் நமக்கு மிக எளிதாகக் கிடைக்கும். அதுதான் நாம் வாழும் உலகம் நமக்கானது மட்டுமல்ல... அது எல்லாருக்குமானது. அதில்

வாழ ஆண்டவனால் உருவாக்கப்பட்ட அனைத்துக்கும் உரிமை உண்டு. அந்த வகையில் மானுடம், தனக்கும் இயற்கைக்கும் உள்ள உறவுமுறையைக் கண்டுபிடித்து, அந்த இணக்கமான உறவில் வாழ முற்பட்டால் உலகம் எல்லாருக்குமானதுதான். ஆனால், உலகம் அப்படி வாழாமல் ஒன்றின் மீது ஒன்று ஆதிக்கம் செலுத்தி வாழ கற்றுக்கொண்டது மட்டுமல்ல, ஒன்றை மற்றொன்று சுரண்டி வாழ ஆரம்பித்து, எல்லா எல்லைகளையும் கடந்து வாழ்ந்ததன் விளைவு மானுடம் இயற்கை தரும் இன்னல்களை எதிர்கொள்ள முடியாத சூழலுக்குத் தள்ளப்பட்டுள்ளது.

இதற்கு மாற்றுத் தேட உலகம் முனைகின்றது. இருந்தபோதிலும் நாம் அமைத்துக்கொண்ட வாழ்வுமுறை செயல்பாட்டுக்கான கட்டமைப்புக்கள், அவ்வளவு எளிதாக நம்மேல் ஆதிக்கம் செலுத்தும் அரசாங்கத்தை விடாது. அரசாங்கமும் நாம் உருவாக்கிய கேடுதானே! நம்மைப் பாதுகாக்க நாம்தான் உருவாக்கினோம். ஆனால், அது பொதுமக்களைப் பாதுகாப்பதற்குப் பதில் அதிகாரத்தில் உள்ளவர்களைத்தான் பாதுகாக்க வலிந்து செயல்படும். இதைப்புரிந்து கொண்டு செயல்படவில்லை என்றால் அரசாங்கம் எஜமானனாகவே மாறி நம்மேல் ஆதிக்கம் செலுத்திவிடும். இதைத்தான் தாமஸ் பெயின், கார்ல் மார்க்ஸ், மகாத்மா காந்தி அனைவரும் கூறினர்.

இன்று நாம் எப்படி வாழ்கிறோம் என்பதை சற்று விழிப்பில் சீர்தூக்கிப் பார்த்தால், நாம் எப்படி அரசின் ஆதிக்கத்தில் வாழ்ந்து கொண்டுள்ளோம் என்பது தெரியும். எனவே, நாம் அரசாங்கத்திடமிருந்தும் சுதந்திரமடைய வேண்டும். அது ஒரு அறிவியல். அதைத்தான் வினோபா சுயராஜ்ய சாஸ்திரம் என்ற பெயரிட்டு ஒரு புத்தகத்தை எழுதினார். காந்தி அதற்கு ஓர் அறிமுக விளக்கத்தையும் தந்து, அனைவரும் படித்து வாழ்க்கை நடத்திட வழிவகுத்தார். அது நம்மை நாம் நெறிப்படுத்திக்கொள்ள உதவும் நூலாகும்.

அந்தப் பின்னணியில்தான், நம் வாழ்வு முறைமையை எப்படி மாற்றிக்கொள்வது என்ற தேடலில் கிடைத்ததுதான் இந்த நூலில் உள்ள அனைத்துக் கட்டுரைகளும். காந்தி மிக அழுத்தமாகக் கூறிய கருத்து, அதைத்தான் அவர் தன் வாழ்நாள் முழுமையும் கடைப்பிடித்தார். என்ன மாற்றம் சமுதாயத்தில் வரவேண்டும் என்று நாம் எண்ணுகிறோமோ, அந்த மாற்றம், நம்மிடமிருந்தே தொடங்க வேண்டும். அந்த அடிப்படையை வைத்து எழுதப்பட்ட கட்டுரைகள்தான் உங்கள் கையில் இருக்கும் இந்தச் சிறிய நூல்.

என் நீண்ட கால நண்பர் மணா என்னைத் தொடர்புகொண்டு, தான் ஆசிரியராக இருக்கின்ற 'தாய்' இதழுக்கு கட்டுரை எழுதவேண்டும் எனக் கேட்டுக்கொண்டார். அதற்காகத் தொடர்ந்து கட்டுரைகள் எழுதி வந்தேன். அதற்கு நல்ல வரவேற்பு வாசிப்பவர்களிடமிருந்து வந்தன. எனக்கு அறிமுகமே இல்லாத நண்பர் ஒருவர் என் பக்கத்து வீட்டு சமூக நிகழ்வு ஒன்றுக்கு வந்திருந்தார். அவர் ஓர் இதழியல் ஆசிரியர். அவரை எனக்குத் தெறியாது. ஆனால், என்னை அவருக்கு முன்பே தெறியும் என அவரே அறிமுகம் செய்துகொண்டு கேட்ட முதல் கேள்வி. 'ஏன் தாங்கள் எழுதிய கட்டுரைகளை ஆவணப்படுத்தக் கூடாது..? கட்டாயமாக ஆவணப்படுத்தப்பட வேண்டிய கட்டுரைகள். உடன் செய்யுங்கள்' என வேண்டினார்.

இதேபோல், என்னைத் தொடர்ந்து கண்காணிக்கும் நண்பர் மருத்துவர் ஜீவானந்தமும் இதே கருத்தை நீண்ட நாட்களாகக் கூறி வந்தார். அதனை ஏற்று புதிதாக அறிமுகமான நண்பரிடம் ஒரு கேள்வியைக் கேட்டேன். 'புத்தகத்தை மக்களிடம் கொண்டு சேர்க்கும் பணியை எந்த நிறுவனம் சிறப்புடன் செய்யும்..? அதனை எனக்கு அறிமுகப்படுத்துங்கள்...' என்றேன். அவர்தான் 'டிஸ்கவரி புக் பேலஸ்' வேடியப்பனை அறிமுகப்படுத்தினார். அந்த மாமனிதர்தான் பழனிக்குமார். அதன் பிறகு என்னுடைய கட்டுரைகளைப் படித்த வேடியப்பன் என்னுடன் தொடர்புகொண்டு இந்தப் பொருள் பற்றி விவரித்தார். அதன் பின் மணாவுடன் விவாதித்தார். முடிவில் அந்த விவாதங்களின் வெளிப்பாடாக உருவானதுதான் தங்கள் கையில் இருக்கும் புத்தகம். இதற்கு முயற்சித்த மணா, பழனிக்குமார், வேடியப்பன் மூவருக்கும் என் நெஞ்சம் நிறைந்த நன்றியை உரித்தாக்கிக் கொள்கின்றேன்.

காந்திகிராமம்

க.பழனித்துரை

01.11.2020

பொருளடக்கம்

1. எது பொருளாதார வளர்ச்சி? மூலத்தைத் தொடுங்கள்! — 7
2. மாற வேண்டும் தொண்டு நிறுவனங்கள் — 24
3. குடிமக்களின் பொறுப்பற்ற செயலே ஊழலுக்குக் காரணம்! — 30
4. சற்று மாற்றி யோசித்தல் என்ன? — 37
5. புறப்படுங்கள் களத்துக்கு... புரிதலுடன் — 42
6. கொரோனாவுக்குப் பின்: மாற்றத்தை எங்கே துவங்குவது? — 51
7. இன்று நமக்குத் தேவை ஒரு சிந்தனைத் தொற்று! — 57
8. நீர் பாதுகாப்புக்கான மாபெரும் மக்கள் இயக்கத் திட்டம் — 64
9. கிராமங்களில் செய்யவேண்டிய பணிகளும் புரிதலும்! — 71
10. என் கிராமம் எங்கே? தேவை ஒரு மக்கள் இயக்கம்! — 79
11. நாம் மாறுவோம்! — 90
12. மாற்று முறையின் அவசியம் — 97
13. இன்று ஒரு புதிய வாய்ப்பு — 105
14. உயர்கல்வி நிலையங்கள் நமக்குப் பலமா? பாரமா? — 113
15. புதிய சூழல் நமக்குச் சொல்லும் செய்தி? — 121
16. புலம் பெயர்ந்த தொழிலாளர்களின் சரிந்த வாழ்வு மீளுமா? — 128
17. தற்சார்பும் கிராமத்தின் நிறைவும் எப்படிச் சாத்தியப்படும்? — 137
18. புதிய பாதையில் பயணிக்க... — 145
19. வேண்டும் ஒரு புதிய கல்வி — 151
20. பரவல் முறையா அல்லது குவியல் முறையா? — 162
21. எங்கே மூன்றாவது அரசாங்கம்? — 172
22. பொதுநலம் பேணி தேவையான ஒரு கல்வி — 180
23. இப்போதாவது கேட்போமா? — 188
24. பேரிடரை வெற்றி கொள்ளும் தலைமை — 195
25. பாடம் படிப்போம் கேரளாவிடம்! — 202
26. காமராஜ் கண்ட முன்னேற்றப் பாதை! — 210
27. இளைஞர்களே... வாருங்கள் வடம் பிடிப்போம்! — 217

1

எது பொருளாதார வளர்ச்சி?
மூலத்தைத் தொடுங்கள்!

கிராமங்களில் ஒரு முதுமொழி உண்டு. "தும்பை விட்டுவிட்டு, வாலைப் பிடித்த கதை!" என்று சொல்லுவார்கள்.

மாடு ஓடினால் அதன் மூக்கில் இருக்கும் கயிற்றைப் பிடித்தால் அது உடனே நின்றுவிடும். அப்புறம் நாம் விரட்டுகின்ற திசை நோக்கிச் செல்லும். அதை விட்டுவிட்டு அதன் வாலைப் பிடித்தால் என்ன கிடைக்கும் என்று அனைவருக்கும் தெரியும்.

இந்த முதுமொழி, எந்தப் பிரச்னையையும் அதன் மூலத்துக்குச் சென்றால் சரிசெய்துவிடலாம் என்பதை விளக்குவதற்காகக் கூறப்பட்ட ஒன்று. இன்று ஒருவர் கல்விக் கொள்கையை விமர்சனம் செய்து, 'நமது அரசாங்கம் கல்வியை விற்பனைப் பொருளாக மாற்றி தனியாருக்கு தாரை வார்க்கிறது' என்று கூறுகிறார்.

இன்னொருவர் 'சுற்றுச்சூழல் சட்டத்தில் திருத்தங்களைக் கொண்டுவந்து, தங்கு தடையற்று இயற்கை வளங்கள் சூறையாடப்படுவதற்கு தனியார் நிறுவனங்களுக்கு மத்திய அரசு வழிவகுத்துக் கொடுக்கிறது' என்று கூறுகின்றார். இந்திய நாட்டின் பொது நிறுவனங்களை விற்கிறது மத்திய அரசு என்று முழக்கமிடுகின்றனர் பலர்.

"இதுவரை நாம் பார்த்திராத, ஏழை பணக்கார ஏற்றத்தாழ்வு இன்று உலகத்தில் ஏற்பட்டு விட்டது" என்று முழங்குகின்றனர் பலர். "காடுகளில் அமைதியாக வாழ்ந்து வந்த ஆதிவாசிகளை விரட்டி விரட்டி அடிக்கின்றனர். காடுகளை விட்டு வெளியேறுங்கள்

டாக்டர் க.பழனித்துரை

என்று இயற்கை வளங்களை அள்ளி வணிகம் செய்ய வந்த கம்பெனிகளும், ராணுவமும், காவல்துறையும் சுரண்டுகின்றன" என்று கூக்குரல் இடுகின்றன, ஆதிவாசிகளுடன் பணிபுரியும் தன்னார்வத் தொண்டு நிறுவனங்கள்.

அரசு, தன்னால் சமூக செயல்பாட்டுக்கான கட்டமைப்புக்களை உருவாக்க முடியாது என அரசாங்கம் தன்னை விடுவித்துக் கொள்வதை ஏழைகளைப் பாதுகாப்பதற்குப் பதில் அரசாங்கம் அவர்கள் வாழ்வில் சீரழிவை ஏற்படுத்துகிறது என்ற விவாதத்தை முன்னெடுக்கின்றனர் பலர்.

ஏழைகள் படும் அவதியைப் பற்றி அரசாங்கமோ, நமது ஊடகங்களோ, படித்த மத்திய தர வர்க்கமோ முகம் கொடுத்துக் கேட்பதற்கு - பார்ப்பதற்குத் தயாராக இல்லை என்று தன் வாழ்நாளை அவர்களுக்காகவே அர்ப்பணித்த பொதுநலக் கருத்தாளர்கள் பொதுவெளியில் விவாதிக்க ஆரம்பித்துவிட்டனர்.

உலகில் எப்போதும் இல்லாத அளவுக்கு வேலைவாய்ப்பு தாழ்நிலையை அடைந்துள்ளது. அது தேசங்களை அச்சுறுத்தும் அளவுக்கு வந்துவிட்டது என்ற விவாதமும் முன்னெடுக்கப்படுகிறது.

"இதுவரை இல்லாத அளவில் விவசாயிகள் லட்சக்கணக்கில் தற்கொலை செய்து கொள்ளும் நிலையில், அவர்களுக்கு பூச்சி மருந்தும், ரசாயன உரமும், விவசாயக் கருவிகளும் விற்ற நிறுவனங்கள் தங்கள் லாபத்தை இரட்டிப்பாக்கிக் கொண்டனவே, அதற்கு அரசு எந்த கொள்கைக் கட்டமைப்பையும் உருவாக்கவில்லையே" என்று அலறுகின்றது இன்னொரு கூட்டம்.

அதேநேரத்தில், பல கம்பெனிகளின் தலைவர்களுக்கும், நிர்வாகத் தலைமை அதிகாரிகளுக்கும் உலகம் கண்டிராத அளவுக்கு சம்பளம் என்ற பெயரில் ஆண்டுக்கு 40 கோடி 50 கோடி என்று அவர்களே நிர்ணயித்து எடுத்துக்கொள்வதும் நடந்து கொண்டுள்ளது. இவர்களின் சம்பளம் எதன் அடிப்படையில் நிர்ணயிக்கப்படுகிறது?

அதற்கு கம்பெனிகளின் ஒரே பதில், "தலைமையின் அறிவுத்திறன்தான் லாபத்தைக் குவிக்கின்றது. எனவே, இந்தத் தொகை அறிவுக்கான வெகுமதி!" என்கின்றனர்.

அதேபோல் கம்பெனிகளின் லாபத்திற்கும் எந்தக் கட்டுப்பாடும் இல்லை. ஒரு பொருளை எந்த விலைக்கும் விற்றுக்கொள்ளலாம், எவ்வளவு வேண்டுமானாலும் மக்களிடமிருந்து பணத்தைப் பெற்றுக் கொள்ளலாம் என்ற நிலை பொருளாதார வளர்ச்சிக்காக வந்தது என்கின்றனர்.

உடலில் உள்ள தசைகளும், எலும்பும் வேலை செய்தால் அதற்குக் குறைந்த அளவு சம்பளம். அது அவர்களின் வாழ்வாதாரத்தைப் பாதுகாப்பதற்கு மட்டும்தான் போதுமானதாக இருக்கும். ஆனால், அதே உடம்பில் இருக்கும் மூளை வேலை என்பது அறிவு வேலை. அதற்கு எவ்வளவு வேண்டுமானாலும் சம்பளம் கொடுக்கலாம் என்று பொதுப்புத்தி அரசு சொல்வதை ஏற்றுக்கொள்கிறது.

அதேபோல் உலகமயப் பொருளாதாரக் கொள்கையால் பொருளாதாரம் உச்சத்தைத் தொட்டபோது, கோடிக்கணக்கான

மக்கள் கிராமங்களில் வாழ்வாதாரத்தை இழந்து போராடக் கிளம்பியபோது, அவர்களுக்கு உதவிட வந்ததுதான் 100 நாள் தேசிய ஊரக வேலைவாய்ப்புத் திட்டம்.

'அது ஒரு தேவையற்ற செலவு' என்று, 2 லட்சம் ரூபாய் சம்பளம் வாங்கிக் கொண்டு, அது தங்களின் உரிமை என்று மார்தட்டி வாழும் நடுத்தர வர்க்கம் எந்தக் கூச்சமும் இன்றி கூறுகிறது.

ஏனென்றால் அவர்களின் சம்பள உயர்வுக்கு 9% பொருளாதார வளர்ச்சி பெருமளவில் உதவியிருக்கிறது. ஆனால் ஏழைகளுக்கு நுகர்வுப் பொருள்களைத் தவிர எதுவுமே இந்த வளர்ச்சியிலிருந்து செல்லவில்லை என்பதையும் யாரும் மறுக்க இயலாது.

தங்களுக்கு என்ன கிடைக்கிறது என்பது ஏழைகளுக்குத் தெரியாத காரணத்தால் எட்டு வழிச்சாலை வருகிறது, ஆகாய விமானங்கள் நிறைய வருகின்றன. துறைமுகங்கள் நிறைய உருவாகின்றன. எனவே இவற்றிற்குத் தேவையான வசதிகளைச் செய்து கொடுப்பதற்காக மணலை, கிராமங்களிலிருந்து தோண்டி எடுக்கின்றன கட்டுமான ஒப்பந்தக் கம்பெனிகள்.

அதேபோல் சிறு குன்றுகளை எல்லாம் இடித்து அப்புறப்படுத்தி, சாலைகளுக்குக் கற்களாக கொண்டு செல்கின்றனர் என்று கூறும் விவாதங்களை ஏற்றுக்கொள்ளும் மனோபாவத்திற்குத் தள்ளப்படுகின்றனர்.

கிராமங்களிலிருந்து மணலை எல்லை இல்லா அளவுக்கு ரியல் எஸ்டேட் கட்டுமான பணிகளுக்காக அள்ளுகிறார்கள். விளைவு? கடைசியில் கிராமங்கள் சிறு சிறு குட்டைகளாகக்

காட்சியளிக்கின்றன. அதேபோல், குன்றுகளுடன் சுவிட்சர்லாந்து போல விளங்கிய கிராமங்கள், இன்று குன்றுகளை இழந்து பாலைவனம் போல் காட்சியளிக்கின்றன.

வானளாவிய அதி நவீனக் கட்டடங்களுக்கு நகரத்தில் பயன்பாட்டிற்கு தண்ணீர் கிடையாது. கோடிகளில் வீடு விற்பனை ஆகும். ஆனால், தண்ணீருக்குக் கிராமங்களை நம்பி இருக்க வேண்டிய சூழல்.

எனவே, கிராமங்களிலிருந்து எல்லை இல்லா அளவிற்குத் தண்ணீரை உறிஞ்சி வணிகம் செய்கின்றன பல தண்ணீர் விநியோகிக்கும் கம்பெனிகள். ஒரு பக்கத்தில் கிராமங்களில் ஆழ்குழாய்க் கிணறுகளை உருவாக்கி பூமிக்கு அடியில் இருக்கும் வளங்களை எடுப்பதற்காக விவசாயத்தை அழிக்கின்றனர்.

மற்றொரு பக்கத்தில் தண்ணீர் எடுத்து குடிதண்ணீர் வணிகம் செய்வதற்கும், மற்றும் நகர வளாகங்களுக்கு நீர் தருவதற்கும் வணிகமாகச் செயல்பட்டு நீர்ச் சுரண்டல் அளவிட முடியாத நிலையில் நடக்கிறது.

இவற்றை எதிர்த்து கிராம மக்கள் தங்கள் வாழ்வாதாரங்களைப் பாதுகாக்கப் போராடுகின்றனர். ஒருவேளை கிராம சுயராஜ்யத்தைப் பாதுகாக்க காந்தி கூறிய விளக்கத்தைத் தெரிந்துகொண்டவர்கள் போல் தொடர்ந்து போராடுகின்றனர்.

அதற்காக மட்டுமல்ல, எந்த நேரத்தில் எந்தக் கம்பெனிக்காகவும் நிலத்தை விவசாயிகளிடமிருந்து பிடுங்கி, பொருளாதார வளர்ச்சி என்று கூறி கம்பெனிகளிடம் ஒப்படைக்க அரசாங்க அதிகாரிகள் செயல்படுவதைப் பார்க்கும்போது, அரசு அதிகாரிகள் “மக்களைக் காக்கவா அல்லது சந்தையைப் பாதுகாக்கவா?” என்று கேட்கத் தோன்றுகின்றது.

மக்களைப் பாதுகாக்க வேண்டிய ராணுவமும், காவல் துறையும் வணிக நிறுவனங்களைப் பாதுகாக்கவே முயல்கின்றன. அதற்குக் காரணத்தை தேடினால் கிடைக்கும் பதில், "பொருளாதார வளர்ச்சிக்கு அரசு தேடுவது சந்தையைத்தான், சமுதாயத்தை அல்ல. மக்களைப் பாதுகாக்க உருவாக்கப்பட்ட அரசியல் சாசனச் சட்டமும், ஏழைகளையும், விளிம்புநிலை மக்களையும் பாதுகாக்க உருவாக்கப்பட்ட 200க்கு மேற்பட்ட சட்டங்களும் ஏழைகள் தங்களைப் பாதுகாத்துக் கொள்ளும் ஆயுதங்களாக ஏன் செயல்படவில்லை?

அதேபோல் ஏன் மாநில அரசின் அதிகாரங்களை மத்திய அரசு எடுத்துக்கொள்கிறது? அதிகாரங்கள் குவிக்கப்படுகின்றன என்று ஓலமிடுகின்றனர் பலர். பொருளாதாரம் குவிக்கப்படும்போது, அதிகாரம் எப்படி பரவலாக்கப்படும் என்பதை ஏன் நாம் புரிந்து கொள்ளவில்லை? மாநில அரசுகள் தங்கள் அதிகாரத்தை இழப்பதுபோல, உள்ளாட்சிகள் அவற்றின் அதிகாரங்களையும் இழந்துள்ளன என்பதனையும் புரிந்துகொள்ள வேண்டும்.

இவை எல்லாவற்றிற்கும் ஒரு மூலகாரணம் உள்ளது. அதுதான் தனியார்மய, தாராளமயப் பொருளாதாரம். அதைக் கண்மூடிக் கொண்டு ஆதரித்து அழிவுப்பாதையில் நாட்டை வழிநடத்திக் கொண்டுள்ளோம். இந்திய மக்களுக்கு அடிப்படை வசதிகளுடன் எளிய வாழ்வு வாழ 5% வளர்ச்சி இந்திய நாட்டுக்குப் போதுமானது.

நம் பிரச்னை வளர்ச்சியில் அல்ல, அடைந்த வளர்ச்சியை எல்லாத் தரப்பு மக்களுக்கும் கொண்டு செல்லும் முறைமையில் தான் உள்ளது. இன்று அதுதான் நமக்குப் பிரச்சினையாக உள்ளது. பொருளாதார வளர்ச்சி அடையும் வேகத்திற்கு இணையாக ஏழைகளின் வாழ்வு மலரவில்லை. இங்கு இடையூறுகள் சரி செய்யப்பட வேண்டியது தங்கு தடையற்ற தாராளமயக் கொள்கையில்தான். நம் வேளாண்மையையும், சூழலையும் பாதுகாத்து வேலைவாய்ப்பை உருவாக்கவல்ல மூலதனம்தான் நமக்கு வேண்டும். வேலைவாய்ப்பில்லா முதலீடு தேவையில்லை.

வியட்நாம் என்ற நாடும் வெளிநாட்டு மூலதனத்தை ஈர்க்க கொள்கைத் திட்டத்தை வகுத்துள்ளது.

ஒன்று, வெளிநாட்டிலிருந்து வரும் முதலீடு எங்கள் நாட்டு விவசாயப் பொருளாதாரத்தை பாதிக்கக் கூடாது. இரண்டு, எங்கள் நாட்டு இயற்கை வளங்களை அளவற்று அழிக்க முயற்சிக்கக் கூடாது.

மூன்று, அந்த முதலீட்டில் உருவாக்கப்படும் தொழிற்சாலைகளில் அதிக அளவில் எங்கள் நாட்டு மக்களுக்கு வேலை வழங்க வேண்டும். நான்கு, அப்படிப்பட்ட தொழிற்சாலைகளை மட்டுமே துவங்க வேண்டும். ஐந்து, எங்கள் நாட்டு மக்களின் வாழ்வாதாரத்தை அழிக்கும் எந்த நடவடிக்கையையும் வெளிநாட்டு மூலதனம் வேண்டுமென்பதால் அரசாங்கம் அனுமதிக்காது.

இதுபோன்ற ஒரு வரையறையை ஏன் நம்மால் உருவாக்க முடியவில்லை?

இதைப் பற்றிய ஒரு பொது விவாதம் இன்று நமக்குத் தேவை. அத்துடன் மூளை உழைப்புக்கும், உடல் உழைப்புக்கும் உள்ள கூலி ஏற்றத்தாழ்வு பற்றிய ஒரு புரிதலை முதலில் ஏற்படுத்த வேண்டும். அது குறித்த ஒரு பொது விவாதம் நடத்தப்பட வேண்டும். அத்துடன் தனியார் வணிக மற்றும் தொழில் நிறுவன தலைமைக்கு, நிர்வாகத் தலைமைக்கு வழங்கப்படும் ஊதியத்திற்கு ஒரு உச்சவரம்பு வேண்டும். அதேபோல் லாபத்திற்கும் உச்சவரம்பு வேண்டும். இவை பற்றியும் ஒரு பொது விவாதத்தை நாம் நம் மக்களிடம் முன்னெடுக்க வேண்டும்.

மண்ணுக்கேற்ற வளர்ச்சி மற்றும் மேம்பாட்டுக்கு புதிய வரையறை உருவாக்கப்படல் வேண்டும். அதில் 'பொருளாதார வளர்ச்சி' என்பதை 'மானுட வளர்ச்சி' என்று மாற்றியமைக்க வேண்டும். எனவே, பிரச்னைகளின் மூலம் என்பது உலகமயப் பொருளாதாரம், தாராளமயம், தனியார்மயம் என்பதை நாம் கவனத்தில் கொண்டு மேற்கூறியவைகள் பற்றி நாம் விவாதிக்க வேண்டும். இந்த விவாதத்தை முன்னெடுக்க வேண்டியவர்கள் நடுத்தர வர்க்கத்தினர். ஆனால், அவர்கள் இதன் நற்பயன்களை அனுபவித்துக் கொண்டிருக்கின்றார்கள். அவர்கள் ஆரம்பிப்பார்கள் என்று எதிர்பார்க்க முடியாது.

எனவே, ஏழைகள் மீதும், சூழல் மீதும், புவி மீதும் கரிசனம் கொண்ட ஒவ்வொருவரும் இந்த விவாதத்தை முன்னெடுக்க வேண்டும். இந்த விவாதம்தான் இன்றையத் தேவை.

மூலத்தில் நாம் திருத்தத்தை ஆரம்பிக்க வேண்டும்.

*

2. மாற வேண்டும் தொண்டு நிறுவனங்கள்!

தலைசிறந்த வரலாற்று ஆசிரியர் அர்னால்டு டாய்ன்பி குறிப்பிட்டார், "எந்த அமைப்பாக இருந்தாலும், நிறுவனமாக இருந்தாலும், அல்லது நாகரிகமாக இருந்தாலும், அது தன்னை சூழலுக்கு ஏற்ப மாற்றி மக்களின் தேவையில் செயல்படவில்லை என்றால், அந்த நிறுவனமோ அல்லது அமைப்போ அல்லது நாகரிகமோ அழிவுப்பாதையில் சென்று காணாமல் போய்விடும்" என்று. அதேபோல் மேலாண்மைச் சிந்தனையாளர்கள் கூறுவார்கள் "மாற்றத்தை முழுமையாகப் புரிந்து, உள்வாங்கி, மாற்றத்தை மேலாண்மை செய்யத்தக்கவர்கள் மட்டுமே தலைமைக்கு தகுதியானவர்கள்" என்று. எனவே மாற்றம் எல்லாத் தளத்திலும் நடந்து கொண்டுள்ளது. அதிலும் தொழில் நுட்பத்தால் வந்த மாற்றங்கள் ஏராளம். தகவல் தொழில் நுட்பம் மாற்றத்தின் வேகத்தை எல்லையற்ற அளவுக்கு அதிகப்படுத்தியுள்ளது. இன்றைக்கு தொடர்ந்து மாற்றங்களைப் பெற்று வருவது சந்தைச் செயல்பாடுகள். சந்தையின் வேகத்துக்கு அரசாங்கம் ஈடு கொடுக்க முடியவில்லை. அதன் விளைவுதான் சந்தை பெருமளவில் அரசுக்கு உதவிக்கரம் நீட்டி அரசுப்பணியில் பலவற்றை அது எடுத்துக் கொண்டுள்ளது.

இந்தச் சூழலில் சமூகத்தில் மக்களுக்கு அரசாங்கத்துடன் சேவையில் ஈடுபட்டிருக்கும் ஒரு அமைப்புதான் தொண்டு நிறுவனங்கள். இந்த நிறுவனங்கள் பல்வேறு வகைப்படும். அவை அனைத்தையும் நான் ஒன்றாக தொண்டு நிறுவனங்கள் என்று குறிப்பிடுகின்றேன். இந்திய மரபில் தானமும் தொண்டும் இரண்டறக் கலந்தவைகள்.

இந்தத் தொண்டு நிறுவனங்கள் இன்று மிகவும் நெருக்கடிக்கு ஆளாகி இருப்பதாகவும், நிதிக்குப் போராடுவதாகவும் தெரிவிக்கின்றன. அதற்குக் காரணம் பல. அவற்றில் ஒன்று அந்த நிறுவனங்கள் சூழலைப் புரிந்து புதிய சூழலுக்கு தங்களை மாற்றிக்கொள்ளத் தெரியவில்லை அல்லது மாற்றிக் கொள்ள முடியவில்லை.

உண்மையிலேயே தொண்டு நிறுவனங்கள் செயல்படுவதற்கு இன்றைய சூழலில் ஏராளமான வாய்ப்புக்கள் உள்ளன. இன்னும் துல்லியமாக சொல்லப்போனால் இந்த உலகமய பொருளாதார காலத்தில் இந்த நிறுவனங்களுக்கு அதிக அளவு செயல்பாட்டுக்கான வாய்ப்புக்கள் தற்போதுதான் அதிகரித்துள்ளன. ஏனென்றால், அரசாங்கம் தான் இதுவரை செய்து வந்த சமூக மேம்பாட்டுப் பணிகளிலிருந்து தன்னை விடுவித்துக் கொண்டுவிட்டது. எனவே இந்த நிலையில் சமூகச் செயல்பாடுகளை இனி சந்தையும், சமூகமும்தான் ஏற்றுக்கொள்ள வேண்டிய சூழல் வந்துவிட்டது. இந்தச் செயல்பாடுகளில் சந்தையும் பங்குகொள்ள வேண்டிய சூழலை அரசாங்கம் ஏற்படுத்தியுள்ளது.

நான் இங்கு சந்தை என்று குறிப்பிடுவது தொழில் நிறுவனங்களை. சந்தை எப்படி பங்கு கொள்ளும் என்ற புரிதல் நம் தொண்டு நிறுவனங்களுக்கு வேண்டும். ஒரு போதும் சந்தை தொண்டு நிறுவனங்கள் செய்கின்ற பணிகளுக்கு போட்டியாக உருவெடுக்காது, உருவெடுக்கவும் முடியாது. தொண்டு நிறுவனங்களுடன் இணைந்துதான் சேவை செய்ய முடியும். அதற்கு சந்தை எதிர்பார்ப்பது தொண்டு நிறுவனங்களிடம் ஒரு மாற்றத்தை.

ஒரு போதும் சந்தை, தொண்டு நிறுவனமாக முடியாது. ஏனென்றால் அவற்றின் பார்வை லாபத்தின் மீது இருப்பதால் பருவநிலை மாற்றத்தைப் பற்றியோ, சுற்றுச்சூழல் பற்றியோ, உயிர்ச்சூழல் பற்றியோ, உலக வெப்பமயல் பற்றியோ சமூகத்திலுள்ள ஏற்றத்தாழ்வுகள் பற்றியோ சிந்தித்துச் செயல்பட சந்தைக்கு வாய்ப்பிருக்காது. எனவே அது செய்யவேண்டிய சமூகப் பணிகளை தொண்டு நிறுவனங்களை செய்திடப் பணித்து அதற்கான முதலீடு செய்வது என்ற கட்டாயச் சூழலுக்குத் தள்ளப்பட்டுள்ளன. ஆனால், அந்த முதலீடு என்பது வெறும் தானமாக இல்லாமல் சமூக மேம்பாட்டை கொண்டுவரக்கூடிய, சமூக மேம்பாட்டுச் செயல்பாடுகளுக்கான, சமூக வணிக நிறுவனத்திற்கு முதலீடு

செய்யப்படல் வேண்டும். அதாவது செய்கின்ற மூலதனத்திற்கு சமூகத்தில் மேம்பாட்டுத் தாக்கத்தை உருவாக்க வேண்டும்.

அதேபோல் அந்தச் செயல்பாடுகள் அனைத்தும் வணிகமாக நடைபெற்று அந்த மூலதனம் விரையம் ஆகி விடாமல் லாபமும் அதிலிருந்து கிடைக்க வேண்டும். அப்படி புதிய சூழலுக்கான பணிகளைக் கண்டுபிடித்தால் சந்தை தொண்டு நிறுவனங்களுக்கு மூலதனம் செய்வதற்கு வாய்ப்புண்டு.

இன்று, அப்படி பல நிறுவனங்கள் தங்களை மாற்றிக் கொண்டு விவசாயத் துறையில், சுகாதாரத் துறையில், சிறு நிதிநிறுவன முதலீட்டுத் துறையில், மரபுசாரா எரிசக்தித்துறையில் செயல்பட்டுக் கொண்டுள்ளன. இதற்கு நபார்டு வங்கி பெருமளவு உதவிபுரிந்து வருகிறது. எனவே, தொண்டு நிறுவனங்கள் சமூக வணிக நிறுவனமாக மாறவேண்டும்.

இந்தியாவில் இருக்கும் மக்களின் சமூக மேம்பாட்டுச் செயல்பாடுகளின் தேவையைப் பூர்த்தி செய்ய ஒரு ட்ரில்யன் ரூபாய் வேண்டும் என ஐ.நா. கணித்துள்ளது. ஐ.நாவின் நிலைத்த மேம்பாட்டு இலட்சியங்களை (Sustainable Development Goals) அடைவது என்பதை பின்புலத்தில் வைத்து கணக்கிட்டுள்ளது.

தேவையான அளவுக்கு அரசிடம் பணம் கிடையாது. ஆனால், அதை சந்தை செய்வதற்கான வாய்ப்பிருக்கிறது. ஆகையால்தான் சந்தையிலிருந்து நிதி திரட்டுவதற்கு சட்டங்களையும் கொள்கைகளையும் மாற்றியமைத்துக் கொண்டுள்ளது அரசாங்கம்.

'தற்போது வெளிநாட்டிலிருந்து தொண்டு நிறுவனங்களுக்கு வந்து கொண்டிருந்த நிதியில் 40% குறைந்துவிட்டது. இந்த கொரோனா பாதிப்பிற்குப் பிறகு இன்னும் 40% தன்னார்வத் தொண்டு நிறுவனங்கள் காணாமல் போய்விடும்!' என்று கணிக்கின்றார்கள். 'இவை எல்லாவற்றிற்கும் காரணம், தொண்டு நிறுவனங்கள் புதிய சூழலுக்கு மாற்றிக்கொள்ளாததுதான்' என்று பலர் விவாதிக்கின்றனர்.

இதுவரை தொண்டு நிறுவனங்களுக்கு கொடையாளர்கள் (Donors) இருந்தனர். அவர்கள் நிதி தந்துவிட்டு, தொண்டு நிறுவனங்கள் செய்திருக்கின்ற பணிகளை மட்டுமே பார்த்து வந்தார்கள். ஆனால், இன்று அதே கொடையாளர்கள் முதலீட்டாளர்களாக மாறி தொண்டு நிறுவனங்கள் செய்கின்ற பணிகளினால் விளைந்த சமூக மேம்பாட்டுத் தாக்கங்கள்

என்னவென்று கேட்க ஆரம்பித்துவிட்டார்கள். அவர்கள் முதலீட்டாளர்களாக மாறிய காரணத்தால் தங்கள் முதலீட்டிற்கு என்ன லாபம் வரும் என்றுதான் கணக்கிட்டுச் செயல்படுவார்கள். எனவே புதிய சூழலுக்கான புது வடிவமும் புது செயலாக்க ஆற்றலும் தொண்டு நிறுவனங்களுக்கு வந்தாக வேண்டும். அந்தச் சூழலை உருவாக்கத்தான் மத்திய அரசு புதிய சட்டங்களை உருவாக்கவும், புதிய கொள்கைகளை உருவாக்கவும் முனைந்து வருகின்றது.

இந்த முன்னெடுப்பை இந்திய அரசு மட்டும் செய்யவில்லை, உலகம் முழுவதும் நடைபெறும் செயல் என்பதை நாம் தெளிவு படுத்திக்கொள்ள வேண்டும். உலக நாடுகளில் பெற்ற அனுபவத்தை வைத்துத்தான் நம் அரசாங்கமும் இந்த நிறுவனங்களை சட்ட திட்டங்களின் மூலம் மாற்றியமைக்க முயற்சி எடுத்துள்ளது. ஏனென்றால், தற்போது பெரும்பாலான தன்னார்வ தொண்டு நிறுவனங்கள் தாங்கள் அடிப்படையாக பின்பற்ற வேண்டிய கூறுகள் அற்று செயல்பட்டுக் கொண்டிருக்கின்றன.

நிர்வாகத்தில் வெளிப்படைத்தன்மை, ஆளுகையில் மக்களாட்சிக் கூறுகள், பாலின சமத்துவம், வரையறுக்கப்பட்ட நிதிக் கட்டுப்பாடுகள், சுற்றுச்சூழல் பேணுதல், தரக்கட்டுப்பாட்டு வழிமுறைகள் போன்ற கூறுகளை பெரும்பாலான நிறுவனங்கள் பின்பற்றி செயல்படுவது கிடையாது. அத்துடன் நிறுவனச் செயல்பாட்டு சாதனை ஆவணங்கள் பராமரிப்பு, தொடர்ந்து செயல்பாட்டாளர்களின் திறன் கூட்டல், ஆராய்ச்சி மனோபாவம் போன்ற அடிப்படைக் கூறுகள் அற்றும் செயல்பட்டுக் கொண்டிருக்கின்றன, பல தொண்டு நிறுவனங்கள்.

இந்தச் சூழலில்தான், இந்த ஆண்டு நிதிநிலை அறிக்கையில் மத்திய அரசு, தொண்டு நிறுவனங்கள் தற்போது கிடைக்கின்ற நிதியைவிட கூடுதலாகப் பெற்றிட இன்னொரு கதவையும் திறந்து விட்டிருக்கிறது. அதுதான் சமூக பங்குச் சந்தையில் நிதி பெற்றுக்கொள்வது. சமூகப் பங்குச் சந்தையில் நிதிபெற வேண்டுமானால், சமூக மேம்பாட்டுப் பணிகள் வணிகமாகச் செய்யும் சமூக வணிக நிறுவனமாகத் தொண்டு நிறுவனங்கள் தங்களை மாற்றிக்கொள்ள வேண்டும். இதற்கான வழிகாட்டு நெறிமுறைகளை உருவாக்க வல்லுனர் குழு உருவாக்கப்பட்டு அறிக்கையும் தயாரிக்கப்பட்டு தொண்டு நிறுவனங்களின் கருத்துக்களையும் பெற்று வருகிறது.

மத்திய அரசு தொண்டு நிறுவனங்கள் இந்தப் புதிய சூழலுக்கு மாறுவதற்கான ஆதரவுச்சூழலை அமெரிக்கா, கனடா, இங்கிலாந்து, தாய்லாந்து நாடுகள் உருவாக்கியதுபோல உருவாக்க வேண்டும். அதற்கு தொண்டு நிறுவனங்களின் கருத்துக்களையும் தொழில் நிறுவனங்களின் கருத்துக்களையும் உள்வாங்கிக் கொண்டு மத்திய அரசு செயல்பட வேண்டும். ஏனென்றால், சமூக மேம்பாட்டுச் செயல்பாடுகளில் மக்கள் பங்கேற்போடு திறம்பட செயலாற்றக் கூடிய ஆற்றல் நம் தொண்டு நிறுவனங்களுக்கு உள்ளது. அதைப் பயன்படுத்த சரியான சூழலை ஏற்படுத்த வேண்டும்.

மிகப்பெரிய தொண்டு நிறுவனங்களாக செயல்படும் அமைப்புக்கள் தங்களை மாற்றிக்கொள்வதற்கு சிரமங்கள் இருக்கப்போவது இல்லை. அரசாங்கத்துடன் பணியாற்றிக் கொண்டும், அரசாங்கத்தைக் கணித்துக் கொண்டும் இருக்கும் நிறுவனங்கள் தங்களை எளிதாக சூழலுக்குத் தக்கவாறு மாற்றிக் கொண்டுவிடும். ஆனால், மிகச் சிறிய தொண்டு நிறுவனங்கள் இந்தச் சூழலில் நசுக்கப்படும் அபாயமும் உள்ளது. இந்தியக் கிராமங்களில் பணி செய்ய சிறிய தொண்டு நிறுவனங்களும் தேவையாக இருக்கின்றது.

இந்தியாவின் வித்தியாசங்கள், வேறுபாடுகள், ஏற்றத்தாழ்வுகள் என்பது எல்லையற்ற நிலையில் உள்ளன. நம்முடைய தட்ப வெப்ப நிலை என்பது ஓரிடத்தில் 40 டிகிரி இன்னொரு இடத்தில் மைனஸ் 40 டிகிரி என்றால் மக்களின் வாழ்க்கை முறையில் எவ்வளவு வித்தியாசங்கள் இருக்கும் என்பதை நாம் யூகித்துக்கொள்ளலாம். இவ்வளவு வித்தியாசங்களும் வேறுபாடுகளும் ஏற்றத்தாழ்வுகளும், பாகுபாடுகளும் உள்ள நாட்டில், சமூகத்துடன் பணியாற்றி சமூகத்தை மேம்படுத்த சிறிய தொண்டு நிறுவனங்கள்தான் மிகவும் தேவையான ஒன்று. இந்த நிறுவனங்களுக்கு புதிய சூழலுக்கு தன்னை தயார்படுத்திக் கொள்வது என்பது மிகப்பெரிய சவாலாகவும் உள்ளது.

இவர்களுக்கு முதலில் சமூக வணிகம் அல்லது சமூகத்திற்கு பயனளிக்கும் வணிக நிறுவனத்தை எப்படி உருவாக்குவது மற்றும் நடத்துவது என்பதைப் பற்றிய பயிற்சியளிக்கப்படல் வேண்டும். அதற்கான சூழலை அரசு ஏற்படுத்திக் கொடுக்கவேண்டும்.

அடுத்து சமூக பங்குச் சந்தையிலிருந்து எப்படி நிதி பெறுவது என்பதையும் கற்றுத் தர வேண்டும். அதற்கான முறையான பயிற்சியளிக்கப்படல் வேண்டும்.

இன்றைய சூழலில் பல போலி நிறுவனங்கள் செயல்பட முடியாமல் மறைந்து போயின. ஆனால், நல்ல சிறிய நிறுவனங்கள் இன்றும் மக்கள் மத்தியில் பணி செய்துகொண்டு வருகின்றன.

இன்றைய சூழலில் கொரனா காலத்தில் மிகச் சிறப்பாக பணியாற்றிய நிறுவனங்களும் உண்டு. அந்த நிறுவனங்கள் இன்று நிதியற்று நிற்கின்றன. அந்த நிறுவனங்களின் பணியாளர்கள் புதிய சூழலுக்கு ஏற்ப பணியாற்றிட தேவையான ஆற்றலும் திறமையும் அற்று இருக்கின்றார்கள்.

எனவே அரசு, தன்னார்வ தொண்டு நிறுவனங்களை சரிசெய்வதுபோல, சந்தையையும் முறைப்படுத்தி நெறிப்படுத்த வேண்டும். இதற்கான புதிய சூழலை அரசு ஏற்படுத்தித் தரவேண்டும்.

அப்படி ஏற்படுத்தித் தந்தால் சந்தையும் அரசும் செய்ய முடியாதவைகளை இந்தத் தொண்டு நிறுவனங்கள் மக்களுடன் சேர்ந்து செய்து சாதனை படைக்கும் நிலைக்கு வந்துவிடும். அதுதான் இன்று நம் நாட்டிற்குத் தேவை.

*

3. குடிமக்களின் பொறுப்பற்றச் செயலே ஊழலுக்குக் காரணம்!

காவல் நிலையத்திற்கு வந்த மாறுதலான புகார் அது.

திருவாரூர் மாவட்டம், மன்னார்குடி ஒன்றியம், தலையாமங்கலம் சிற்றூராட்சிப் பகுதியில் பாரதப் பிரதமர் வீடு கட்டும் திட்டத்திலும், தனிநபர் கழிப்பறை கட்டும் திட்டத்திலும் முறைகேடு நடந்ததாக பாதிக்கப்பட்ட பயனாளிகள் காவல் நிலையத்தில் புகார் செய்துள்ளனர்.

இந்தத் திட்டத்தில் ஊழல் என்று கொடுக்கவில்லை. 'வீடுகளும், கழிப்பறைகளும் கட்டாமலேயே சுமார் 2.50 கோடி ரூபாய் மோசடி செய்துள்ளனர்!' என்பதுதான் அவர்களின் குற்றச்சாட்டு.

அதனைத் தொடர்ந்து மாவட்ட ஆட்சியர் ஊரக வளர்ச்சி முகமையின் மாவட்ட திட்ட அதிகாரியை விசாரணை செய்ய நியமனம் செய்து, உத்தரவு இடுகின்றார். அந்தத் திட்ட அலுவலர் பார்வையிட்டு விசாரணை செய்ததன் அடிப்படையில் ஒன்றிய அலுவலர்கள் சிலர் பணியிடை நீக்கம் செய்யப்பட்டிருக்கின்றனர் என்ற செய்தி தினசரிப் பத்திரிக்கைகளில் வெளிவந்தது.

இந்த நிகழ்வு அந்த சிற்றூராட்சியில் தேர்ந்தெடுக்கப்பட்ட மக்கள் பிரதிநிதிகள் இல்லாத இரண்டு நிதியாண்டுகளில் நடந்துள்ளது என்பதும் குறிப்பிடத்தக்கது. உள்ளாட்சிக்கு தேர்தல் நடத்தாத காலம் முழுவதும் உள்ளாட்சி அமைப்பின் அதிகாரங்கள் சிறப்பு அதிகாரிகளிடம்தான் இருந்தன என்பதை நம் கவனத்தில் கொண்டு இந்தப் பிரச்னையை நாம் அணுக வேண்டும்.

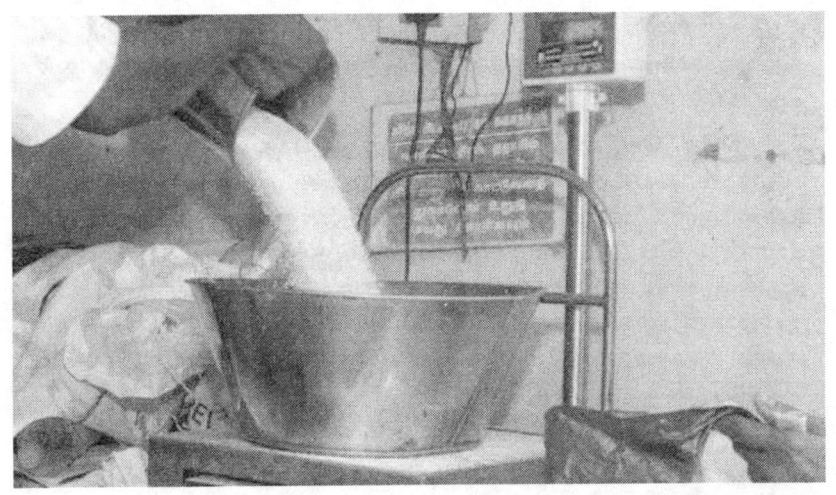

இந்த நிகழ்வென்பது சாதாரண நிகழ்வல்ல. ஆனால் இந்த நிகழ்வைப் பற்றி நம் அரசியல் கட்சிகள் எந்த எதிர்வினையும் ஆற்றவில்லை. ஒரு சில சிறிய கட்சிகள் இதற்காக அறிக்கைகள் கொடுத்தன. அத்துடன் அவர்கள் பணியினை முடித்துக் கொண்டு விட்டனர்.

ஆனால் நம்மைப் போன்றவர்களுக்கு இது பெரிய ஆளுகை மற்றும் நிர்வாகச் சீர்கேடு என்றே பார்க்கத் தோன்றுகிறது. ஏனென்றால் ஒரு கிராமப் பஞ்சாயத்தில் மட்டும் இரண்டே திட்டங்களில் ஊழல் செய்து எடுக்கப்பட்ட பணம் 2.50 கோடி ரூபாய் என்ற குற்றச்சாட்டு என்பது சாதாரண நிகழ்வு அல்ல.

ஏழைகளுக்காகக் குரல் கொடுக்கிறேன் என்று கூறுபவர்கள் இந்த நிகழ்வை சாதாரணமாகப் பார்க்க முடியாது, பார்க்கவும் கூடாது. ஏனென்றால் இந்த 2.50 கோடி ரூபாயும் ஏழைகளுக்கு ஒதுக்கிய மக்கள் பணம் என்பதை நம் நினைவில் வைத்து பார்க்க வேண்டும்.

கிராம மேம்பாட்டுப் பணிகளில் பெருமளவு ஊழலாக நடைபெறுவது ஏழைகளுக்கு ஒதுக்கப்பட்ட நிதியில்தான் என்பதை பலமுறை பன்னாட்டு நிதி நிறுவனங்கள் சுட்டிக்காட்டியுள்ளன.

சுட்டிக்காட்டியது மட்டுமல்ல, இதற்கு தீர்வு என்பது திட்டச் செயல்பாடுகள் மக்கள் மத்தியில் நடைபெறும்போது அதை முறையாக மக்கள் குறிப்பாக பயன்களைப் பெறுவோர்

டாக்டர் க.பழனித்துரை

விழிப்புணர்வில்தான் இருக்கிறது என்பதையும் பலமுறை எடுத்துக் கூறியுள்ளன. எனவே இந்தச் செய்தியை சாதாரணமாக எடுத்துக் கொண்டு கடந்து செல்ல முடியாது.

இதே போல் மற்றொரு செய்தி, மதுரை மாவட்டம், கொட்டாம்பட்டி ஒன்றியம் கம்பூர் ஊராட்சிப் பகுதியில் உள்ள ஒரு ரேஷன் கடையில், கூப்பன்களுக்கு அரிசி, பருப்பு போன்ற பொருட்கள் வழங்கும்போது எடை குறைவாகத் தருகின்றனர். குறிப்பாக அரிசி தரும்போது இரண்டு கிலோ குறைவாக இருக்கின்றது. அதே போல் மற்ற பொருள்களிலும் எடை குறைவாகவே இருக்கிறது என்று குற்றம் சாட்டி மக்கள் போராடினர்.

அந்தச் செய்தி ஊடகங்களின் மூலம் பொதுவெளிக்கு வந்தது. உடனே அந்த ரேஷன்கடை ஊழியர் பணியிடை நீக்கம் செய்யப்படுகிறார் நிர்வாகத்தால். இதே பஞ்சாயத்தில் இதற்கு முன்பு கிராம மக்கள் ஒன்றுகூடி வளர்ச்சிப் பணிகளில் முறைகேடு நடந்துள்ளது என்பதை கிராம சபையில் பெருமளவு மக்கள் திரண்டு கேள்விகள் எழுப்பினார்கள்.

ஊடகங்கள் மூலம் அந்தப் பிரச்சினை பொதுவெளிக்கு வந்து, மாவட்ட ஆட்சித் தலைவரின் தலையீட்டில் ஒரு விசாரணைக் குழுவும் அமைக்கப்பட்டது. அதனைத் தொடர்ந்து அந்தக் கிராமத்தில் தொடர்ந்து கிராமசபை வலுவுடன் செயல்பட

...| 32 |... மாற்றுமுறை காண்போம்!

ஆரம்பித்து அரசுத் துறைகளைப் பொதுமக்களே இளைஞர்கள் குழுவின் உதவியுடன் கண்காணிக்க ஆரம்பித்து விட்டார்கள்.

இந்த இரண்டு நிகழ்வுகளும் நமக்குக் கூறும் செய்திகள் பல. ஒன்று, ஒரு ஊராட்சியில் நடைபெற வேண்டிய பணிகளில் கோடிக்கணக்கில் பணத்தை எடுக்க முடிகிறது. அதிலும் எந்தப் பணியும் செய்யாமலே எடுத்திருக்கிறார்கள் என்கிற போது, அதைச் செய்தவர்களுக்கு, தனக்கு மேல் இருப்பவர்களின் மேலும் பயமில்லை, மக்களும் நம்மை கேள்வி கேட்பார்கள் என்ற அச்சமோ உணர்வோ கூச்சமோ இல்லை.

இரண்டு அந்த அலுவலர்கள் எடுத்தது ஏழைகளுக்கு வீடு கட்டிடவும், கழிப்பறை கட்டிடவும் ஒதுக்கப்பட்ட பணத்தை எந்தப் பணியும் செய்யாமல் எடுப்பது என்பது, ஏழைகளுக்குத் தரும் பணத்தில் நாம் எதையும் செய்யலாம், ஏழை மக்களால் இதைக் கண்காணிக்க முடியாது என்கின்ற அலட்சிய உணர்வு.

மூன்று, பொதுமக்கள் துணிவுடன் காவல் நிலையம் சென்று புகார் மனு அளித்துள்ளனர். எனவே இதற்கான விழிப்புணர்வு இப்போது மக்களிடம் வர ஆரம்பித்திருக்கிறது.

நான்கு, இந்தப் பிரச்சினைகளை உரிய இடத்துக்கு துணிந்து மக்கள் எடுத்துச் செல்லும்போது அதற்கான தீர்வும் மக்களுக்குக் கிடைக்கின்றது. இந்த இரண்டு ஊர்களிலும் நிகழ்ந்த சம்பவங்களை நாம் எடுத்துக் கொண்டு அலசி ஆராய்ந்து பார்த்தால், ஒரு வழிகாட்டுதல் நமக்குக் கிடைக்கும்.

டாக்டர் க.பழனித்துரை

அதாவது மக்களாட்சி ஏழைகளுக்குப் பயன்பட வேண்டும் என்றால், முதலில் ஏழைகள் தங்களுக்கு விழிப்புணர்வை ஏற்படுத்திக் கொள்ள வேண்டும் என்பதை உணர்த்தியிருக்கிறது. அதே சமயம் தங்களுக்கு வரவேண்டிய உரிமை சார்ந்த பயன்களையும், திட்டங்களையும் செயல்படுத்தும் துறைகளை முறையாகக் கண்காணித்தால் அவை அனைத்தும் நம்மை வந்து சேர்ந்துவிடும் என்பதை நிரூபணம் செய்துள்ளது.

இந்தச் செயல்பாடுகள் தான் மக்களாட்சியையும் காப்பாற்றும். எனவே அரசாங்கத்தைக் கண்காணிக்க மக்களுக்குத் தெரிந்திருக்க வேண்டும். அடுத்து பொதுமக்களுக்கு வழிகாட்ட வேண்டும் என்று நினைக்கும் தன்னார்வலர்களுக்கும் அரசுத் துறைகளை எப்படிக் கண்காணிப்பது எப்படி என்ற முறைமை தெரிந்திருக்க வேண்டும். எனவே அதற்கான தயாரிப்புக்களை தன்னார்வலர்கள் செய்துகொள்ள வேண்டும்.

இப்படிப்பட்ட செயல்களைப் பொது வெளிக்குக் கொண்டு வந்து நிர்வாகத்தைச் சீர்செய்ய கிராமத்திற்கு ஒருவர் துணிய வேண்டும். துணிவது மட்டுமல்ல, அதற்கான விபரங்களைத் தெரிந்து கொள்ள வேண்டும்.

ஏனென்றால் தமிழகத்தில் செயல்படும் மத்திய மாநில அரசுகளின் திட்டங்கள் 400த் தாண்டி விட்டன. இந்தத் திட்டங்கள் எந்தெந்தத் துறைகளால், எப்போது, எந்த அதிகாரி மூலம் எங்கு செயல்படுத்தப்படுகிறது என்பதைத் தெரிந்துகொண்டால் நம் பணி எளிதானது.

இந்தப் பணியை சில கட்சிக்காரர்கள் செய்து வருகின்றனர். கட்சிக்காரர்களின் சேவைக்கும் ஒரு விலை இருக்கிறது. பயன் பெறுகின்றவர்களுக்கு அதன் விலை என்ன என்பது தெரியும். தன்னார்வலர்கள் இந்த விபரங்களைத் தெரிந்து கொண்டு, தெரிந்து கொண்ட விபரங்களை மக்களுக்கு கிராம சபைகள் மூலம் எடுத்துச் சொல்ல வேண்டும்.

தொடர்ந்து இந்தப் பணியை கிராமசபை மூலம் செய்து வந்தால், கிராம சபையில் மக்கள் வந்து கூடிப் பங்கேற்பது அதிகரித்துவிடும். அதிகரிப்பது மட்டுமல்ல, பஞ்சாயத்தையும் அரசுத் துறைகளையும் கண்காணித்து விடுவார்கள், தங்கள் கேள்விகளினாலே.

இன்றுள்ள சூழலில், கிராமப் பஞ்சாயத்துக்களை தாங்கள் செயல்படுத்தும் திட்டங்களையும், சேவைகளையும் பற்றி அறிந்து

கொள்ள வேண்டும். அத்துடன் அரசுத் துறைகளின் பல்வேறு வளர்ச்சித் திட்டங்களின் செயல்பாடுகளையும் கண்காணிக்கும் பணியினையும் செய்ய நம் பஞ்சாயத்துத் தலைவர்கள் தயாராக வேண்டும்.

பெரும்பாலான நல்ல கிராம மேம்பாட்டுத் திட்டங்கள் தோற்றுப் போனதற்குக் காரணமே, சரியான மக்கள் கண்காணிப்பு அரசுத் துறைகளின் மேல் இல்லாததுதான் என்பதை மீண்டும் மீண்டும் அரசின் ஆய்வு அறிக்கைகள் கூறுகின்றன.

பஞ்சாயத்துத் தலைவர்கள் தற்போது திறமையானவர்களாக இருந்தால், மக்களுடன் மக்களுக்காகப் பணியாற்றும் அரசுத் துறைகளை வேலைவாங்க கற்றுக் கொள்ள வேண்டும்.

அப்படி அந்த 37 துறைகளையும் கண்காணித்தால் ஏழை மக்களின் நலனுக்காகத் தீட்டப்பட்ட எண்ணற்ற திட்டங்களில் யாரும் கை வைக்க முடியாது. பயன்கள் அனைத்தும் பயனாளிகளுக்குச் சென்று சேர்ந்து விடும்.

இன்று நடைபெறும் 100 நாள் வேலைத் திட்டத்தில் ஊழல் நடப்பதை பாரதப் பிரதமராக இருந்த மன்மோகன்சிங் அவர்களே ஒப்புக் கொண்டு, இந்த நல்ல திட்டம் ஊழலில்லாமல் நடைபெற சமூகத் தணிக்கை அவசியமானது என்று கூறியிருக்கிறார்.

அந்தச் சமூகத் தணிக்கையும் எப்படி நடைபெறுகின்றது என்பது அனைவரும் அறிந்த உண்மை. பல நல்ல திட்டங்கள் நீர்த்துப் போவதற்கும், ஊழல் மலிந்து போனதற்கும் மிக முக்கியமான காரணம் அரசு அதிகாரிகள் மட்டுமல்ல, மக்கள் பிரதிநிதிகளும், மக்களுமே என்பதை நாம் மறுக்க இயலாது.

பொதுமக்கள் பணத்தைச் சூறையாடிக் கொண்டிருக்கும் ஒரு சிலரை நம்மால் எதுவும் செய்ய முடியாது என்பது நம்மில் பலருக்கு உள்ள அறியாமை அல்ல அசட்டுத்தனம். ஒவ்வொரு ஊரிலும் ஒரு சிலர் முனைந்தால் போதும்.

குறைந்த பட்சம் ஏழைகளுக்கு அரசின் திட்டங்களிலிருந்து கிடைக்க வேண்டிய பலன்கள் அனைத்தும் சேர வேண்டியவர்களுக்கு சென்று சேர்ந்துவிடும். அதற்குக் கைகோர்த்து நிற்க ஒரு சிலர் ஒவ்வொரு கிராமத்திலும் ஒன்றிணைய வேண்டும்.

மக்கள் நலன் சார்ந்து செயல்படும் பஞ்சாயத்துத் தலைவர் கிடைத்துவிட்டால் அவருடன் சேர்ந்து பணியாற்ற வேண்டும். அப்படி இல்லை என்றால் இளைஞர்கள் ஒரு சிலர் துணிந்து வெளிப்படையான நிர்வாகத்தை உள்ளாட்சியில் கொண்டுவர

ஒருங்கிணைந்து செயல்பட வேண்டும். மக்களிடம் 'உங்கள் பணம் பறிபோகிறது' என்கிற செய்தியைக் கொண்டு சேர்த்தால் அவர்கள் உங்கள் பக்கம்தான் நிற்பார்கள் என்பதை நினைவில் கொள்ள வேண்டும்.

எனவே ஒரு அறிவார்ந்த விழிப்புணர்வு குடிமக்களிடம் உருவாக்க முனைய வேண்டும். இல்லையென்றால் மக்கள் பெயரில் உருவான திட்டங்களையும், அவற்றின் பலன்கள் அனைத்தையும் வேறு யார் யாரோ அனுபவித்துக் கொண்டிருப்பார்கள். அதுதான் பல இடங்களில் இன்று நடைபெறுகிறது.

எனவே அரசுத் துறைகளை கண்காணிக்க வேண்டிய தொடர்ச்சியான கடமை ஒவ்வொருவருக்கும் உண்டு. குறிப்பாகத் திட்டங்களில் பயன்பெறும் பயனாளிகள் கவனிக்கத் தவறினால், அவர்களுக்குக் கிடைக்க வேண்டிய பயன்கள் வேறு யாருக்காவது பயனளித்து விடும்.

இந்தப் பணியை மேற்கொள்வோர் செய்ய வேண்டிய பணி, அரசுத் துறைகளின் திட்டங்கள் செயல்படுகின்ற விதம் பற்றிய புரிதலுடன், நிதி செல்லும் வழித் தடங்களைக் கண்டுபிடிக்கத் தேவையான வழிமுறைகளை அறிந்து வைத்திருக்க வேண்டும். அப்போது தான் இந்தப் பணியைச் செய்திட முடியும்.

தமிழகம் முழுவதும் பஞ்சாயத்துத் தலைவர்கள், தேர்தலுக்கு முன் அதிகாரிகளால் பஞ்சாயத்துக்கள் நிர்வகிக்கப்பட்டபோது செலவழித்ததைச் சற்று கவனித்து ஆய்ந்து பார்த்தால் என்ன நடந்திருக்கிறது என்பதைக் கண்டுபிடித்து விடலாம்.

எனவே ஒவ்வொரு கிராமத்திலும் எதாவது ஒரு பொறுப்புள்ள நபர் பொறுப்புடனும் புரிதலுடனும் பஞ்சாயத்தைக் கண்காணிக்க முயன்றால் தான் அவை மக்களுக்காகச் செயல்படுவதை உறுதிப்படுத்த முடியும். அதுதான் இன்றைய தேவையாகவும் இருக்கின்றது.

மக்களாட்சியில் மக்களின் தொடர் கண்காணிப்பு என்பதுதான் அரசாங்கத்தை முறையாக மக்களுக்காக வேலை செய்ய வைக்கும். எனவே குடிமக்களின் பொறுப்புமிக்க செயல்பாடுகள் தான் ஊழலற்ற ஒரு நிர்வாகத்தை கொண்டுவரும்.

அது தான் இன்றைக்கு நமது அத்தியாவசித் தேவையாகவும் இருக்கின்றது.

*

4 சற்று மாற்றி யோசித்தால் என்ன?

பாண்டிச்சேரி அரவிந்தர் ஆசிரம சமூகத்தால் கிராம மறுமலர்ச்சிக்காக ஒரு செயல் பாட்டு இயக்ககம் உருவாக்கப்பட்டு கிராமப்புறப் பணிகள்நடைபெற்று வருகின்றன.

அந்தச் செயல்பாடுகளில் ஒரு பகுதி பயிற்சி அளிப்பதாகும். அந்தப் பயிற்சி என்பது மாற்றத்திற்கான ஒன்று. கிராமப்புற மேம்பாட்டுச் செயல்பாடுகளில் ஈடுபடுகின்ற அனைவருக்கும் தேவைப்படுகின்ற பயிற்சியை அளிப்பதே இந்தப் பயிற்சி மையத்தின் நோக்கமாகும்.

அந்தப் பயிற்சிகளைச் செம்மையாக நடத்திட ஒரு பயிற்சிக்கூடம் கட்டப்பட்டுள்ளது. அது ஒரு கட்டிடம் மட்டுமல்ல. அது ஒரு சூழல் என்றே கூற வேண்டும். அதற்குப் பெயர் "சரணம்". அங்கு 50 பேர் தங்கும் வசதி, வகுப்பறைகள், கலந்துரையாட இயற்கையான வனப்பகுதி, உணவுக்கூடம் என அனைத்து வசதிகளும் கொண்டது அந்தக் கட்டிடம்.

அந்த இடத்திற்குச் சென்றாலே எவருக்கும் ஒரு மனமாற்றம் வரும். அந்த அளவுக்கு ஒரு சூழலை உருவாக்கியுள்ளார்கள். இந்தப் பயிற்சிக் கூடத்திற்கு சுற்றுச்சூழலுக்கான ஒரு ஐ.நா.வின் சான்றிதழும் பரிசும் வழங்கப்பட்டிருக்கிறது. மிகப்பெரிய கட்டிடம்.

இதில் என்ன சிறப்பு என்று சிலர் கேட்கலாம். சிறப்புகள் நிறையவே இருக்கின்றன வித்தியாசங்களும் தனித்தன்மைகளும் இருக்கின்றன.

அந்தப் பயிற்சிக் கூடத்தைக் கட்டுவதற்குச் செங்கற்கள் பயன்படுத்தவில்லை, கருங்கல்லோ, சல்லிக்கற்களோ பயன்படுத்தவில்லை, இரும்பு

பயன்படுத்தவில்லை. சிமெண்ட் பயன்படுத்தவில்லை. அந்தக் கட்டிடம் வெறும் மண்ணாலும், சுடாத கற்களையும் வைத்துக் கட்டப்பட்ட கட்டிடம். இதன் வடிவமைப்பே தனிதான். இந்தக் கட்டிடத்தை உருவாக்கப் பயன்பட்ட அத்தனை லட்சம் கற்களும் அந்த இடத்திலேயே எடுக்கப்பட்ட மண்ணால் உருவாக்கப்பட்டவையே. அந்த மண் எடுத்த இடத்தை மழை நீர் சேமித்து வைக்கும் இடமாக மாற்றியமைத்து "Land Scapping" செய்து பார்ப்பதற்கு வனப்பாக இருக்குமாறு செய்துவிட்டனர்.

அதேபோல் தங்கும் விடுதியிலும் மண்சுவர் தான். அங்கு குளிர்சாதனப் பெட்டி கிடையாது. ஆனால் அந்தக் குளிர்சாதனப்பெட்டி தரும் இதமான குளிரை அறையில் கொண்டுவர, தரைக்குக் கீழ் தண்ணீர் பாய்ச்சப்பட்டு அறை மற்றும் மண்டபம் அந்த சீதோஷ்ண நிலையைக் கொண்டு வருகின்ற வகையில் வடிவமைத்துக் கட்டியிருக்கிறார்கள்.

இந்தக் கட்டிடமும், வடிவமைப்பும் உலகளாவிய கவனத்தை ஈர்த்த வண்ணம் உள்ளது. இதைக் கட்டியிருப்பது "ஆரோவில் எர்த் பௌண்டேஷன்" நிறுவனம். இந்தக் கட்டுமான நிறுவனம் உலகளவில் பிரசித்தி பெற்ற நிறுவனம். இந்த நிறுவனம் கட்டிடக்கலைக்கும், அறிவியலுக்கும், தொழில்நுட்பத்திற்கும் புதுத்திசையைக் காட்டிக் கொண்டுள்ளது. இந்த மணல், கற்களால் கட்டும் கட்டடக் கலையால் உருவாக்கப்படும் கட்டடங்கள் என்பது தரமானது, உறுதியானது, நேர்த்தியானது, காலத்தைக் கடந்து நிற்கும் தன்மை கொண்டது என்பது அறிவியல்பூர்வமாக நிரூபணம் ஆகிவிட்டது.

இந்த முறையைப் புகுத்துவதால் இயற்கைக்கு நாம் தந்த இன்னல் குறைந்து மாசுபடுவது குறைந்துவிடும். செங்கல் சுட மரம் தேவையில்லை. அடுத்து சிமெண்ட் உபயோகம் குறைந்துவிடும்.

இரும்பு உபயோகம் குறைந்துவிடும். இன்று உலகம் சந்திக்கின்ற சுற்றுச்சூழல் பிரச்சினைகளுக்குப் பெரும்தீர்வு இதன் மூலமாகக் கிடைத்துவிடும்.

இதைத்தான் மகாத்மா காந்தி நூறு ஆண்டுகளுக்கு முன் எடுத்துரைத்தார். கிராமங்களில் வீடு கட்டும்போது, ஐந்து மைல் சுற்றளவில் கிடைக்கும் பொருட்களை வைத்து நாம் வீடு கட்டிக்கொள்ள வேண்டும். இந்த புதிய முறையைக் கையாளும்பொழுது, நாம் நம் இடத்தில் கிடைக்கும் பொருட்களை வைத்தே வீட்டைக் கட்டிவிடலாம்.

இந்தக் கட்டிடத்தைப் பார்த்துவிட்டு ஹைதராபாத்தில் உள்ள மத்திய ஊரக வளர்ச்சித்துறை ஆராய்ச்சி நிறுவனத்தின் தலைவர், தன் வீட்டை இடித்துவிட்டு முற்றிலுமாக இயக்குனருக்கான அரசு இல்லத்தை மணல் கற்களை வைத்து கட்டி அதில் குடியேறிவிட்டார்.

இதே கட்டட முறையை 20 ஆண்டுகளுக்கு முன் ஒரு பஞ் சாயத்துத் தலைவர் கூத்தம்பாக்கம் என்ற ஊராட்சிப் பகுதியில் "குடிசை இல்லா கிராமத்தை உருவாக்குவேன்" என்று சபதமிட்டு, ஏழைகளுக்கான வீடுகளைக்கட்டி அனைவரையும் வியக்க வைத்தார். அவருக்கு தேசிய அளவிலும், சர்வதேச அளவிலும் விருதுகள் குவிந்து, இன்றும் முன்னுதாரண பஞ்சாயத்தாகப் பேசப்பட்டு வருகிறது அந்தச் சிற்றூராட்சி.

அந்தக் கிராமப் பஞ்சாயத்துத் தலைவர் படிக்காதவர் அல்ல. படித்த பொறியியல் பட்டதாரி. மத்திய அரசின் ஆராய்ச்சி நிறுவனம் ஒன்றில் விஞ்ஞானியாக பணிபுரிந்த நிலையில், அந்தப் பணியை ராஜினாமா செய்துவிட்டு ஊராட்சிமன்றத் தலைவர் பதவிக்குப் போட்டியிட்டு பணம் செலவில்லாமல் வெற்றிபெற்றுச் சாதனை புரிந்தவர்.

அவர் இதே ஆரோவில் தொழில் நுட்பத்தைப் பயன்படுத்தி, அந்த ஊர் மண்ணைப் பயன்படுத்தி, அந்த ஊர் மக்களுக்குப் பயிற்சி கொடுத்து, அவர்களுக்கு வேலைவாய்ப்பையும் கொடுத்து, வீடுகளைக் கட்டிக் கொடுத்தார். அவர் அங்கு வேலைவாய்ப்பினையும் இந்தக் கட்டிட முறையால் உருவாக்கினார்.

தமிழக அரசில் ஊரக வளர்ச்சித்துறை செயலராகப் பணியாற்றிய செயலர் ஒருவர் இந்த முறையை எப்படியாவது தமிழகத்தில் நடைபெறும் தொகுப்பு வீட்டுத் திட்டங்களில் புகுத்த வேண்டும் என்று முனைந்தார். அப்பொழுது காந்திகிராமப்

பல்கலைக் கழகத்தில் உள்ள கட்டிட மையத்தைப் பார்வையிட வந்தார். அந்த நேரத்தில் என் அறையில் அமர்ந்து பேசிக்கொண்டு இருந்தபோது, வேதனையுடன் ஒரு கருத்தைப் பதிவு செய்தார்.

இன்றைக்குக் கட்டுமானத் துறையில் இருக்கும் பொறியியலாளர்கள், அதுவும் குறிப்பாக அரசுத்துறையில் இருப்பவர்கள், இந்த முறையிலான கட்டிடங்கள் வராமல் இருக்க எல்லா நடவடிக்கைகளையும் மேற்கொள்வார்கள் என்று தன் வருத்தத்தைப் பதிவு செய்தார்.

அவர் மேலும் கூறுகையில், "நம் பொறியியல் வல்லுனர்களுக்கு சிமெண்ட், ஜல்லி, கம்பி இல்லாக் கட்டிடத்தை எண்ணிப் பார்க்கும் சக்தியும் கிடையாது, துணிவும் கிடையாது.

ஏனென்றால் இந்த முறைக் கட்டிடங்கள் நடைமுறைக்கு வந்து மக்கள் அதை ஏற்றுக்கொண்டு அப்படியே கட்ட ஆரம்பித்து விட்டால், சிமெண்ட் விற்பனை விழுந்துவிடும், ஜல்லி விற்பனை குறைந்துவிடும், கம்பி விற்பனை குறைந்துவிடும். இவற்றை ஊக்குவித்தால் வீட்டைக் கட்டுகிறவர்களுக்கு மட்டுமே லாபம். கட்டுகிற நிறுவனங்களுக்கு அல்ல..

எனவே பொறியியல் வல்லுனர்கள் மண்வீடு என்பதை மனதாலும் எண்ண மாட்டார்கள். மண் வீட்டினால் அவர்களின் தொழிலும் பாதிக்கும். அதேபோல் சிமெண்ட், கல், ஜல்லி, கம்பி என்பது ஒரு மிகப் பெரும் சந்தை. அதனுடன் இந்தப் பொறியியல் வல்லுனர்களும் இணைக்கப்பட்டுள்ளார்கள்" என்று கூறி தன் ஆதங்கத்தை வெளிப்படுத்தினார்.

அவராலேயே அதை ஊக்குவிக்க முடியவில்லை. அதை ஒரு பஞ்சாயத்துத் தலைவர் செய்தார். இன்று அந்தச் சாதனையை இப்போது அரவிந்தர் ஆசிரம சமூகம் செய்து உலகளவில் பாராட்டைப் பெற்றுள்ளது.

இன்றைக்கு கிராமங்களிலும், நகரங்களிலும் கட்டப்படும் கட்டடங்களில் சரிபாதிக் கட்டடங்கள் இந்த முறையில் கட்டப்படுமேயானால், கிராமங்களில் மிகப் பெரிய அளவில் வேலைவாய்ப்பு பெருகும் என்பதில் யாருக்கும் எந்தச் சந்தேகமும் இல்லை.

இந்த ஆரோவில் எர்த் பவுண்டேஷன் இவ்வளவு பெரிய கட்டடத்தைக் கட்ட ஆட்களை வெளியிலிருந்து கொண்டு வரவில்லை. அந்தக் கிராமத்தில் கிடைத்தவர்களை வைத்தே கட்டி முடித்தனர். அதற்குத் தேவை ஒரு பயிற்சி. நம் கிராமத்தில்

பணியாற்றும் கொத்தனார்கள், சித்தாட்களுக்கும் இந்தப் பயிற்சியைக் கொடுத்தால் போதும்,

இன்று இந்த முறைக் கட்டடங்களைக் கட்ட வேண்டிய கட்டாயத்துக்கு நாம் தள்ளப்பட்டு உள்ளோம். ஏனென்றால் செங்கல் உருவாக்கத் தேவையான அளவு மரங்கள் கிடைக்கவில்லை. அடுத்து செங்கல் சுடுவதால் உருவாகும் நச்சுக்காற்று சூழலை மாசுபடுத்துகிறது.

அதேபோல்தான் சிமெண்டும், ஜல்லியும் இரும்பும். இவைகளைத் தவிர்ப்பது சூழலுக்கு மிகப் பெரிய பாதுகாப்பு. அடுத்து கிராமத்தில் இருக்கும் மக்களுக்கு வேலைவாய்ப்பு. விவசாயத்தில் வேலைவாய்ப்பு குறையும்போது, இவர்களுக்கு கட்டுமானத் துறையில் வேலை வாய்ப்பு இந்தத் துறையில் இருக்கிறது.

அதே நேரத்தில் இந்தக் கட்டடத்தை உருவாக்குவதால் புதிய மழைநீர்ச் சேமிப்பு அமைப்புக்களையும் உருவாக்கி மழைநீரைச் சேமித்து விடலாம். இந்தக் கட்டடங்கள் எப்படிப்பட்ட உறுதியைப் பெற்றுள்ளது என்பதற்கு சர்வதேச நிறுவனங்கள் சான்றுகள் அளிக்கின்றன.

விஞ்ஞானிகளோ பொறியியல் வல்லுனர்களோ, கட்டடக்கலை நிபுணர்களோ, இந்த முறையை நிராகரிக்கவில்லை. அது மட்டுமல்ல அவர்கள் இந்த முறை சரியானது அல்ல என்று எதிர்க்கவும் இல்லை. அப்படி இருக்கும்போது, ஏன் இந்த முறைக் கட்டடக் கலையை அரசும் நம் விஞ்ஞானிகளும் ஆதரிக்கவில்லை?

இந்த முறையால் பயனாளிக்கும், சூழலுக்கும் நன்மையுண்டு. இடையில் இருப்போருக்கு எதுவும் இல்லை. சிமெண்ட் கம்பெனிகள், இரும்புக் கம்பெனிகள் கட்டுமானத் துறையைத் தன்னகத்தே வைத்துக் கொண்டுள்ளது என்பதை நாம் புரிந்து கொண்டால், ஏன் இந்தப் புதிய கட்டுமான முறை பரவலாகவில்லை என்பதைப் புரிந்து கொள்ளலாம்.

“2022க்குள் அனைவருக்கும் இல்லம்” என்று கூறும் மத்திய அரசு இந்த மாற்றுமுறையைக் கடைப்பிடித்தால் சூழலுக்கும் உதவலாம், வேலைவாய்ப்பையும் உருவாக்கிவிடலாம். மிக எளிமையானதும், பாதுகாப்பானதுமான இந்த முறைமையை மத்திய அரசு ஏன் முன்னெடுக்கக் கூடாது என்பதுதான் நம் கேள்வி.

*

5. புறப்படுங்கள் களத்துக்கு... புரிதலுடன்!

எங்கும் ஒரு புதிய சொல்லாடல்.

"தற்சார்புக் கிராமங்களை நோக்கி நாம் திரும்ப வேண்டும்"

இது எங்கிருந்து பிறந்தது?

இது கொரோனா தொற்று பாதித்த காலத்தில் நம் பாரதப் பிரதமர் கூறிய 'தற்சார்பு இந்தியா' என்ற சொல்லாடலிலிருந்து பிறந்ததா அல்லது புலம் பெயர்ந்த தொழிலாளர்கள் தத்தம் கிராமங்களுக்குள் வந்து புகுந்து புது வாழ்வாதாரத்தையும் புதிய உறவுகளையும் தேடும்போது பிறந்ததா அல்லது புவி சார்ந்த சூழல் சார்ந்த சிந்தனை மேலோட்டத்தின் வெளிப்பாடா என்பது தான் நமது கேள்வி.

ஆனால் களத்தில் புரிதலுடனும், அரைகுறைப் புரிதலுடனும் என் கிராமத்தை மீட்டெடுக்க வேண்டும் என்ற ஏதோ உந்துதலால் தள்ளப்பட்டு கிராமத்துக்குள் வந்தவர்கள் பல இளைஞர்கள். அப்படி உண்மையான கிராம வாழ்க்கையை நோக்கிய புரிதலுக்கான நகர்வில் எண்ணிலடங்கா இளைஞர்கள் களத்தில் இருக்கிறார்கள்.

அவர்களில் ஒரு கூட்டம் நீர் நிலைகளைப் பாதுகாக்க வேண்டும் என்று செயல்படுகிறது. மற்றொரு கூட்டம் உயிர்ச்சூழல் பாதுகாக்கப்படல் வேண்டும், பல்லுயிர் பெருக்கம் தேவை என செயல்படுகிறது.

இன்னொரு கூட்டம் மக்களாட்சியை கிராமசபை மூலம் ஆழப்படுத்த வேண்டும் என்று முழங்கிச் செயல்படுகிறது. அடுத்த கூட்டம் இயற்கை விவசாயத்தை நோக்கி நகர்வோம் என்று செயல்பட்டு வருகிறது.

இப்படிப் பல இளைஞர்கள் கூட்டம் கூட்டமாகக் களத்தில் செயல்படுகின்றனர். ஒவ்வொரு குழுவும் நிபுணத்துவத்துடன் செயல்படுகிறது. ஏனென்றால் அனைவரும் படித்தவர்கள். ஆனால் இந்த இளைஞர்கள் கிராமங்களில் பார்க்கும் யதார்த்த நிலை என்ன?

பல கிராமங்கள் தங்களின் சுயமான அடையாளங்களை இழந்து, நகரம் போல் சுயநலம் பேணி மக்கள் வாழ்ந்து கொண்டிருப்பதைப் பார்க்கின்றனர்.

அதேசமயம் கிராமத்தின் மேம்பாட்டுக்கு தேவையற்ற சாதியத்தையும், ஆதிக்க மனோபாவத்தையும், சோம்பேறித் தனத்தையும் தன்னகத்தே கொண்டு பொதுநலத்தை முற்றிலும் நிராகரித்த கிராமங்களாக அவை இருப்பதுதான் அந்த இளைஞர்களுக்குச் சவால்களாக இருக்கின்றன.

நகர மயமும், மேற்கத்திய மயமும், நவீன மயமும், உலகமயமும் புறவாழ்வில் மாற்றத்தை பெருமளவில் கொண்டு வந்து கிராமங்களின் அகவாழ்வு உன்னதத்தின் மேன்மையை இழக்கச் செய்து விட்டன.

சுதந்திரம் அடைந்தபோது இந்தியக் கிராமங்கள் பொருளாதாரத்தில் முற்றிலுமாக வெள்ளையர்களால் நிர்மூலமாக்கப்பட்டிருந்தன.

டாக்டர் க.பழனித்துரை

அந்தக் கிராமங்களில் 80 சதவிகித மக்கள் வாழ்ந்து கொண்டிருந்தனர். அவர்களில் 60 சதவிகித மக்கள் வறுமையில் வாழ்ந்த நிலையை மாற்றுவதும், கிராம மக்களின் சுயமரியாதையைப் பாதுகாக்கச் செயல்படுவதும் தான் சுதந்திரம் அடைந்த பிறகு தலையாயப் பணி எனக்கூறி, அதற்கான சேவகர் படையை உருவாக்கிக் கொண்டிருந்தார் மகாத்மா காந்தி.

அவர்கள் அனைவரும் தலைவர்கள் அல்ல, தங்களை முற்றிலுமாக சேவைக்கு மாற்றிக்கொண்ட நிர்மாண ஊழியர்கள். காந்தியின் மறைவிற்குப் பிறகு அந்த முயற்சி இயக்கமாக மாறமுடியாமல் அந்தச் செயல்பாடுகள் ஒருசில காந்திய நிறுவனங்களின் செயல்பாடுகளுடன் நின்றுவிட்டன.

அரசாங்கம் தன்னை விரிவுபடுத்தி தன் துறைகள் மூலம் கிராமத்திற்குப் படையெடுத்து 2000க்கும் மேற்பட்ட திட்டங்களை உருவாக்கி 73 ஆண்டுகளில் மிகப்பெரிய கட்டமைப்பு வசதிகளை ஏற்படுத்தி கிராமங்களில் பல மாற்றங்களை ஏற்படுத்தியது. இதனால் பெருமளவு வறுமையையும் குறைந்தது. வசதிகளும் அதிகரித்தன.

ஆனால் கிராமங்களைப் பொருளாதார வளர்ச்சி மையங்களாகவும், சமூக சமத்துவம் பெற்ற இடங்களாகவும் மேம்பாடு அடையச் செய்ய முடியவில்லை.

கிராமங்களின் வாழ்வியல் சூழலை மேம்பட்டதாக மாற்றி, அனைவரும் மதிக்கத்தக்க மானுட வாழ்வை அமைதியாகவும் மகிழ்ச்சியாகவும், அறிவியலையும், தொழில் நுட்பத்தையும், தேவையின் அடிப்படையில் பயன்படுத்தி மேம்பட்ட மானுட வாழ்க்கையை அமைத்துக் கொள்ள முடியவும் இல்லை, முயலவும் இல்லை.

அது மட்டுமல்ல கிராம வளங்கள் பாதுகாக்கப்படுவதற்குப் பதில் பொருளாதார வளர்ச்சிக்கு என்று பெருமளவில் அழிக்கப்பட்டன. கிராம வாழ்க்கை என்பது பிற்போக்குத் தனங்களிலிருந்தும், மூட நம்பிக்கைகளிலிருந்தும் ஆதிக்கச் செயல்பாடுகளிலிருந்தும் விடுபட்டு மேம்பட்டு, உயர்ந்து உன்னத நிலையை அடைவதற்குப் பதில் சிதிலமடைந்தது.

இதற்கான காரணங்கள் என்னென்ன என்பதை அரசாங்கம் ஆராய்ந்து பார்த்தபோது எட்டு மிக முக்கியமான காரணங்கள் கண்டறியப்பட்டன.

அவை என்னென்ன? பார்க்கலாம்...

1) கிராமங்களில் மாற்றங்களைக் கொண்டுவரத் தகுதியும் திறமையும் வாய்ந்த மாற்றுத் தலைமை (தன்னை மாற்றிக்கொண்ட உன்னதத் தலைமை) உருவாகவில்லை.

2) அரசுத் துறைகளின் மேம்பாட்டுச் செயல்பாடுகளை ஒருங்கிணைத்து மக்கள் தேவையில் அரசாங்கத்தாலேயே அரசுத் துறைகளை இணைத்துச் செயல்பட வைக்க முடியவில்லை.

3) மக்கள் தேவையைப் புரிந்து அதன் அடிப்படையில் மத்திய, மாநில அரசுகள் செயல்படவில்லை.

4) மக்களின் முன்னேற்றத்திற்கு அரசு பொறுப்பேற்று, மக்களைப் பொறுப்பற்றவர்களாக மாற்றியதுடன் அரசாங்கத்தைச் சார்ந்து வாழும் மனோநிலைக்கு மக்களைக் கொண்டு வந்துவிட்டனர்.

5) பொறுப்புள்ள குடிமக்கள் என்ற மனோபாவத்தை வளர்ப்பதற்குப் பதில் பயனாளிகள் என்ற மனோபாவத்தை மக்கள் மத்தியில் வளர்த்து விட்டனர்.

6) கிராமங்கள் மக்கள் கையிலிருந்து அரசுத் துறைகளின் கைக்குச் சென்று விட்டன.

7) அரசுத் துறைகளின் செயல்பாடுகள் காரணமாக சமூகக் கூட்டு வாழ்க்கையின் மேம்பாட்டில்தான் தனிமனித மேம்பாடு உள்ளது என்ற சிந்தனையை மாற்றித் 'தனிமனித மேம்பாடு' என்று மக்களைச் சிந்திக்க வைத்து, கிராமங்களை யார் கையிலும் இல்லாமல் அநாதைகள்போல் இயங்க வைக்கப்பட்டு விட்டன.

8) கிராம மேம்பாட்டிற்கான எந்த கூட்டுச் சிந்தனையையும் மக்கள் மத்தியில் கொண்டு வராமல், அரசு தரும் திட்டங்களைப் பெற்றுக் கொள்ளும் பயனாளிப் படைகளாக வாழ மக்களைப் பழக்கி விட்டனர்.

சுருக்கமாகச் சொன்னால், வெள்ளைக்காரர்கள் சுரண்டிப் போட்ட கிராமத்தை மேம்பாடு என்ற பெயரில் அரசாங்கம் பொதுமக்களை அரசாங்கம் விரும்பியதைச் செய்யும் குடிபடைகளாக தங்கள் சொந்த நாட்டில் வாழப் பழக்கப்படுத்தி விட்டனர்.

இந்தச் சூழலை உடைக்க வந்ததுதான் புதிய பஞ்சாயத்து அரசாங்கம். இது ஒரு மக்கள் அரசாங்கம். அடித்தளத்தில் மக்களுடன் கைகோர்த்துச் செயல்படும் அரசாங்கம்.

அரசியல் சாசனத்தில் பகுதி 9 இல் மூன்றடுக்கு பஞ் சாயத்து அமைப்பே அரசாங்கமாக உருவாக்கப்பட்டுள்ளது. இந்த அரசாங்கத்தில் மக்கள் நேரடியாக பங்கேற்று தங்களின் தேவைகளைப் பூர்த்தி செய்வதுடன், மேல்நிலையில் இயங்கும் இரண்டு அரசாங்கங்களும் தங்களுக்கு பணி செய்ய வைக்க வந்த ஒன்று என்பதை நாம் புரிந்து கொள்ள வேண்டும்.

இந்த விசாலமான புரிதல்தான் அடித்தளத்தில் இயங்கும் மக்கள் பாராளுமன்றமாகிய 'கிராம சபையை' முறைப்படி இயங்க வைத்து அனைத்துத் தரப்பு மக்களையும் கிராம மேம்பாட்டிலும், ஆளுகையிலும் பங்கேற்க வைத்து மேம்பட்ட உன்னதக் கிராமங்களை உருவாக்க முடியும்.

இந்த கிராம சபையும், அரசியல் சாசனத்தின் மூலம் வந்துள்ளது என்பதைப் புரிந்து, அதன் சக்தியை மக்களிடம் கொண்டு சேர்த்து செயல்படும்போது வளர்ச்சிக்கும் மேம்பாட்டுக்குமான ஒரு மாபெரும் மக்கள் இயக்கத்தை உருவாக்க ஒரு புதிய வாய்ப்பை அரசியல் சாசனமே உருவாக்கிக் கொடுத்துள்ளது.

இந்த புதிய வாய்ப்பைக் கால் நூற்றாண்டு ஆகியும் நம்மால் பயன்படுத்தி மாற்ற முடியவில்லை, முனையவில்லை என்பதுதான் உண்மை. தற்போது இயற்கை கொரோனா வழியில் தற்சார்புக் கிராமங்களை உருவாக்கும் சிந்தனையைக் கொடுத்துள்ளது.

இந்த தற்சார்புக்குத் தேவை முதலாவது கிராமம் மக்கள் கைக்குச் செல்ல வேண்டும். இரண்டுகிராம மேம்பாட்டிற்கு

டாக்டர் க.பழனித்துரை ...| 47 |...

மக்கள் பொறுப்பேற்க வேண்டும். மூன்று அந்த தற்சார்புக் கிராமம் என்பது வெளி உலகை நம்பி வாழும் வாழ்வல்ல. கடினமாக உழைத்து, இயற்கையைப் பேணிப் பாதுகாத்துத் தேவை அடிப்படையில் அனைத்துப் பணிகளையும் செய்யும் மக்களைக் கொண்ட கிராம வாழ்க்கை. நான்கு எளிமையான தேவையின் அடிப்படையில் வாழும் வாழ்க்கை முறை.

இவைகளை நோக்கி நாம் நகர்ந்திட நமக்கு இன்னொரு புரிதல் தேவை. கிராமம் என்றால் என்ன என்பது முதலில் புரிய வேண்டும். கிராமம் என்பது வெறுமனே ஒரு வசிப்பிடம் மட்டும் அல்ல. அது ஒரு நாகரீகம் மற்றும் கலாச்சாரத்தின் சின்னம். இந்தியாவின் அடையாளம். அங்கு இருப்பது ஒரு வாழ்க்கை முறை.

அதற்கு நியதிகள் உண்டு, விழுமியங்கள் உண்டு. அங்கு ஒரு அறிவியல் இருக்கும், மருத்துவம் இருக்கும், கலாச்சாரம், இலக்கியம், ஆன்மீகம், கலை, இசை, வணிக முறை, அரசியல், உயிர்ச்சூழல், இயற்கைச் சூழல் என எல்லாமே இருக்கும். இவை அனைத்தும் ஓர் உயிரோட்டத்துடன், ஒன்றுடன் ஒன்று இணைந்து உணர்வுடன் இயங்கிக் கொண்டிருக்கும்.

இந்தக் கிராம வாழ்க்கையில் ஆதிக்கம் இல்லை, ஒதுக்குதல் இல்லை, ஒடுக்குதல் இல்லை, ஓரம் கட்டுதல் இல்லை. இப்படிப்பட்டக் கிராம வாழ்க்கையை மீட்டெடுக்க வேண்டும். இதற்கு இந்தப் புதிய வாய்ப்பைப் பயன்படுத்த வேண்டும். அதற்காக கிராமத்தில் களத்தில் இறங்கி சேவை செய்ய முனைகின்ற ஒவ்வொருவருக்கும் ஒரு பதவி இருக்கின்றது.

அந்த ஊரில் உங்கள் பெயர் வாக்காளர் பட்டியலில் இருந்தால் நீங்கள் கிராமசபை உறுப்பினர். எப்படி பாராளுமன்ற உறுப்பினர் இருக்கின்றார்களோ, அல்லது சட்ட மன்ற உறுப்பினர்கள் இருக்கின்றார்களோ அப்படி நீங்கள் தேர்தலில் நிற்காமலேயே அரசியல் சாசனத்தால் உருவாக்கப்பட்ட கிராமசபை என்ற மக்கள் பாராளுமன்றத்தில் உறுப்பினராக இருக்கின்றீர்கள்.

அதை வைத்துக் கொண்டே மிகப்பெரிய பணிகளை ஆற்றிட முடியும். அடுத்து சிற்றூராட்சியில் இருக்கின்ற ஐந்து குழுக்களில் நான்கு குழுக்களில் நீங்கள் உறுப்பினராகச் சேர்ந்து கொள்ள முடியும், பஞ்சாயத்துத் தலைவர் அனுமதித்தால்.

ஆக இந்த இரண்டு தளங்களிலும் நீங்கள் செயல்பட முடியும். குறிப்பாகப் பஞ்சாயத்துக் குழுக்களில் உறுப்பினராக நீங்கள் தன்னார்வலராகத் தேர்வு செய்யப்பட்டால் கிராமத்தின் எல்லா வளர்ச்சிப் பணிகளையும் ஆய்வு செய்து அரசுத் துறைகள் அனைத்தும் முறைப்படி செயலாற்ற உதவிடலாம். அடுத்து கிராம சபையை முறைப்படி கூட்டிட எல்லாவித உதவிகளையும் செய்திட முடியும்.

பஞ்சாயத்துடன் பணியாற்ற முயலும்போது, நமக்குள்ள ஆற்றலை, திறனை வளர்த்துக் கொண்டு, நாம் தவிர்க்க இயலாத மனிதராக மக்களிடம் தன்னார்வலர்கள் இயங்க வேண்டும்.

இவர் நமக்கு உதவுவார், இவர் விபரம் புரிந்தவர், இவரிடம் நம் பிரச்சினையைக் கூறினால் அதற்கான தீர்வையும் சரியான வழியையும் காட்டக் கூடியவர் என்று எண்ணும் அளவுக்கு விபரம் புரிந்தவராக, அரசாங்கம், ஆளுகை, நிர்வாகம், பஞ் சாயத்துச் செயல்பாடுகள் அரசின் திட்டங்கள் பற்றி தெள்ளத் தெளிவாக விபரங்கள் விரல் நுனியில் வைத்திருப்பவராக நாம் மாறி மக்கள் மத்தியில் நம்பிக்கையைப் பெற வேண்டும்.

அப்படித் திறன் அதிகரித்தவராக ஒவ்வொரு தன்னார்வலரும் தன்னைத் தயார்ப் படுத்திக்கொண்டால், பஞ்சாயத்தில் மக்களுக்கு வரும் திட்டச் செயல்பாடுகளில் ஒரு ரூபாயைக் கூட யாரும் கை வைக்காமல் பார்த்துக் கொண்டுவிடலாம்.

பஞ்சாயத்து அரசாங்கம் மட்டுமல்ல, அரசுத் துறைகள் செயல்படுத்தும் திட்டங்களிலும் யாரும் கை வைக்காமல் பாதுகாத்து, கிராம மக்களுக்குக் கொண்டு வந்து விடலாம். பெரு நிதி கிராமங்களுக்கு வருகிறது, அதை பாதுகாக்கத் தன்னார்வலர்கள் பஞ்சாயத்துக்களுடன் இணைந்து செயல்பட வேண்டும்.

இதற்கு முதலில் ஒவ்வொரு சிற்றூராட்சியிலும் கிராம வளர்ச்சிக்கான ஒரு வரைவுத் திட்டத்தை உருவாக்கி பஞ் சாயத்துடன் அரசுத் துறைகளையும் பணி செய்ய வைக்க வேண்டும்.

இந்தப் பணி செய்ய ஒவ்வொரு சிற்றூராட்சிக்கும் விபரம் புரிந்த ஒரு சில சேவகர்கள் தேவை. அந்த இடத்தை தன்னார்வலர்கள் நிரப்பலாம்.

கிராமங்களில் தன்னார்வலர்கள் விலை இல்லா பல முன்னேற்ற செயல்பாடுகளைச் செய்யலாம். கிராமங்களில் செயல்படாமல் இருக்கும் நூலகங்களை செயல்பட வைத்து மக்களிடம் வாசிக்கும் பழக்கத்தை ஏற்படுத்தலாம்.

கிராமங்களில் ஓய்வு பெற்ற ஆசிரியர்களின் உதவியுடன் மாலையில் ஏழைக் குழந்தைகளுக்கு சிறப்புப் பயிற்சி வகுப்புக்களை இலவசமாக சமுதாயக் கூடங்களில் 5 மணியிலிருந்து 7.30 மணி வரை நடத்திடலாம்.

பள்ளிக் கூடங்களைக் கண்காணிக்கலாம். வசதிகள் இருக்கின்றதா என்பதைக் கண்டறிந்து தீர்ப்பதற்கு வழிவகை காணலாம். கிராமங்களில் அரசுத் துறைகள் செய்யும் திட்டப்பணிகளை சமூகத் தணிக்கை செய்யலாம்.

குறிப்பாக ஊரக வேலைவாய்ப்புத் திட்டம் எப்படி செயல்படுகின்றது என்பதை சமூகத் தணிக்கை செய்து சிறப்பாகச் செயல்பட வைக்கலாம்.

எனவே கிராம சபையை வலுப்படுத்தி அதை ஒரு வளர்ச்சிக்கான மற்றும் ஆளுகைக்கான மக்கள் இயக்கமாகவே மாற்றி விடலாம். இதற்கு முதல் தேவை "என் கிராமம் முன்னேற வேண்டும், மாற வேண்டும்" என்று எண்ணுகின்ற ஒவ்வொரு இளைஞரும், தாங்கள் முதலில் மாறவேண்டும். சிந்தனைப் போக்கில், நடத்தையில் மற்றும் செயல்பாட்டில்.

அப்படி நாம் மாறினால், விவேகானந்தர் கேட்ட நூறு பேர்களில் நாமும் ஒருவர், அதேபோல் மகாத்மா காந்தி கேட்ட நிர்மாண ஊழியர்களில் நாமும் ஒருவர் ஆகிவிட முடியும்.

*

6. கொரோனாவுக்குப் பின்: மாற்றத்தை எங்கே துவங்குவது?

ஒரு தொற்று (கொரோனா) இன்று உலக பொருளாதாரம், அரசியல், ஆட்சி, நிர்வாகம் அனைத்தையும் புரட்டிப் போட்டுக் கொண்டுள்ளது. மானுடத்தைக் காப்பாற்ற புதிய தலைமைக்குத் தட்டுப்பாடு அனைத்துத் தரப்பிலிருந்தும் வந்துகொண்டே இருக்கிறது.

கண்ணுக்கு எட்டிய தூரம் வரையில் உலகத் தலைவரையும் தெரியவில்லை, நாட்டுக்கான தலைவரையும் தெரியவில்லை, உள்ளூர்த் தலைவரையும் தெரியவில்லை என்ற புலம்பலில்தான் அனைவரும் உள்ளனர். அந்த அளவுக்கு தலைமைக்குப் பஞ்சம் வந்துள்ளது என்பதுதான் நாம் பார்க்கும் யதார்த்தமான உண்மையும்கூட.

எங்கு பார்த்தாலும் ஒரு அசாதாரணச் சூழல் நிலவுவதை நம்மால் உணர முடிகிறது. எதிர்காலம் பற்றி எதையும் ஆணித்தரமாகக் கணிக்க முடியவில்லை. எந்த நம்பிக்கையான வார்த்தையும், உத்தரவாதமும் எந்த இடத்திலிருந்தும் வரவில்லை.

உலகச் சுகாதார நிறுவனத்திலிருந்து உள்ளூர்ச் சுகாதார நிறுவனம் வரை கலக்கத்தையும் கவலையையும் தான் கட்டவிழ்த்து விடுகின்றனவே தவிர, நம்பிக்கையை ஊட்ட முடியவில்லை. இந்தச் சூழலை மாற்ற வேண்டும், மாற வேண்டும் என்று நினைக்காதவர்கள் யாரும் இருக்க முடியாது.

இதை எங்கே துவங்குவது? இதுதான் இன்று அனைவர் மத்தியிலும் ஆட்கொண்டிருக்கின்ற கேள்வி மற்றும் சிந்தனை. இதற்கான தீர்வினை ஐக்கிய நாடுகள் மன்றத்தில் தேடாதீர்கள், அல்லது

டாக்டர் க.பழனித்துரை

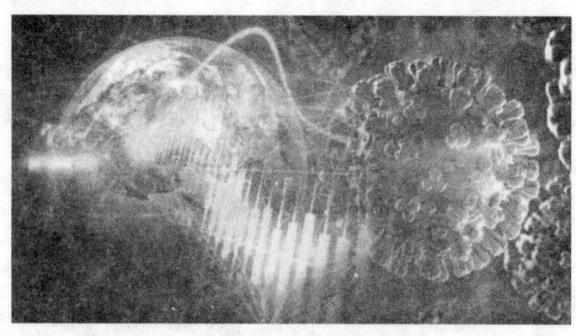

பாராளுமன்றத்திலோ, சட்டமன்றத்திலோ அல்லது நம் தலைவர்கள் தந்துவிடுவார்கள் என்றோ காத்திருப்பதில் அர்த்தம் இருப்பதாகத் தெரியவில்லை.

அந்த மாற்றத்தை துவங்க வேண்டியது நம் ஒவ்வொருவரும் தான். எந்த மாற்றத்தை நாம் இந்தச் சமூகத்தில் எதிர்பார்க்கின்றோமோ, அந்த மாற்றத்தை முதலில் நம்மிடம் நாம் கொண்டு வரவேண்டும் என்று கூறி நமக்கு வழிகாட்டினார் காந்தி மகான்.

மாற்றம் என்பது பேசுவதற்கு எளிதான ஒன்றுதான். ஆனால் செயல்படுவது அல்லது பேசியவற்றைக் கடைப்பிடிப்பது என்பது அவ்வளவு எளிதானது அல்ல. இதை அவர் வாழ்நாள் முழுவதும் கடைப்பிடித்ததால்தான் மகாத்மாவாகப் போற்றப்பட்டார்.

எந்தச் சமூகம் மாற்றத்திற்கு தயக்கமின்றித் தயாராக இருக்கிறதோ அந்தச் சமூகம் வெற்றியை நோக்கி நகர்ந்துவிடும். அந்த மாற்றத்திற்கு ஒரு ஆழ்ந்த விழிப்புணர்வு நமக்குத் தேவை. இதற்கு ஆங்கிலத்தில் consciousness என்று கூறுவார்கள்.

இது ஒரு சாதாரண விழிப்புணர்வு அல்ல, மிகவும் ஆழமானது என்பதை அனைவரும் புரிந்து கொள்ள வேண்டும். அந்த ஆழ்ந்த விழிப்புத் தான் நம்மைத் தூண்டும் கருவி. மானுடத்தின் அனைத்துச் சாதனைகளுக்கும் அடிப்படையாய் அமைவது அந்த விழிப்புணர்வு தான்.

அதைச் சிந்தனைப் போக்கு என்றும் கூறுவது உண்டு.

ஒரு சிந்தனைப் போக்கை உருவாக்கும் அல்லது மாற்றும் சக்தி நமக்குள் இருக்குமேயானால் வெற்றி என்பது நம் உள்ளங்கையில். இப்படிப்பட்ட சிந்தனைப் போக்கு என்பது தனிமனிதர்களிடம் உருவானாலும், அது தொற்றாக மாறிப் பரவி சமூகத்தை மாற்றிவிடும்.

அப்படிப்பட்ட சக்தி அந்தச் சிந்தனைப் போக்கிற்கு உண்டு என்பதை புரிந்து கொண்டு மாற்றத்திற்கான ஒரு புதிய புரிதலை சிந்தனைப் போக்கை ஏற்படுத்த வேண்டும் நம் தனிமனித வாழ்க்கையில்.

நாம் பொதுவாக மனிதர்களாக, வெளிப்புறத்தில் நாகரீகமாக வாழ்கிறோம். ஆனால் நாம் உள்ளுக்குள் என்னவாக இருக்கின்றோம் என்பதை பரிசோதனை செய்து பார்த்தால் நாம் நமக்குள் இருப்பவரும், வெளியில் இருப்பவரும் ஒருவரல்ல. நாம் இரு வேறுபட்ட மனிதர்களாக இயங்குகின்றோம்.

வெளியில் பண்பட்ட மனிதராக வாழ்கின்றோம். உள்ளுக்குள் நாம் அரக்கர்களாக, எல்லா தர்மங்களையும் குழி தோண்டிப் புதைத்துவிட்டு ஒரு மயக்க நிலையில். தாழ்நிலைச் சிந்தனையில், புலன்களைக் கட்டுப்படுத்த முடியாமல் வாழ்ந்து கொண்டிருப்பது தெரியவரும்.

இதுதான் அபாயமான தொற்று. இதுதான் நம்மை அதிகமாகப் பாதிக்கிறதே தவிர, கொரோனா அல்ல. நம் சிந்தனைப்போக்கு மாறி, நமக்குப் புது விழிப்புணர்வு வந்துவிட்டால் கொரோனா

தொற்று போய் விடும். கொரோனாவைப் போக்க இந்தத் தாழ்நிலைச் சிந்தனைத் தொற்றைப் போக்க வேண்டும்.

சீழ்ப் பிடித்த சிந்தனைப் போக்கை மாற்றுவதுதான் இன்றைய தேவையாக இருக்கின்றது. உயர்தர்ம நெறிகளைக் கொண்டு வாழ்ந்த சமூகம் இன்று சிந்தனையில் அதள பாதாளத்தில் வீழ்ந்து கிடக்கின்றது. இதற்கான காரணத்தைக் கண்டு அதை விலக்குவது தான் இன்று நம் முதல் பணியாக இருக்க வேண்டும்.

டாக்டர் க.பழனித்துரை

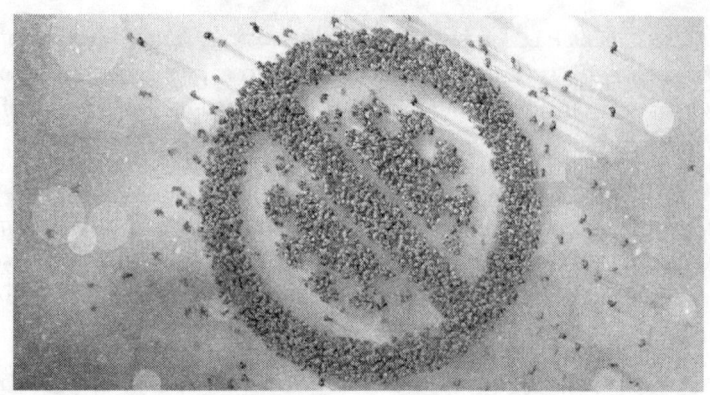

கடந்த 40 ஆண்டுகளில் உச்சம் பெற்ற போக வாழ்க்கையில் நாம் வாழ நம்மை வெளியுலகச் சந்தை பழக்கிவிட்டது. நாம் ஒவ்வொருவரும் ஒவ்வொன்றின் மேல் வெறி பிடித்துப் பைத்தியமாக அலைகின்றோம். எல்லா தர்ம நெறிகளையும் காலில் மிதித்துவிட்டு, "அனைத்தும் எனக்குக் கட்டுப்பட்டது" என்ற சிந்தனைப் போக்கில் செயல்பட்டுக் கொண்டிருக்கிறோம்.

பதவியின்மீது வெறி, சொத்தின் மீது வெறி, பணத்தின் மீது வெறி, உணவின் மீது எல்லையற்ற தாகம், பொன் மீது மோகம், இவை எல்லாவற்றையும் விட பெண்களின் மீதும் மோகம் கொண்டு, சட்டம், சமூகம், தர்மம், நியாயம் என்ற அனைத்தையும் புறந்தள்ளி வாழும் ஒரு போக்குத்தான் இன்றைய நமது வாழ்வைத் தடம் புரள வைத்துள்ளது.

எவற்றை எல்லாம் மானுடம் செய்ய முன்பு கூச்சப்பட்டதோ, அவைகளையெல்லாம் இப்போது எந்தக் கூச்சமுமின்றிச் செய்துவிட்டு வாழ நாம் பழகிக் கொண்டுவிட்டோம்.

நம் அரசியலை எடுத்துக்கொண்டால் நம் அரசியல் நாகரீகம் தாழ்நிலைக்கு வந்து பொதுமக்கள் பணத்தைப் பங்குபோட மற்றும் சூறையாட நடக்கும் போட்டியாகத் தேர்தலை மாற்றிவிட்டது. அதை நோக்கிச் செல்வதுதான் அரசியல் என்ற நிலைக்கு நாம் அனைவரும் வந்து விட்டோம்.

பொருளாதாரம் என்பது எந்த அறமும் இன்றி பொருள் ஈட்டுவது, எதையும் சுரண்டி லாபம் பார்ப்பது, அந்த லாபத்திற்கு எல்லையே இல்லை என்ற நிலைக்கு வந்து நிற்பது.

சமூகம் என்பது தனிமனித சுகபோக வாழ்க்கைக்காக எதையும் செய்யத் தீர்மானிக்கும் மனோபாவத்தில் வாழ்வது. கூட்டு

வாழ்க்கை என்பதே புறக்கணிக்கப்பட்டு, தனியாக வாழ்வதை கலாச்சாரமாக உருவாக்கி வாழ்ந்து கொண்டுள்ளோம்.

சந்தை என்பது பொருள்களை விற்பது மட்டுமல்ல, வாழ்க்கையின் ஆணிவேரான திருமணத்தில் துவங்கி, ஆட்சியை உருவாக்கும் வாக்குகள் மற்றும் வாழ்க்கையை நெறிப்படுத்தும் ஆன்மீகம் வரை இங்கு சந்தைப்படுத்தப்பட்டுள்ளன என்பதுதான் நாம் பார்க்கும் இன்றைய வாழ்வு முறை.

நாம் வணிக வளாகங்களைப் பார்க்கும்போது, அங்கு விற்கும் பொருள்களைப் பார்க்கும்போது, வளர்ந்த தொழில் நுட்பங்களைப் பார்க்கும் போது, உருவாக்கப்பட்டிருக்கும் வாழ்க்கை வசதிகளைப் பார்க்கும்போது, எண்ணிக்கையில் அதிகமான படித்தவர்களைப் பார்க்கும் போது, புதிய கார்களைப் பார்க்கும் போது, புதிய புதிய எலக்ட்ரானிக் பொருட்களைப் பார்க்கும் போது, நாம் வளர்ந்து விட்டது போல் ஒரு பிரமை.

உண்மையில் நாம் வளர்ந்தது போகத்தில் தாழ்ந்தது கர்மத்தில்.

நாம் இழந்தது நம் இயற்கையை, நம் வாழ்வின் உயரிய விழுமியங்களை, தர்ம நெறிகளை. மகாத்மா காந்தியை 'அரை நிர்வாண பிச்சைக்காரன்' என்று வெள்ளையன் கூறினான். ஆனால் சூரியன் அஸ்தமிக்காத ஒரு சாம்ராஜ்யத்தை உடைப்பதற்கான அடிப்படை வேலையை தன் ஆன்மீகச் சக்தி கொண்டு, இந்திய நாட்டின் ஏழைகளைத் திரட்டி அவர்களை உயர் தர்மநெறியுடன் வாழும் தியாகசீலர்களாக மாற்றி அகிம்சை வழியில் போராடி இந்தியாவிற்குச் சுதந்திரம் பெற வழிவகுத்தார்.

அது மட்டுமல்ல அதே பாதையில் பயணித்து உலகத்தில் நாற்பதுக்கும் மேற்பட்ட நாடுகள் காலனி ஆதிக்கத்திலிருந்து விடுபட்டு சுதந்திரம் பெறவும் வழிவகுத்தார் அண்ணல் காந்தி.

இந்தியா ஏழை மக்கள் நிரம்பி வாழும் நாடாக இருந்தது. எளிமையான வாழ்வில் ஒரு மேன்மை இருப்பதை எடுத்துக்காட்டி உயர்தர்ம நெறிகளை வைத்து வாழ மக்களை தயார் செய்தார் காந்தி. அப்போது நாட்டில் தர்மசீலர்கள் அரசியல்வாதிகளாக இருந்தார்கள். தியாகிகள் அரசியல்வாதிகளாக இருந்தார்கள்.

இன்று மக்கள் வரிப்பணத்தைச் சூறையாடப் போட்டி போட்டு பதவிக்கு வருபவர்கள் அரசியல்வாதிகள். மக்கள் சொத்தை அபகரிப்பவர்கள், ஒழுக்கத்தை கண்ணியத்தைப்

பறக்கவிட்டு, உல்லாச வாழ்வுக்காக அலைந்து திரிபவர்களாக மாறி நிற்கின்றார்கள் அரசியல்வாதிகள்.

எனவே சிந்தனை சீர்கெட்ட அரசியல், பொருளாதார, கலாச்சாரச் சமூகமாக நாம் வாழ்கின்ற வரையில் இந்தத் தொற்று நம்மை அச்சுறுத்திக் கொண்டே தான் இருக்கும். இதிலிருந்து விடுபட முதலில் நாம் மாற வேண்டும். நாம் நம் சிந்தனைப் போக்கில், நடத்தையில், செயல்பாடுகளில் மாறினால் நாம் எதிர்பார்க்கும் சமூக மாற்றம், அரசியல் மாற்றம், பொருளாதார மாற்றம் என்று அத்தனையையும் கொண்டு வந்துவிடலாம். இதற்கு முதல் தேவை நாம் நம் மனதளவில் நம்மை மாற்றிக் கொள்ள வேண்டும்.

"நான் தவறு செய்ய மாட்டேன். நான் ஊழலுக்கு இடம் கொடுக்க மாட்டேன். நான் தவறான வழியில் பொருள் ஈட்ட மாட்டேன். நான் யாரையும் சுரண்டி வாழ மாட்டேன். அது எனக்கு அவமானம்" என்ற எண்ணம் வர வேண்டும். எளிமையாக, நியாயமான வாழ்க்கையை நடத்துவதில் ஒரு பெருமிதத்தைக் கொள்ள வேண்டும். உயர்தர்ம நெறிகளைக் கொண்டு எளிமையாக வாழ்பவர்களை மதிக்கும் மனிதர்களாக நாம் மாற வேண்டும். என் தலைவிதி என் கையில், என் ஆரோக்யம் என் கையில், நான் பொறுப்புள்ள குடிமகன், அல்லது குடிமகள், என் உரிமைகளைப் பெற்று மரியாதையுடைய மதிக்கத்தக்க மனித வாழ்க்கையை வாழ, அரசை நமக்குப் பணியாற்ற வைக்கத் தேவையான புரிதலை ஏற்படுத்திக் கொண்டு வாழும் மனிதராக நாம் மாறவேண்டும்.

பொறுப்புமிக்க ஆரோக்ய வாழ்க்கை என்பதுதான் முன்னேற்றத்திற்கான எதிர்காலச் செயல்பாடாக அனைவருக்கும் இருக்கும். அரசாங்கமோ, சந்தையோ, ஆளும் வர்க்கமோ நம்மைப் பாதுகாக்கும் என்று நாம் வாழ்ந்து கொண்டிருந்தால் நம் பெயரில், நம்மை முன்னேற்றுவதாகக் கூறி, ஒரு குறிப்பிட்ட வர்க்கம் வசதியாக வாழ்வதுடன், நம்மையும் அடக்கியாள்வார்கள்.

எனவே இதற்குத் தீர்வு எந்த வித்தையிலும் இல்லை. நம்மை நாம் ஒவ்வொருவரும் பொறுப்புமிக்க குடிமக்களாகத் தயார் செய்வதில்தான் இருக்கிறது என்பதைப் புரிந்து வாழ முயல வேண்டும்.

*

7. இன்று நமக்குத் தேவை ஒரு சிந்தனைத் தொற்று!

இன்று எங்கு பார்த்தாலும் ஒரு எதிர்காலம் பற்றிய நிச்சயமில்லாத் தன்மை சிந்தனை. இந்தச் சிந்தனை அன்றாடம் கூலி வேலை செய்து ஜீவனம் நடத்தும் ஏழைத் தொழிலாளர்களுக்கு மட்டுமல்ல, மிகப்பெரிய தொழிலதிபருக்கும் அதே நிலைதான். எந்தத் துறையைச் சார்ந்தவருக்கும் இதே நிலைதான் என்பதை இன்று யாரும் மறுக்க இயலாது.

இதில் குறிப்பாக இந்தச் சிந்தனை என்பது பொருளாதாரத்தை மட்டும் பாதிப்புக்கு உள்ளாக்கவில்லை, இது நம் நோய் எதிர்ப்புச் சக்தியையே குறைத்து நம் தேக ஆரோக்யத்தையே பாதித்துவிடும் என்பது பலருக்குப் புரியவில்லை.

நான் சிறுவனாக இருந்தபோது அடிக்கடி என் அம்மா கூறும் அறிவுரை ஒன்று அடிக்கடி ஞாபகத்திற்கு வரும். மேய்ச்சலுக்குப் போகிற மாடு தன் கொம்பில் புல்லைக் கட்டிக்கொண்டு செல்வதில்லை.

அது புல்மேயச் செல்லும்போது தான் செல்லுகின்ற இடத்தில் புல் கட்டாயம் இருக்கும் என்பதற்கு எந்த உத்தரவாதமும் கிடையாது. இருந்தும் அது நம்பிக்கையுடன் செல்கிறது. எப்படியோ அலைந்து பல இடங்களுக்குச் சென்று புல் மேய்ந்து விட்டு வீட்டுக்கு வந்து விடுகிறது.

எனவே எப்போதும் எந்தச் செயலையும் நம்பிக்கையுடனும் துணிவுடனும் செய்ய நாம் முயல வேண்டும். எந்தச் செயலிலும் பயமோ, சந்தேகமோ, மற்றும் தளர்வோ இருக்கக் கூடாது. பயம் ஒருவனை கொன்றுவிடும் என்று படிக்காத என் தாய் கூறுவார்.

டாக்டர் க.பழனித்துரை

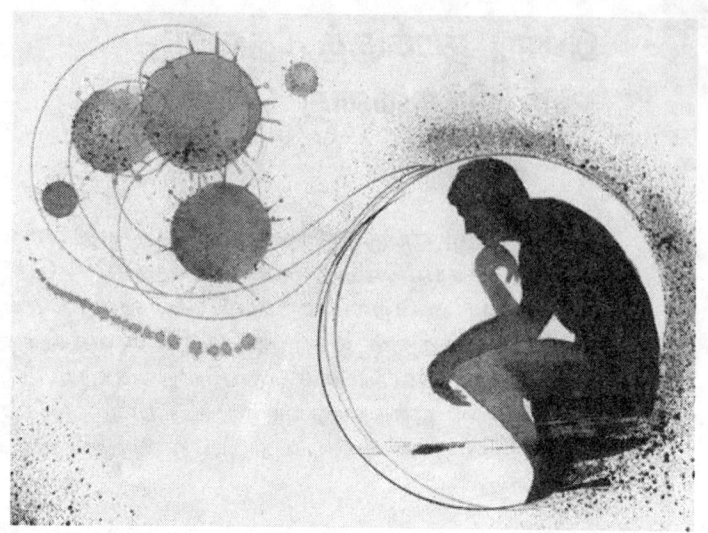

தற்போது படிக்காதவர்கள் மட்டுமல்ல, படித்தவர்களும் இந்தக் கொரோனா பயத்தில் உறைந்து உட்கார்ந்திருக்கின்றனர் என்பதுதான் நமக்கு விந்தையாக உள்ளது.

பாதுகாப்பாக விழிப்புடன் இருக்க வேண்டும். பயத்தில் இருக்கக்கூடாது. இந்தப் பயம் என்பது ஒரு மன அழுத்தம். இப்படிப்பட்ட மன அழுத்தத்தில் நம் மக்களை நாம் வைத்திருக்கக் கூடாது. அது அவர்களின் ஆற்றலையும் சக்தியையும் பறித்துவிடும்.

உலகில் நடந்த எல்லா மாற்றங்களுக்கும் அடிப்படையானது மக்கள் தங்கள் மீது வைத்திருந்த அசைக்க முடியாத தன்னம்பிக்கைதான். எதிர்காலம் பற்றிய ஓர் அசைக்க முடியாத நம்பிக்கை வைத்திருந்த மனிதர்களைத்தான், காலம் குப்பை மேட்டிலிருந்து கோபுரத்தில் கொண்டு வைத்துள்ளது.

அதேபோல் தனக்கு உலகில் ஓர் இடம் இருக்கிறது என்ற நம்பிக்கையை வளர்த்தவர்கள்தான் உச்சத்தை அடைந்தார்கள். அவர்கள்தான் தாங்கள் தேர்ந்தெடுத்த துறைகளில் முத்திரையைப் பதித்தவர்கள்.

இந்தக் கொரோனா ஏற்படுத்தும் தொற்றினை விட, இன்று கொரோனா தொற்று என்ன விளைவை ஏற்படுத்தப் போகிறது என்பதை தங்கள் கற்பனை மூலம் ஒரு எதிர்மறைச் சிந்தனையை உருவாக்கி மன அழுத்தத்தில் வாழ்ந்து

கொண்டிருப்பது தான் பெரும் தொற்று என்பதை நாம் புரிந்து கொண்டு செயல்பட வேண்டும்.

ஒரு ஓய்வு பெற்ற அரசு ஊழியர் என்னிடம் தொலைபேசியில் உரையாடிக் கொண்டிருந்தார். அப்பொழுது அவர் என்னிடம் ஓர் ஆலோசனை கேட்டார்.

"சார் நான் ஓய்வு பெற்ற பின் எனக்குக் கிடைத்த தொகையை ஒரு வங்கியில் போட்டு வைத்திருக்கிறேன். இன்று வங்கிகள் ஒன்றன்பின் ஒன்றாக திவாலாகி வருகின்றன. அரசாங்கத்தின் வருமானமும் எல்லையில்லா அளவுக்கு குறைந்து அரசாங்கத்தில் அடிப்படைச் செலவுகளுக்கே சிரமப்படும் நிலைக்கு வந்துள்ளதாகக கூறுகின்றனர்.

அது மட்டுமல்ல அரசுக்குப் பணம் தேவைப்பட்டால் இந்த வைப்புத் தொகையை எடுத்துக் கொண்டு ஐந்தாண்டு கழித்து தருகிறோம் என்று ஆணை பிறப்பித்தால் என்ன செய்வது என்று தெரியவில்லை" என்றார்.

உடனே நான் "என்ன செய்யப் போகிறீர்கள்?" என்று கேட்டேன்.

"அந்தப் பணத்தை வங்கியிலிருந்து எடுத்து வீட்டில் வைத்துக் கொள்ளலாமா என யோசித்து வருகிறேன்" என்றார்.

"வீட்டில் திருடன் பயம் உங்களுக்கு இல்லையா?" என்று கேட்டேன். "ஆமாம் சார் இதைவிட அது அதிக ஆபத்தை விளைவிக்கும் என்ன செய்வது என்றே தெரியவில்லை" என்றார் அவர்.

டாக்டர் க.பழனித்துரை

அடுத்து "வங்கியில் பாதுகாப்புப் பெட்டகத்தில் சிறிதளவு நகை வைத்திருக்கிறேன். அந்த நகையின் பாதுகாப்புக்கு உத்தரவாதம் இல்லை என்று வந்திருக்கிறதாமே அது உண்மையா சார்" என்றார்.

ஆமாம் என்றேன்.

"எங்கு பார்த்தாலும் கொரோனா பயத்தில் மக்கள் அலைகின்றார்கள். தொழிற்சாலைகள் மூடியதால் வேலை இல்லாமல் மக்கள் அவதிப்படுகிறார்கள். வியாபாரிகளுக்கு வியாபாரம் இல்லை, அவர்களும் கஷ்டத்தில் இருக்கின்றார்கள்.

பல கோடி மக்கள் வாழ்வாதாரம் பாதிக்கப்பட்டு சொல்லொனா துன்பத்தை அனுபவிக்கின்றார்கள். உணவுக்கே சிரமப்படுபவர்கள் என்ன செய்வார்கள்?

செய்திப் பத்திரிகைகள் இனி திருட்டு நடைபெறுவதற்கு அதிகம் வாய்ப்பு இருக்கிறது. அனைவரும் மிகவும் பத்திரமாக இருக்க வேண்டும் என்று தொடர்ந்து செய்திகள் வெளியிட்ட வண்ணம் இருக்கின்றன.

ஆக நான் கஷ்டப்பட்டு சேர்த்த பணத்திற்கே என் நாட்டில் பாதுகாப்பு இல்லை. நான் சேர்த்த பணத்திற்கும், நகைக்கும் பாதுகாப்பில்லை என்று எண்ணும்போது மிகவும் வேதனையாக இருக்கிறது" என்றார்.

அத்துடன் அவர் நிறுத்தியபாடில்லை, மேலும் தொடர்ந்தார். "என் உயிருக்கும் பாதுகாப்பில்லை. வயதானவர்கள் வெளியில் செல்ல வேண்டாம் என்று எச்சரிக்கின்றார்கள். வயதான காலத்தில் வெளியில் காலார நடந்து சென்று சிலருடன் பேசிவிட்டு வந்தால் மனதுக்கு அது ஒரு அமைதியைக் கொடுக்கும். இந்த வாய்ப்பும் இன்று மறுக்கப்பட்ட நிலையில் சிறைக் கைதியாக இருக்க வேண்டியுள்ளது" என்றார்.

"வீட்டுக்குள் இருந்து தொலைக்காட்சிப் பெட்டியையோ அல்லது புத்தகங்களின் துணை கொண்டோ நீங்கள் நேரத்தைக் கழிக்கலாமே?" என்றேன்.

"தொலைக்காட்சிப் பெட்டியைத் திறந்து சேனல்களில் செய்திகளைக் கேட்டால் குழப்பம் அதிகரிப்பதுடன் பயமும் அதிகரித்து என்னுடைய நோய் எதிர்ப்பு சக்தியே குறைந்துவிடும் போல் இருக்கிறது" என்றார்.

அடுத்து "எதாவது நல்ல புத்தகங்களைப் படியுங்கள். அமைதி தரும்" என்றேன். "புத்தகம் படிப்பதை நான் வழக்கப்படுத்திக் கொள்ளாத நிலையில் அதன் சாத்தியம் மிகவும் குறைவு" என்றார்.

அத்துடன் மேலும் தொடர்ந்து அவரது கருத்தைப் பதிவு செய்தார். "என் நண்பர் இருவர் பணி ஓய்வு பெற்றபின் தன் சொந்தக் கிராமத்திற்கே சென்று விட்டனர். அவர்களிடம் கேட்டேன் கிராமத்தில் எப்படி வாழ்கின்றீர்கள் என்றேன். அவர்கள் இருவருமே தங்கள் சேமிப்பை நிலத்தில் போட்டு வைத்திருந்தனர்.

அவர்கள் இருவருமே ஒரு கருத்தை வலுவாக என்னிடம் கூறினர். எங்கள் பணம் பாதுகாப்பாக என் நிலத்தில் இருக்கிறது. அங்குள்ள மரங்களில் மற்றும் வீட்டில் முதலீடாக உள்ளது. மிகவும் பாதுகாப்பாக ஒரு தோட்டத்தில் மாடு, ஆடுகளுடன் வசிக்கிறோம். கொரோனாப் பாதிப்பு எங்களுக்கு இல்லை. எங்கள் குறைந்தபட்சத் தேவைகளை எங்களாலேயே பூர்த்தி செய்து கொள்ள முடிகிறது.

எங்கள் கிணற்றில் நல்ல தண்ணீர் கிடைக்கிறது. அதை சுட வைத்துக் குடிக்கின்றோம். மோட்டார் போட்டு தோட்டத்தில் குளித்துக் கொள்கிறோம். பயிரிட்ட நெல் எங்களிடம் இருக்கிறது. அதை கொடுத்துவிட்டு மில்லில் வாங்கிய அரிசி எங்களிடம் கைவசம் இருக்கிறது.

தேவையான காய்கறி எங்கள் தோட்டத்தில் விளைகிறது. அதற்குப் பஞ்சம் இல்லை. பால் எங்கள் மாட்டிலிருந்து

கிடைக்கிறது. எனவே இங்கு பாதுகாப்பான வாழ்க்கைதான், எங்கள் முதலீடும் நிலத்தில்தான் பத்திரமாக பாதுகாப்பாக இருக்கிறது.

ஆனால் இந்த விவசாயம் எங்களுக்கு பெரிய முதலீட்டுக்குத் தக்க வருமானத்தைத் தந்துவிட்டதாக என்னால் கூறமுடியாது. ஏனென்றால் அதற்காக தொழில்நுட்பம் எங்களிடம் வந்து சேரவில்லை. நாங்கள் விளைவிக்கும் பொருளை நஷ்டம் வராமல் விற்பதில்தான் நாங்கள் கவனத்தைச் செலுத்துகின்றோம். விளைவித்த பொருளை நாங்கள் விற்ற பிறகு அவைகள் சந்தைகளில் விற்கப்படும்போது அதன் விலையைக் கேட்டால் நமக்கு அதிர்ச்சியாக உள்ளது. அந்த அளவுக்கு வியாபாரிகளுக்கு லாபம் கிடைக்கிறது. நிலத்தை உழுது சாகுபடி செய்தவனுக்கு கிடைக்கவில்லையே என்று எண்ணும்போது வருத்தமாக இருக்கிறது.

நாம் பயிரிட்ட நெல்லை விற்க லஞ்சம் கொடுக்க வேண்டியுள்ளது. வாழ்க்கை வசந்தமாக கிராமங்களில் இல்லை. ஆனால் பாதுகாப்பாக இருக்கிறது. எங்கள் சேமிப்பும் வீண் போகவில்லை" என்றார்.

இதைக் கேட்டபின் "அந்த ஊரிலேயே நமக்கும் நிலம் வாங்கிக் கொள்ளலாம் என்று, எண்ணி எனக்கும் கொஞ்சம் நிலம் வாங்கித்தர முடியுமா?" என்றேன். சற்றும் யோசிக்காமல், நீங்கள் உங்கள் ஊரில் போய் வாங்கிக் கொள்ளுங்கள். அப்படி வாங்கினால் அங்கு நீங்கள் சென்று குடியேறிட வேண்டும் என்று கூறினார்.

ஏனென்றால் அந்த நிலத்தில் நீங்கள்தான் பயிர் செய்ய வேண்டும் என்று கூறினார். இந்த வயதில் நான் எப்படி கிராமத்திற்குச் சென்று பயிர் செய்ய முடியும் என்று எண்ணி, அதை விட்டுவிட்டேன்" என்றார்.

இதேபோல் என்னிடம் பலர் விரக்தியில் பேசும்போது அதன் காரணத்தை அறிய முடிந்தது. நம் ஊடகங்கள் இதையே பேசிப் பேசி, ஒரு விரக்தி மனோபாவத்தை பொதுமக்களிடம் ஏற்படுத்தி விட்டன. எதிர்காலமே சூனியமாக பலருக்கு படும்படி ஆக்கிவிட்டனர்.

உலகில் அறிவியல் உலகம் கொண்டுவரும் ஆய்வு அறிக்கைகள் இந்தியா தலைநிமிர்ந்து பொருளாதாரத்தில்

மூன்றாம் இடத்தில் 2024ல் இருக்கப் போகிறது என்று தெரிவிக்கின்றன. நாம் மீண்டெழுவோம் என்ற மனோபாவத்தை விட, நமக்கு என்ன ஆகுமோ என்ற உணர்வு எங்கும் மேலோங்கி நிற்பதைக் காணமுடிகிறது.

பொதுவாக மக்களின் உள்ளமும் உணர்வும் எழுச்சி பெற்று நின்றால்தான் அந்த நாடு சவால்களை சமாளித்து சாதனைகள் படைக்கும். ஒரு நாட்டின் வளர்ச்சி மற்றும் மேம்பாடு என்பது மக்களின் மனோபாவத்தில் முதலில் உதிக்க வேண்டும். எனவே ஒரு நாட்டிற்குத் தேவை "சமாளிப்போம் சாதிப்போம்" என்ற மக்களின் சிந்தனை ஓட்டம். நற்சிந்தனையை மக்கள் மத்தியில் உருவாக்கக்கூடிய ஒரு ஒப்பற்ற தலைவன் உருவாகும்போது அந்தச் சிந்தனை தொற்றுபோல் மக்களை ஒட்டிக் கொள்கிறது.

1930ல் சோர்ந்து கிடந்த அமெரிக்க மக்களிடம் "அமெரிக்கா வெல்லும்" என்ற சிந்தனைப் போக்கை அந்த நாட்டு அதிபர் ரூஸ்வெல்ட் உருவாக்கினார். இரண்டாம் உலகப்போரில் வெல்லப்போவது நாம்தான் என்ற உணர்வை இங்கிலாந்து மக்களிடம் உருவாக்கினார் வின்ஸ்டன் சர்ச்சில்.

அப்படித்தான் மகாத்மா காந்தி அடிமைப்பட்டு கிடந்த இந்திய மக்களிடம் பயத்தைப் போக்கி இந்தியா சுதந்திரம் அடைய போராட வேண்டும் என்ற மனோபாவத்தை உருவாக்கினார். மக்கள் மத்தியில் இப்படிப்பட்ட சிந்தனைச் சூழல் என்பது ஒரு ஆழமான பார்வையை உருவாக்கும். அந்தப் பார்வை என்பது ஒரு சலனமற்ற உணர்வைத் தரும். அந்தச் சலனமற்ற உணர்வு மக்களுக்கு செயல்படத் தேவையான உந்துதலையும், உத்வேகத்தையும் தந்திடும்.

எனவே இன்று நம்மை ஆட்கொண்டிருக்கும் சிந்தனைத் தொற்று நம்மை அச்சத்திற்கு இட்டுச் செல்கிறது. அதிலிருந்து நாம் மீள வேண்டுமானால், நமக்குத் தேவை "மீள்வோம், வெல்வோம்" என்ற புதிய சிந்தனைத் தொற்று.

அதுதான் இன்று நமக்குத் தேவை. அதைத்தான் நாம் உருவாக்கியாக வேண்டும்.

*

8. நீர்ப் பாதுகாப்புக்கான மாபெரும் மக்கள் இயக்கத் திட்டம்!

இந்திய அரசாங்கத்தால் 2019ல் அறிவிக்கப்பட்ட மாபெரும் திட்டம் குடிநீருக்கான மக்கள் இயக்கம் 'ஜல் ஜீவன் மிஸன்'.

இத்திட்டத்தின் மூலம் இந்தியக் கிராமங்களில் வாழும் 18 கோடி குடும்பங்களுக்கும் பாதுகாக்கப்பட்ட குடிநீர் 2024க்குள் மத்திய மாநில அரசுகள் இணைந்து வழங்கிட வேண்டும் என்று அறிவிக்கப்பட்டுள்ளது.

இந்தத் திட்டத்திற்கு 3.50 லட்சம் கோடி ரூபாய் செலவிட திட்டமிட்டு அதற்கான ஆயத்தப் பணிகள் எல்லா நிலைகளிலும் முடுக்கி விடப்பட்டுள்ளது.

இதன் முதல் படியாக நீர்த் தட்டுப்பாடு உள்ள 256 மாவட்டங்களில் உள்ள 1592 வட்டாரங்களில் நீர் சேகரிப்பு மற்றும் பாதுகாப்பிற்கான 'நீர் சக்தி இயக்கம்' என்ற ஒன்றை உருவாக்கி செயல்படுத்த முனைந்துள்ளனர்.

இந்தப் புதிய திட்டத்தை அமுல்படுத்த வழிகாட்டு கையேடு ஒன்று தயாரித்திருந்தது மத்திய அரசின் நீர் சக்தி அமைச்சகம்.

அந்த வழிகாட்டு நெறிமுறைக் கையேட்டை மத்திய அரசு ஒப்புதல் அளித்து வெளியிட்ட நிலையில், அந்தக் கையேட்டை பல்துறை வல்லுனர்களை அழைத்து ஆய்வு செய்து கருத்துக்கள் தருமாறு கேட்டுக்கொண்டதன் விளைவாக 'வாட்டர் எய்டு' என்ற அமைப்பு ஒரு நாள் கலந்தாய்வுக் கூட்டத்தை டெல்லியில் நடத்தியது.

மாற்றுமுறை காண்போம்!

அந்தக் கலந்தாய்வுக் கூட்டத்தில் கலந்து கொண்டு கருத்துக் கூறுமாறு எனக்கும் ஓர் அழைப்பு வந்தது. அதன் அடிப்படையில் அதில் கலந்து கொள்ளும்போது பல சந்தேகங்களுக்கு விடை கிடைத்தது.

முதலில் குழாய் மூலம் தண்ணீர் அனைத்து வீடுகளுக்கும் கொடுக்கத் திட்டம் என்று கூறியவுடன் நம் கண் முன் வந்து நிற்கும் ஒரு சோகக் காட்சி, நம் கிராமங்களில் குழாய்கள் மூலம் குடிநீர் விநியோகம் என்ற நிலை வந்தவுடன் அங்கு இருந்த நீர் நிலைகள் அனைத்தும் எப்படிப் புறக்கணிக்கப்பட்டு, ஆக்கிரமிப்புக்கும், அழிவுக்கும் உள்ளாகியிருக்கின்றன என்பதும், எப்படி எஞ்சியிருக்கின்ற குளங்கள், குட்டைகள் குப்பைக் குழிகளாக மாறிவிட்டன என்பதுதான்.

ஆனால் இந்தத் திட்டம் வீடுகள் அனைத்துக்கும் குடிநீரைப் பாதுகாத்து, தரத்துடன் தருவது மட்டுமேயல்ல, அதற்குமேல் சென்று குடிநீர் ஆதாரங்களைப் பாதுகாப்பதற்கும், அவைகளை மறு சீரமைப்பதற்கும்தான் கொண்டு வரப்பட்டுள்ளது என்பதை மாலையில் அந்தக் கலந்தாய்வுக் கூட்டத்தில், நிறைவுரையாற்ற வந்த கூடுதல் செயலர் மிகத் தெளிவாக விளக்கினார். மத்திய அரசு இந்தத் திட்டத்தை குஜராத்தில் நடைமுறைப்படுத்திய அனுபவத்தை வைத்துதான் உருவாக்கியுள்ளது என்பதையும் விளக்கமாக எடுத்துரைத்தார்.

அது மட்டுமல்ல தண்ணீர் என்பது வியாபாரப் பொருளாக மாறி, தண்ணீரில் பெருவணிகம் முறைப்படுத்தப்படாமல்,

நீர் ஆதாரங்களைக் குலைத்துக்கொண்டிருக்கும் இந்தச் சூழலில், தண்ணீருக்காகவே ஒரு அமைச்சகத்தை உருவாக்கி யிருக்கிறார்கள்.

அந்த அமைச்சகத்தின் மூலம் நம் நீர் ஆதாரங்களை வலுப்படுத்தவும், நீர் மாசுபடுவதைத் தடுத்திடவும், நீரை வைத்து முறையில்லா வணிகம் செய்து கொள்ளையடிப்பதைத் தடுத்திடவும், பாதுகாக்கப்பட்ட குடிதண்ணீர் அனைத்து மக்களுக்கும் சென்று சேர்ந்திட வழிவகுக்கவும் இந்த அரசு எப்படிச் செயல் வடிவம் கொடுத்துக் கொண்டுள்ளது என்பதையும் விளக்கினார்.

இதில் மிக முக்கியமாக கவனத்தில் கொள்ள வேண்டியது இந்தத் திட்டம் தோற்றுவிடக் கூடியது என்பதற்காக ஒரு மாற்றத்தைச் செய்திருக்கிறார்கள்.

இந்தத் திட்டத்தை கிராம மக்கள் கையில் கிராமப் பஞ்சாயத்துக்கள் மூலமாக கொண்டு சேர்த்து ஒரு மக்கள் இயக்கமாக மாற்ற முயல்வது என்ற கருத்தை முன்வைத்திருக்கிறார்கள்.

ஏனென்றால் இதுவரை வந்த தண்ணீருக்காக உருவான பல திட்டங்கள் தோற்றுவிட்டன. எனவே அது போல் இந்தத் திட்டமும் தோற்றுவிடக் கூடாது என்பதால்தான், அரசு இந்தத் திட்டத்தை நடைமுறைப்படுத்தும் வழிமுறைகளைத் தெளிவாக்கிக் கொண்டு, செயல்படுத்த முனைகின்றது.

...| 66 |... மாற்றுமுறை காண்போம்!

அத்துடன் இன்று நம்மைப் போன்ற மாநிலங்களில் நகரங்கள் நீர் ஆதாரத்தை முற்றிலும் இழந்து, குடிநீருக்கும், மற்றையத் தேவைகளுக்கும் கிராமங்களின் நீர் ஆதாரங்களைச் சுரண்டி வாழ வேண்டிய சூழலுக்கு வந்து விட்டோம்.

அது மட்டுமல்ல நம் கிராமங்களையும் நீர்நிலைகளைப் பாதுகாத்து வளமாக வைத்திருக்க நாம் அனுமதிக்கவில்லை.

ஏனென்றால் மக்களுக்கு நீர் தருகிறோம் என்று, நம் குளங்களை, குட்டைகளை, ஊரணிகளை, ஏரிகளை பாழ்பட அனுமதித்து ஆழ்துளைக் குழாய்களை உருவாக்கி, தண்ணீரை மேலே எடுத்து உயர்நிலைத் தொட்டியில் கொண்டு சேர்த்து, அங்கிருந்து குழாய்கள் மூலம் பொது இடங்களிலும், வீடுகளிலும் தண்ணீர் கிடைக்க ஏற்பாடு செய்து விட்டோம்.

ஏனென்றால் இந்தத் திட்டத்தில் மூலம் பலருக்கு வருவாய் வருகிறது. இதன் விளைவு நம் நீர் நிலைகள், நீர் ஆதாரங்கள் அனைத்தும் அழிந்துவிட்டன.

இந்தச் சூழலில் இந்தத் திட்டத்தின் மூலம், மத்திய அரசின் நிதியைப் பெற்று, மாநில அரசுகள் தங்கள் பங்களிப்பைச் செய்து, தமிழகத்தில் உள்ள அனைத்துக் கிராமங்களிலும் நீர்ப் பாதுகாப்பிற்கும், நீர்மேலாண்மைக்கும் ஓர் திட்டத்தைத் தயாரித்து கிராமப் பஞ்சாயத்துக்கள் மூலம் செயல்படுத்தி, அனைத்து வீடுகளுக்கும் தேவையான அளவு பாதுகாக்கப்பட்ட குடிநீர் வழங்கிட முடியும்.

டாக்டர் க.பழனித்துரை

அது மட்டுமல்ல நாம் கைவிட்ட குளங்கள், குட்டைகள், ஏரிகள், ஊரணிகள், ஓடைகள், வரத்துக் கால்வாய்கள், போக்குக் கால்வாய்கள் அனைத்தையும் தூர்வாரிச் செப்பனிட்டு, மழை நீரைச் சேகரித்து நிலத்தடி நீரைப் பாதுகாக்க முடியும்.

இதற்கான திட்டத்தினை ஒவ்வொரு கிராமப் பஞ் சாயத்தும் உருவாக்க வேண்டும். இதனை வைத்து இந்தத் திட்டத்தினை நடைமுறைப்படுத்தும் மாவட்ட அளவிலான திட்ட நடைமுறை அமைப்பு, மாவட்டத் திட்டத்தினை உருவாக்கி மாநிலத்திற்கு அனுப்பி, மாவட்டத் திட்டங்களை மாநிலத் திட்டமாக ஒருங்கிணைத்து மத்திய அரசுக்கு அனுப்ப வேண்டும்.

இந்தத் திட்டத்தினை கிராமப் பஞ்சாயத்து, குழுக்களை உருவாக்கி, மக்கள் பங்கேற்புடன் செயல்படுத்தியாக வேண்டும். இதன் மூலம் செலவழிக்கும் பணத்தில் ஒரு ரூபாயைக் கூட யாரும் தொட முடியாது.

அந்த வகையில் மத்திய அரசு பணப்பட்டுவாடா செய்ய நடைமுறை வகுத்துள்ளது. அதற்கேற்றபடி பண பரிவர்த்தனைக்கு ஒரு புதிய வழிமுறையைக் கண்டுபிடித்துள்ளது. அதன் மூலம் பஞ்சாயத்துக்களுக்குப் பணம் வந்து சேரும் அளவில் திட்டம் உருவாக்கப்பட்டுள்ளது.

அடுத்து இந்தத் திட்டம் உருவாக்கத்திலிருந்து நடைமுறைப்படுத்தி, ஆய்வு செய்வது வரை, மக்கள் குழுக்களின் பங்கேற்பு என்பது உறுதி செய்யப்பட்டுள்ளது.

இந்தத் திட்டத்தைப் பஞ்சாயத்துத் தலைவரும், உப தலைவரும், செயலரும் மட்டும் நடத்த முடியாது. இத்திட்டத்தை கிராமத்தில் உருவாக்குவதிலிருந்து நடைமுறைப்படுத்துவது வரை மக்கள் கையில் இருக்குமாறு உறுதி செய்யப்பட்டுள்ளது.

இதனை நடைமுறைப்படுத்த நம் கல்விக் கழகங்களுக்கும், தன்னார்வத் தொண்டு நிறுவனங்களுக்கும் ஒரு புது வாய்ப்பு அளிக்கப்பட்டுள்ளது.

இந்தத் திட்டத்தை நிறைவேற்ற ஒரு நிபுணத்துவம் வாய்ந்த ஆதாரக்குழு ஒன்று உருவாக்கப்பட்டு கிராமப் பஞ்சாயத்துக்களுக்கு உதவிட வேண்டும்.

இந்தத் திட்டத்திற்கான நிதியைப் பெற ஒவ்வொரு மாநிலமும் கிராமங்களில் திட்டத்தினை உருவாக்கிட வேண்டும். எனவே கிராமத் திட்டங்கள் உருவாக்கப்படாமல், மாநிலத் திட்டத்திற்கு நிதியளிக்க மத்திய அரசு முன்வராது என்பதும் உறுதியாக்கப்பட்டுள்ளது.

எனவே கிராமத்திலுள்ள கிராமப் பஞ்சாயத்து மட்டுமல்ல, பொதுமக்கள் இந்தத் திட்டத்தினை தமதாக்கிக்கொள்ள திட்டம் உருவாக்கும் பணியிலும், அந்தத் திட்டத்தினை நடைமுறைப்படுத்தும் பணியிலும், எப்படி நம் கிராமக் கோவில் செயல்பாடுகளில் ஈடுபடுகிறோமோ அப்படிச் செயல்பட வேண்டும்.

இந்தத் திட்டம் பற்றி பொதுமக்களிடம் விழிப்புணர்வை உருவாக்கவும், பஞ்சாயத்துத் தலைவர்களுக்குப் பயிற்சியளிக்கவும் மத்திய அரசு நிதி ஒதுக்கியுள்ளது.

அந்த நிதியைப் பயன்படுத்தி பொதுமக்களிடம் நீர் மேலாண்மையின் முக்கியத்துவம் பற்றியும், நீர்ப் பாதுகாப்பின் அவசியம் பற்றியும் விழிப்புணர்வை உருவாக்கிட வேண்டும்.

இந்தத் திட்டச் செயலாக்கத்தில் கிராம மக்களின் கருத்திற்கு அதிக முக்கியத்துவம் கொடுக்கப்பட்டுள்ளது. மத்திய அரசு இதை ஒரு மக்கள் இயக்கமாக உருவாக்கிட முயல்கின்றது. இதைப் புரிந்து நம் மக்களும் கிராமப் பஞ்சாயத்தும் செயல்பட முனைய வேண்டும்.

இதற்கான நிதி என்பது தேவையான அளவுக்கு கிராமங்களுக்கு வந்து சேரும். ஆனால் இதைக் கிராமத்து மக்களும், கிராமப் பஞ்சாயத்துக்களும் புரிந்து கொண்டு கவனமாகச் செயல்பட்டால், அடுத்த இரண்டு மூன்று ஆண்டுகளுக்குள் தமிழகக் கிராமங்கள் அனைத்தையும் பசுமைக் கிராமங்களாக மாற்றியமைத்து விடலாம்.

இன்று தண்ணீர் வணிகம் செய்யும் ஒரு கொள்ளைக் கும்பல்தான் நம் நீர் நிலைகளை அழித்து, நம் மரபு வழி அறிவையும் அழித்து, அரசியல்வாதிகளுடன் கைகோர்த்து டேங்கர் லாரிகளில் தண்ணீர் வணிகம் செய்து கொள்ளையடிக்கின்றனர். இதற்கு இந்தத் திட்டம் ஒரு மாற்றாக வந்து விட்டது. இந்தத் திட்டம் செயல்பட ஆரம்பித்து விட்டால் கிராமங்களிலிருந்து தண்ணீரை யாரும் திருட முடியாது.

தண்ணீரைப் பற்றிய கவனமான பார்வை பொதுமக்களுக்கு வந்து விடும். தண்ணீரைப் பாதுகாக்க வேண்டிய பொறுப்பும் பஞ்சாயத்துக்களுக்கு வந்துவிடும்.

இந்தத் திட்டம் எப்படிச் செயல்படப்போகிறது என்பதைப் பற்றிய கையேடு, மத்திய நீர்வளத்துறை அமைச்சகத்தின் வலைத்தளத்தில் இருக்கிறது. அதனைப் பதிவிறக்கம் செய்து படித்து, நம் பொதுமக்களுக்கு ஒரு பொது விழிப்புணர்வை நாம் அனைவரும் உருவாக்க வேண்டும்.

இந்தத் திட்டம் மக்கள் கையில் எப்படிக் கிராமக் கோவில்கள் சமுதாயத்தின் கட்டுப்பாட்டிற்குள் செயல்படுகிறதோ அதேபோல் இந்தத் திட்டம் மக்கள் கையில் செயல்பட வேண்டும் என்ற தொலைநோக்குப் பார்வையில் உருவாக்கப்பட்டுள்ளது. இதுபோன்ற பல திட்டங்கள் இதற்குமுன் கொண்டுவரப்பட்டு தோல்விகளைச் சந்தித்துள்ளன என்பதால், அந்தத் தோல்விகளில் இருந்து படித்த பாடங்களை வைத்து இந்தத் திட்டம் தயாரிக்கப்பட்டுள்ளது.

இந்தத் திட்டத்தினை செயல்படுத்த நான்கு நிலைகளில் அமைப்புகள் உருவாக்கப்பட உள்ளன. ஒன்று மத்திய அரசின் நீர்வளத்துறை, அடுத்து மாநில அரசு, மூன்றாவது மாவட்ட திட்டச் செயலாக்கக்குழு, நான்காவது கிராமக்குழு.

இந்தத் திட்டத்தில் கிராம அளவில் செயல்படும் குழுவிற்கு அதிகச் சுதந்திரம் அளிக்கப்பட்டுள்ளது. இந்தத் திட்டத்தினை மக்களிடம் கொண்டு சேர்க்க வேண்டியதுதான் மிக முக்கியமான பணி. அதில் ஊடகங்கள், சமூக ஊடகங்கள், கல்விச் சாலைகள், கருத்தாளர்கள் அனைவரின் பங்கேற்பும் மிகவும் அத்தியாவசியமானது.

கிராமப் புனரமைப்பில் ஈடுபடும் தொண்டு நிறுவனங்கள் இந்தத் திட்டத்தில் தங்களை இணைத்துக் கொண்டு செயல்பட்டு தமிழக கிராமங்களை பசுமைக் கிராமங்களாக உருவாக்க பாடுபட வேண்டும்.

இதுதான் இன்றையத் தலையாய பணியாக கருதிச் செயல்பட வேண்டும் நாம் ஒவ்வொருவரும்.

*

9

கிராமங்களில் செய்யவேண்டிய பணிகளும், அதற்கான புரிதலும்!

இன்றைய கிராமங்களைப் புனரமைக்க உடனடியாகச் செய்ய வேண்டிய பணிகள் பல உள்ளன. அவைகளை உடனடியாக நிறைவேற்ற ஒரு புதிய சிந்தனைச் சூழலை மக்கள் மத்தியில் உருவாக்க வேண்டும்.

எப்படி காந்தி தென்னாப்பிரிக்காவிலிருந்து இந்தியா வந்தபிறகு நாடு சுதந்திரம் அடையப் போகிறது. அதற்காகப் போராட வேண்டும் என்ற சிந்தனைச் சூழலை உருவாக்கினார்?

அதே போல் நாடு சுதந்திரம் அடைந்த பிறகு இந்திய தேசத்தை கட்டமைத்து மக்கள் மத்தியில் மத நல்லிணக்கத்தையும், தேச ஒற்றுமை மற்றும் ஒருமைப்பாட்டை எப்படி வலுப்படுத்தினார்?

அதற்கான அரசுக் கட்டமைப்புக்களை உருவாக்கி மேம்படுத்தும் சிந்தனைச் சூழலை தேசத் தலைவர்கள் பலரும் எப்படி உருவாக்கினார்களோ, அப்படிப்பட்ட ஒரு புதுச் சிந்தனைச் சூழலை, இந்தியா புதிய திசை நோக்கிப் பயணம் செய்ய உருவாக்கப்பட வேண்டும்.

இந்தச் செயல்பாடு முதலில் கிராமங்களில் துவங்கப்பட வேண்டும் ஏனென்றால் அங்குதான் 68 சதவிகித மக்கள் வாழ்கின்றனர். அது மட்டுமல்ல அங்குதான் அடிப்படை மாற்றத்தை விரும்பாத மக்கள் வாழ்கின்றனர்.

அத்துடன் கிராமங்கள்தான் சிதிலமடைந்து கொண்டே வருகின்றன. மக்கள் மத்தியில் ஒரு

சிந்தனைச் சூழலை உருவாக்குவது என்பது ஒரு மக்கள் தயாரிப்பு.

இன்றைக்குப் பிரதான அரசியல் கட்சிகள் இந்தக் கொரோனா நெருக்கடியிலும் தேர்தல் பணிகளை ஆரம்பித்து, தொடர்ந்து மக்களுக்கு நிவாரணம் கொடுத்த வண்ணம் உள்ளன.

பலர் தங்கள் உயிரைப் பணயம் வைத்து களப்பணி ஆற்றிக் கொண்டிருக்கின்றனர். இவர்களின் சூழலைப் பார்க்கின்றபோது நமக்கு அவர்கள்மேல் பரிதாபமாக இருக்கிறது. அந்த அளவுக்கு மக்கள்மேல் அச்சம் கொண்டு செயல்பட்டு வருகின்றனர். இது அரசியல் கட்சிகளின் செயல்பாடுகள்.

மக்களிடம் நாளை வாக்குகளைப் பெறுவதற்கு அவர்கள் இந்தச் செயல்பாடுகளை இன்று செய்தே ஆக வேண்டும் என்ற கட்டாயத்தில் செயல்பட்டு வருகின்றனர்.

இன்றைய சூழலில் இதனைக் கவனித்தால் அரசாங்கத்தால் மட்டுமே மக்களின் முன்னேற்றத்தைக் கொண்டுவர முடியாது என்பது அனைவருக்கும் தெரிந்த ஒன்று. அதேபோல சந்தையின் பொருளாதாரச் செயல்பாடுகளால் மட்டுமே வளர்ச்சியை மற்றும் மேம்பாட்டை கொண்டுவர முடியாது என்பதும் தெரிந்த ஒன்றுதான்.

அரசாங்கமும் சந்தையும் தங்களின் தோல்வியை ஒப்புக்கொண்டு விட்டன. ஒரு நாடோ, ஒரு மாநிலமோ, ஒரு மாவட்டமோ, ஒரு கிராமமோ முன்னேற வேண்டும் என்றால் அரசாங்க அமைப்புக்களும், பொருளாதார வசதியும் இருந்தால் மட்டுமே அனைவருக்கும் முன்னேற்றம் கிடைத்துவிடும் என்று யாரும் அனுமானிக்க முடியாது.

அரசாங்க அமைப்புக்களும், பொருளாதார வளர்ச்சியும் எல்லாத் தரப்பு மக்களையும் சென்றடைய வேண்டுமென்றால் மக்கள் முழு அளவில் அரசாங்கச் செயல்பாடுகளிலும் முன்னேற்றச் செயல்பாடுகளிலும் பங்களிப்புச் செய்ய வேண்டும்.

இந்தப் பங்களிப்பைச் செய்ய மக்களைத் தயார் செய்ய வேண்டும். இந்த மக்கள் தயாரிப்பு என்பதுதான் குடிமக்கள் தயாரிப்பு.

பொது மக்கள் குடிமக்களாகி விட்டால், அவர்கள் சமூகச் சிந்தனை பெறுவார்கள். அவர்கள் பொறுப்புள்ள அரசியல் மற்றும் சமூகக் குடிமக்களாக மாறிவிடுவார்கள். இந்தத் தயாரிப்பைச் செய்ய வந்ததுதான் உள்ளாட்சி அரசாங்கம்.

அதை இன்று நாம் சாக்கடையைச் சரிசெய்யவும், குடி தண்ணீர் தந்திடவும், கொசு மருந்து அடித்திடவும், தெருவிளக்கை பராமரிக்கவும், சிறு சாலைகள் போடவும், சிறு பாலங்கள் கட்டிடவும், நூறு நாள் வேலை செய்திடவும் தான் வந்ததுபோல் சுருக்கிப் பார்த்துக் கொண்டிருக்கிறோம்.

அதன் ஆழ, அகலம் தெரியாமல் உள்ளாட்சியின் அளப்பறிய சக்தியைப் பயன்படுத்தாமல் வீணடித்து வாழ்கின்றோம்.

ஆகையால்தான் கிராமங்கள் இன்று சுரண்டலுக்கு இலக்காகி, சிந்தனையில் பிற்போக்காகவும், செயல்பாட்டில் நவீனத்துடன் காணப்படுகின்றன.

இந்த முரண்பாடுதான் இன்னும் கிராமங்களை அம்பேத்கார் கூறிய அடையாளங்களுடன் செயல்பட வைத்துள்ளது. காந்தியின் கனவுக் கிராமம், கனவாகவேதான் இன்றும் இருக்கின்றது.

அம்பேத்கார் கூறிய பிற்போக்குக் கிராமங்கள் காந்தி கூறிய கனவுக் கிராமமாக மாறுவதற்கு முதல் தேவை மக்கள் தயாரிப்பு. அதற்கான விழிப்புணர்வை கிராம மக்களிடம் உருவாக்க வேண்டும்.

கிராமங்கள் முன்னேற நிறைய மூலதனம் தேவை இல்லை. அதற்கு அத்தியாவசியத் தேவை மக்கள் விழிப்புணர்வு, மக்களின் சிந்தனைப் போக்கில் ஒரு மாற்றம்.

விஞ்ஞானமும் தொழில் நுட்பமும் இல்லாமல் வெற்றுச் சாலைகளும், தண்ணீர்த் தொட்டிகளும், சமுதாயக் கூடங்களும், கழிப்பறைகளும், மட்டுமே ஒரு கிராமத்தை மாற்றியமைத்துவிட முடியாது.

மக்களிடம் தங்கள் நிலை பற்றிய ஒரு பார்வை, தங்கள் முன் இருக்கும் வாய்ப்புக்கள், ஆரோக்யமாகவும், சமத்துவத்துடன் வாழும் ஒரு வாழ்வு பற்றிய புரிதல் அனைத்தும்தான் இன்றையத் தேவை.

அந்தப் புரிதல் வந்து விட்டால், நம் மக்கள் வாய்ப்புக்களைத் தேடி திரள ஆரம்பித்து விடுவார்கள். அறிவியல் வழியில் சிந்தித்து அன்றாடச் செயல்பாடுகளை வடிவமைத்துச் செயல்பட ஆரம்பித்து விடுவார்கள். எனவே அத்தகைய மன மாற்றத்தை, புரிதலை, விழிப்புணர்வை, பார்வையை மக்களிடம் உருவாக்க வேண்டும்.

கிராம மேம்பாட்டிற்காகப் பணிபுரிவோருக்குத் தேவையான திறமை வளர்த்தெடுக்கப்பட வேண்டும். அவர்களுக்கு கிராம மேம்பாடு, கிராமப் பொருளாதாரம், கிராம வளங்கள், கிராமக் கலாச்சாரம் பற்றிய புரிதலையும், பார்வையையும் ஏற்படுத்த வேண்டும். அப்படி இல்லை என்றால் அமெரிக்காவைப் போல் இந்தியக் கிராமங்களை மாற்ற வேண்டும் என்று பேசுவார்கள்.

கிராமம் என்பது ஒரு நாகரீகத்தின் சின்னம். அங்கு வித்தியாசங்கள் இருக்கலாம், வேறுபாடுகள் இருக்கலாம், ஏற்றத்தாழ்வும், தீண்டாமையும், ஆதிக்கமும் இருக்கக் கூடாது.

அங்கு சமத்துவம், அமைதி, சகோதரத்துவம், பரஸ்பரம், அன்பு பாராட்டும் மனோபாவம், கூடிவாழும் மனப்பக்குவம், குடும்ப வாழ்வின் உன்னதம், தேவையின் அடிப்படையில் வாழும் எளிய வாழ்வு, அறிவியல் அடிப்படையில் தேவைக்கேற்ற தொழில் நுட்பத்தை உருவாக்கி தங்கள் செயல்பாட்டுக்கு பயன்படுத்துதல், கூடி வாழும் கூட்டுறவு சமூக பொருளாதார வாழ்வு என்பது அடிப்படைகளாக கட்டமைக்கப்படல் வேண்டும்.

இதற்கான புரிதல்தான் கிராம மேம்பாட்டுக்கு உழைப்போர் என்று கூறுபவரிடம் இருக்க வேண்டும். இவர்கள்தான் மக்கள் தயாரிப்பைச் செய்ய முற்பட வேண்டும் அதுதான் முதல் வேலை.

இரண்டாவதாக, அழிந்து வரும் விவசாயத்தை உயிரூட்ட முதலில் செய்ய வேண்டிய மரபு வழி விவசாயத்தைக் கையிலெடுக்க வேண்டும்.

அதில் அறிவியல் இருக்கிறது என்பதை உணர்ந்து விவசாயத்தைப் புதுப்பிக்க வேண்டும். இதன் மூலாதாரமாக விளங்கும் நீர் நிலைகளைப் பாதுகாக்க, மறுசீரமைக்கத் திட்டமிட வேண்டும். நீர் நிலைகளைப் பாதுகாக்காமல், நீர் வளத்தைப் பேண முடியாது.

நீர் நிலைகளில் நீர் தங்கினால் அன்றி, நம் மண்ணை நாம் பாதுகாக்க முடியாது, மாறாகப் பாலைவனமாக மாறுவதையும் தடுக்க இயலாது. எனவே நீராதாரத்தைப் பேண நீர் நிலைகளைப் புனரமைப்புச் செய்ய வேண்டியது மிக முக்கியமானது.

அடுத்து கிராமப் பொருளாதாரத்தை உயர்த்திட வேண்டும். அதற்குப் பல முன்னெடுப்புக்களைச் செய்ய வேண்டும். உதாரணமாக ஒவ்வொரு வட்டாரத்திலும் ஒரு பயிர் சிறப்பைப் பெற்றிருக்கும் அல்லது ஒரு பொருள் சிறப்பைப் பெற்றிருக்கும்.

ஓரிடத்தில் தக்காளி விளைகிறது. அந்தத் தக்காளி மதிப்புக் கூட்டப்பெற்ற பொருளாதார மாற்றுவதற்குத் தேவையான தொழில் நுட்பம் அங்கு உருவாக்கப்படல் வேண்டும்.

அப்படி அவர்களுக்கு அந்தத் தொழில் நுட்பம் கிடைத்தால் தக்காளி விளைவிக்கும் விவசாயிகள் தகுந்த விலையில்லாதபோது தக்காளியை வீதியில் கொட்ட மாட்டார்கள். அந்தத் தொழில் நுட்பம் என்பது சிறிய அளவில் கிடைக்க வேண்டும்.

அதேபோல் ஒரு வட்டாரத்தில் முருங்கை வளர்கிறது என்றால், முருங்கைக்காய், முருங்கை இலை பவுடர் தயாரித்து, சந்தைப்படுத்தும் நிலைக்கு உள்ள சிறு தொழில் நுட்பம் அந்த விவசாயிகளுக்குக் கிடைக்க வேண்டும்.

ஒரு வட்டாரத்தில் புளி நன்கு விளைகிறது என்றால் புளி பேஸ்ட் தயாரித்து விற்கும் நிலைக்குத் தேவையான சிறு தொழில் நுட்பம் அந்த வட்டாரத்து விவசாயிகளுக்குக் கிடைக்க வேண்டும்.

ஒரு வட்டாரத்தில் மாங்காய் நன்கு விளைகிறது என்றால் அந்த வட்டார மா சாகுபடி செய்யும் விவசாயிகளுக்கு மாங்கனியிலிருந்து சந்தைப்படுத்தும் பொருளாக மாற்றுவதற்குத் தேவையான சிறு தொழில் நுட்பம் உருவாக்கப்படல் வேண்டும்.

ஒரு வட்டாரத்தில் வேர்க்கடலை, எள்ளு விளைகிறது என்றால் அங்கு சிறு காணியை உபயோகப்படுத்தி, அந்தப்பகுதிக்குத் தேவையான எண்ணையை உற்பத்தி செய்து

டாக்டர் க.பழனித்துரை

விற்பனை செய்ய, அந்த வட்டாரத்து விவசாயிகளுக்கு தொழில் நுட்பத்தின் மூலம் வசதிகள் செய்திட வேண்டும்.

அதேபோல் கடலை மிட்டாய், எள்ளு மிட்டாய் தயாரித்து சந்தைப்படுத்தும் அளவுக்கு தொழில் நுட்ப வசதிகள் அவர்களுக்குக் கிடைக்க வழிவகை செய்ய வேண்டும்.

ஒரு வட்டாரத்தில் நன்கு காய்கறி விளைகிறது என்றால், அங்கு இயற்கை முறையில் விவசாயம் செய்து தொடர்ந்து பல உணவு விடுதிகளுக்கு கொடுத்து, அந்த உணவு விடுதியின் லாபத்தையும் விவசாயிகளின் லாபத்தையும் உயர்த்தும் வகையில் இணைப்பை ஏற்படுத்தித்தர வேண்டும்.

இதேபோல் ஒரு வட்டாரத்தில் மருதாணி அதிகம் கிடைக்கிறது என்றால் அந்த இலைகளைப் பறித்து பதப்படுத்தி அதற்குத் தேவையான பொருள்கள் சேர்த்து சந்தைப்படுத்தும் பொருளாக மாற்றும் தொழில் நுட்பத்தை உருவாக்க வேண்டும்.

இதே போன்று எண்ணற்ற விவசாயப் பொருள்கள்ஞ் இஞ்சியாக இருக்கலாம், மஞ்சளாக இருக்கலாம், பூண்டாக இருக்கலாம், எதுவாக இருந்தாலும், அந்தப் பொருளுக்கு மதிப்புக்கூட்டத் தேவையான சிறு தொழில் நுட்பத்தை சிறு குறு விவசாயிகள் பயன்பெறும் விதத்தில் உருவாக்க வேண்டும்.

அதுதான் இன்றைய தேவை. இந்தத் தேவைகளைப் பூர்த்தி செய்ய ஸ்டார்ச் அப் நிறுவனங்கள் உதவிடலாம்.

அதேபோல குறிப்பிட்ட ஒரு பொருள் ஒருசில இடங்களில் மிக நேர்த்தியாகத் தயாரிக்கப்படும். சாத்தூர் சேவு, கோவில்பட்டி கடலை மிட்டாய் போல ஒவ்வொரு இடத்திற்கும் ஒரு பொருள் சிறப்பானதாக விளங்கும் நிலையில் உருவாக்கப்படும்.

இவைகளை சந்தைப்படுத்துதலுக்குத் தேவையான பேக்கிங் (Packing) மற்றும் பரிவர்த்தனைக்கான தொழில் நுட்பம் பயன்படுத்த வேண்டும்.

இந்தத் தேவைகளை பூர்த்தி செய்யத்தான் உயர்கல்வி நிலையங்களை கிராமத்துடன் இணைத்து, கிராம மக்களுக்கு உதவிட 'உன்னத் பாரத் அபியான்' என்ற ஒரு புதியத் திட்டத்தை மத்திய அரசு கொண்டு வந்துள்ளது.

இதற்குப் பெருமளவில் கிராமத்து இளைஞர்களுக்கு தொழில் முனைவோர் பயிற்சியளிக்க வேண்டும்.

இன்று நவீனச் சந்தைப்படுத்துதலுக்கான தொழில் நுட்பத்தை கிராமங்களில் தயார் செய்யப்படும் நாட்டுச் சர்க்கரை, வெல்லம், பனங்கருப்பட்டி, கடலை மிட்டாய், எள்ளு மிட்டாய், அப்பளம், விதவிதமான ஊறுகாய், புளி, புளிக்காய்ச்சல் அனைத்தும் ஆன்லைனில் விற்கப் பயன்படுத்த வேண்டும்.

அதற்கும் நம் இளைஞர்கள் பயிற்சி பெற்று தங்களை தயார் செய்து கொள்ளலாம். இன்று நெல் உற்பத்தி செய்பவர், அரிசி வாங்கித்தான் உபயோகப்படுத்துகின்றார்.

மரபுவழி விவசாயம் செய்யும் ஒருவர், அந்த நெல்லிலிருந்து ஐக்கி அரிசி எடுத்து வணிகம் செய்யும் வாய்ப்பு இன்று மிகவும் பிரகாசமாக உள்ளது. ஆனால் அதற்கு ஆட்கள் வருவார்களா, அதற்கு கூலி எவ்வளவு, அது கட்டுப்படியாகுமா என்பதுதான் கேள்வி.

கவலைப்படாமல் ஐக்கி இயந்திரத்தை மின் இணைப்பில் கொடுத்து அரைத்து விடலாம். அப்படி அரைத்து அந்த அரிசியை முறையுடன் பேக்கிங் செய்து சந்தைப்படுத்த முயற்சிக்கலாம். இந்த முயற்சிக்கெல்லாம் தான் அரசு முன்னெடுப்பைச் செய்கிறது.

இந்தப் பணிகளை கிராமத்தில் செய்வதன் மூலம் பெருமளவு கிராமங்களில் வேலை வாய்ப்புப் பெருகும் என்பதுடன், பெருமளவு கிராமப் பொருளாதாரம் மேம்படும் என்பதனையும் நாம் புரிந்து கொண்டு செயல்பட வேண்டும்.

இப்படி வட்டார அளவில் செயல்படும்போது இந்த முன்னெடுப்புக்களுக்கு முதுகெலும்பாக வங்கிகளும் கூட்டுறவு அமைப்புகளும் விளங்க வேண்டும்.

புதிதாக மக்கள் கூட்டுறவு அமைப்பாக உருவாக்கி மக்கள் கையில் நிர்வாகத்தை வைத்துச் செயல்பட்டால், மிகப்பெரிய பொருளாதாரச் செயல்பாட்டு மாற்றம் கிராமங்களில் ஏற்படும்.

இதைவிட மிக முக்கியமாக பொது நிறுவனங்களான, அரசு பள்ளிகளையும், சுகாதார நிலையங்களையும் வலுப்படுத்தி பொதுமக்களை பொது நிறுவனங்களை உபயோகப் படுத்துவதற்கான மனோபாவத்தை உருவாக்க வேண்டும்.

அப்படி உருவாக்கினால் ஏழைகளின் பணம் பெருமளவு தனியார் பள்ளிகளுக்கும், சுகாதார நிலையங்களுக்கும் செலவு செய்வது குறைந்து, சேமிப்புக் கூடுவதற்கான வாய்ப்பு உள்ளது. இதற்கான ஒரு விழிப்புணர்வையும், பொது விவாதத்தையும் கிராம மக்களிடையே ஏற்படுத்த வேண்டும்.

இவைகளையெல்லாம் செய்வதற்காகத்தான் கிராம வளர்ச்சித் திட்டம் ஒன்று தயாரிக்கப்பட வேண்டும் என்று மத்திய அரசு ஒவ்வொரு பஞ்சாயத்தையும் பணித்திருக்கிறது.

அதற்கான புரிதலை ஏற்படுத்திக் கொண்டு பஞ்சாயத்துக்கள் செயல்பட வேண்டும்.

*

10. என் கிராமம் எங்கே? மீண்டும் தேவை ஒரு மக்கள் இயக்கம்!

என் நண்பர் ஒருவர் தன் சொந்த ஊருக்குச் சென்றார். அவர் சென்ற நேரத்தில் ஊரடங்கு அறிவிக்கப்பட்டது. எனவே அங்கே தங்க வேண்டிய கட்டாயம் வந்துவிட்டது. தங்கினார். பதினைந்து நாட்கள் கழித்துச் சென்று விடலாம் என்று எண்ணினார். ஆனால் மாதம் இரண்டைக் கடந்து விட்டது. சென்னை திரும்ப இயலவில்லை.

அவர் பிறந்து வளர்ந்தது எல்லாமே அந்த ஊரில்தான். தொழில் நிமித்தமாக சென்னைக்குச் சென்று வாழ வேண்டிய கட்டாயத்துக்குத் தள்ளப்பட்டார்.

தனக்கு ஊரில் ஒரு தொடர்பு வேண்டும் என்பதற்காகச் சொந்த ஊருக்குச் செல்லும் அவர் மற்றவர்களைப் போல் தன் வசதியைக் காட்டப் பெரிய வீடு ஊரில் கட்ட வேண்டும் என்று கட்டி வைத்துள்ளார். அவ்வப்போது ஊர் செல்லும்போது அது அவருக்கு விருந்தினர் மாளிகை.

அப்படி ஊர் வரும்போது காலை வந்து அன்று மாலையே தன் காரில் திரும்பி விடுவார். அப்படி ஊருக்கு வரும்போதும் அவர் மனதை சென்னையில் வைத்துவிட்டு, உடலை மட்டும்தான் தன் சொந்த ஊரில் வைக்கும் அளவுக்கு வாழ்ந்து பழக்கப்பட்டவர்.

ஊரில் நடக்கும் நிகழ்வுகளைப் பற்றி அவர் எப்போதும் கவலை கொள்வதில்லை. ஏனென்றால் அவருடைய மூலதனம், வாழ்க்கை அனைத்தும்

டாக்டர் க.பழனித்துரை

சென்னையில் இருந்ததால் அப்படி ஒரு சிந்தனைப் போக்கு அவருக்கு.

தற்போது மாதக் கணக்கில் சொந்த ஊரில் அவர் தங்கியாக வேண்டிய சூழல். எனவே அவருக்கு ஊரில் என்ன நிகழ்கிறது? ஊரில் வாழ்க்கை மற்றவர்களுக்கு எப்படிச் செல்கிறது என்பதைச் சற்று நிதானமாகப் புரிவதற்கு நேரம் கிடைத்தது.

தான் சிறுவனாக இருந்த நேரத்திலும், இளைஞனாக இருந்த நேரத்திலும் வாழ்வு எப்படி இருந்தது என்பதை தன் கண்முன் கொண்டு வந்து நிறுத்திப் பார்த்தார். அதோடு தற்போதைய சூழலை ஒப்பிட்டுப் பார்த்தவருக்கு "உண்மையிலேயே நாம் கிராமத்தில் வாழ்கிறோமா?" என்ற கேள்வி எழுந்தது.

என்னைத் தொடர்பு கொண்டு நான் தங்களிடம் பேச வேண்டும் எனக் கேட்டார். இரவில் தொடர்பு கொள்ளுங்கள் எனக் கூறி இரவு 9 மணிக்குமேல் பேசுவோம் என்று என் அலைபேசியை வைத்து விட்டேன்.

சரியாக ஒன்பது மணிக்கு தொடர்பு கொண்டு தங்களுக்கு எவ்வளவு நேரம் என்னுடன் பேச அவகாசம் உள்ளது என்றார். ஒரு மணி நேரம் கூடப் பேசலாம் என்றேன். உடனே அவர் "நான் ஊருக்கு வந்தேன். ஊரில்

தங்க வேண்டிய கட்டாயம் வந்து விட்டது. எனவே ஊரில் தங்கியிருக்கிறேன்.

நான் இதுவரை ஊருக்கு வந்து போகும்போதெல்லாம் தொடர்ந்து மாடி வீடுகள் கட்டுவதையும், வீடு கட்டியவர்கள் கார் வாங்கி வீட்டின் எதிரே நிறுத்தியிருப்பதைப் பார்த்து ஊர் வெகுவாக வளர்கிறது என்றும் முன்னேறிக் கொண்டிருக்கிறது என்றும் நினைத்து மகிழ்ந்து சென்று கொண்டிருந்தேன்.

தற்போது ஊரில் தங்க நேரிடும்போதும் என் கிராமம் எனக்கு அமைதியையும், மகிழ்ச்சியையும் தரும் என்று நம்பினேன். எனது இளமைக் காலத்தில் என் கிராமத்தில் வறுமை தாண்டவமாடியது. இருந்தும் என் வாழ்க்கை இனிமையாகவே இருந்தது.

காரணம் அது ஒரு கூட்டுச் சமூகமாக இருந்ததால். அது மட்டுமல்ல இயற்கைச் சூழல் மனிதர்களை மிகவும் அமைதி விரும்புவர்களாகவே வைத்திருந்தது. வறுமையிலும் அன்புடனும் அமைதியுடனும் வாழ வைத்தது. அதிகாலையில் கோழி கூவும்.

அதிகாலையில் பால் மாடுகளில் பால் கறந்து தேனீர்க் கடைகளுக்குக் கொடுப்பார்கள். கிராமத்தில் உள்ள தேனீர்க் கடைகளில் அனைவரும் வந்து தேனீர் குடிப்பார்கள். மிகவும் வசதி படைத்தவர்கள் மட்டுமே வீட்டில் தேனீர் அல்லது காபி தயாரித்துக் கொள்வார்கள்.

டாக்டர் க.பழனித்துரை

அனைவரும் தேனீர்க் கடைகளில் குடித்துவிட்டு வயலுக்குச் செல்வார்கள் பலர் தங்கள் புஞ்சை நிலமான தோப்புகளுக்குச் செல்வார்கள். கூலித் தொழிலாளிகளும் தேனீர்க் கடைகளில் தேனீர் அருந்திவிட்டு வேலைக்காக வயல்களுக்கும், தோப்புகளுக்கும் செல்வார்கள்.

பெரும்பாலானவர்கள் கிராமச் சாலைகளில் நடந்து தான் செல்வார்கள். பெரும்பாலானவர்களின் தோள்களில் மண்வெட்டியைப் பார்க்க முடியும். அதுதான் அவர்களின் தொழிலுக்கான ஆயுதம்.

நிலக்கிழார் வீடுகளில்தான் சைக்கிள் இருக்கும். அப்பொழுது சைக்கிள் வைத்திருப்பவர்கள் வசதியானவர்கள் என்று அடையாளப்படுத்த முடியும். ஊரிலேயே யாராவது ஓரிருவர் மோட்டார் சைக்கிள் வைத்திருப்பார்கள்.

அவர்களை சிறுவர்களாகிய நாங்கள் அதிசயமாகப் பார்ப்போம். மோட்டார் சைக்கிளில் நாங்கள் ஓடுவதுபோல வாயால் ஒலி எழுப்பி கால்களால் ஓடுவோம். அப்படி ஒரு ஆனந்தம் எங்களுக்கு. மற்றவர்கள் அனைவரும் நடந்துதான் செல்வார்கள்.

அனைவரும் எதாவது ஒரு வேலையில் ஈடுபட்டிருப்பார்கள். சோம்பித் திரிபவரை பார்க்க இயலாது. மிகவும் வயதானவர்கள் கூட எதாவது ஒரு வேலையைச் செய்து கொண்டிருப்பார்கள்.

எனவே அனேகமாக அனைவருக்கும் தேவையான உடல் உழைப்பு கிடைத்துவிடும். காலை வீட்டில்

பெண்கள் எழுந்தவுடன் வீட்டு வாசலில் சாணம் தெளித்து கோலமிட்டுவிட்டுத் தங்கள் வீட்டுப் பாத்திரங்களைக் கழுவுவார்கள்.

அதன்பின் வீட்டைச் சுத்தம் செய்வார்கள். வீட்டையும் சாணமிட்டு மெழுகுவார்கள். அதன்பிறகு தேங்காய் நாரைக் கொண்டு சாணத்தால் எரித்த சாம்பலையும் புளியையும் குழைத்து பாத்திரங்களை விளக்கிவிட்டு கைகளைக் கழுவுவார்கள்.

அதன் பின் காலை உணவு தயாரிக்க ஆயத்தமாவார்கள். பலர் காலை உணவுடன், மதியத்துக்கான உணவையும் தயாரித்துக் கொண்டு வயல் தோப்புக்களுக்குச் செல்வார்கள்.

காலையில் வெளியில் சென்று வயல் தோப்புக்களைப் பார்வையிட்டு வரும் ஆண்கள் காலைக் கடன்களை வயல்களிலும் தோப்புக்களிலும் கழித்துவிட்டு, குளத்தில் வந்து நன்கு குளித்துவிட்டு, வீட்டுக்கு வருவார்கள். தினமும் அவர்கள் இரண்டு வேளை குளித்து விடுவார்கள் காலையும், மாலையும்.

காலையில் வீட்டில் உணவு உண்ட பிறகு மீண்டும் வயல்களில் வேலை செய்கின்றவர்களுக்கு உணவு எடுத்துக் கொண்டு செல்வார்கள். எல்லா வீட்டிலும் பால் தருகின்ற மாடுகள் இருக்கும்.

ஆடுகள் இருக்கும். கோழிகள் இருக்கும். கோழிகளைக் காலையிலேயே கோழிக் கூட்டிலிருந்து திறந்து விட்டுவிடுவார்கள். அப்பொழுது கோழிகளுக்கான குருணை வைத்திருப்பார்கள்.

அதை அள்ளி வீசுவார்கள். அது அவற்றை உணவாக எடுத்துக் கொண்டு காடு கரைகளுக்குச் சென்று உணவு தொடர்ந்து தேடிவிட்டு வீட்டுக்கு வந்து விடும்.

மாடுகளை மேய்ப்பதற்கு மந்தை நிலம் இருக்கும். அங்கு மாடுகளை விரட்டி விடுவார்கள். ஊருக்கான மாட்டுக்காரர் அவைகளை மாலை 3 மணிவரை மேய்த்து வீட்டுக்கு அனுப்பி விடுவார். மந்தைகளுக்குப் பக்கத்தில் இருக்கும் பெரிய குளங்களில் மாடுகள் தண்ணீர் குடித்துக் கொள்ளும்.

அதிலேயே அவைகளை மாலையில் நீந்தச் செய்து வீட்டுக்கு அனுப்பி விடுவார், மந்தையாக ஊருக்குப் பொதுவாக மாடு மேய்ப்பவர். அவருக்கு, மாட்டுக்கு 50 காசு என்று அனைவரும் கொடுத்து விடுவார்கள் அல்லது நெல் ஆண்டுக்கு இவ்வளவு என்று கொடுத்து விடுவார்கள்.

ஆடுகள் அனைத்தும் வெள்ளாடுகளாக இருக்கும். அவைகளுக்கு அவரவர் வீட்டு உயிர் வேலிகளில் இருக்கும் தழைகளை வெட்டி உணவாகப் போட்டு விடுவார்கள். சிலர் மொத்த ஆடுகளையும் அவிழ்த்து விட்டு மேய்ப்பார்கள். கோடைக் காலங்களில் மாடுகள், ஆடுகள் அனைத்தையும் வயல் வெளிகளில் மேய்ப்பார்கள்.

கோடைக் காலங்களில் வயல் வெளியில் வேலைகள் இராது. தோப்புக்களில் மட்டும் வேலைகள் நடைபெறும். எனவே கோவில் திருவிழாக்கள், குடும்ப கலாச்சார நிகழ்வுகள், திருமணங்கள் என அனைத்தும் கோடைக் காலங்களில் நிகழ்த்துவது வழக்கம்.

கோடை வெப்பத்தைத் தணித்துக் கொள்ள பதனீரைக் காலையில் தெருத் தெருவாக விற்பார்கள். மதியம் சென்றால் இளைஞர்கள் தங்கள் தோப்புகளில் இருக்கின்ற பனை மரங்களில் உள்ள நுங்குகளை வெட்டி ருசிப்பார்கள்.

மாற்றுமுறை காண்போம்!

பொதுவாக காலை 11.00 மணிக்கு கடலில் பிடித்த மீன் சந்தைக்கு வந்துவிடும். பெரும்பாலானவர்கள் மீன் மார்க்கெட்டுக்குச் சென்று மீன் வாங்கி வந்து விடுவார்கள் மதிய உணவுக்கு.

எந்த வீட்டிலும் மிகவும் தடபுடலான மதிய உணவு இருக்காது. தேவைக்கான உணவு. பசிக்கான உணவு. மக்கள் மற்றவர்களிடம் கேட்பதே "பசியாறி விட்டீர்களா?" என்றுதான் கேட்பார்கள்.

கோடைக் காலத்தில் சித்திரை மாதம் ஊரைச் சுற்றி வந்தால் எல்லோர் வீட்டிலும் வைக்கோல் போர் போட்டிருப்பார்கள். அதன் நீளத்தை வைத்தே அவர்களின் வசதி எவ்வளவு என்று கணக்கிட்டு விடலாம். எவ்வளவு பெரிய வசதியுடையவரும் குளங்களுக்கு வந்துதான் குளித்துவிட்டுச் செல்வார்கள்.

வெயில் அதிகமாக உள்ள காலங்களில் பலமுறை குளங்களில் ஆட்களைப் பார்க்கலாம். இளைஞர்கள் பள்ளி விடுமுறை நாட்களில் குளங்களில் வெகு நேரம் நீச்சலடிப்பார்கள். கோடைக் காலங்களில் கிராமங்களில் கூரையைப் பிரித்து புதுக் கீற்றுப் போடுவார்கள்.

அப்பொழுது கிராமத்தில் உள்ள இளைஞர்கள் ஒன்று சேர்ந்து ஒருவருக்கொருவர் உதவி கூரைப் பிரித்து புதுக் கூரையை உருவாக்குவார்கள். மாலையில் 3 மணிக்குப் பிறகு தேனீர்க் கடைகளில் அனைவரும் தேனீர் அருந்துவதற்காக ஒன்றுகூடுவார்கள்.

மாலையில் சாலைகளில் வந்து நின்றால் மாடுகள், ஆடுகள் அனைத்தும் தலையை ஆட்டிக் கொண்டு, அவைகளின் கழுத்துகளிலே கட்டியிருக்கின்ற மணிகள் ஒலி எழுப்பிய வண்ணம் சாரை சாரையாக வயல்களிலிருந்து வீட்டுக்கு வருவதைப் பார்ப்பது ஒரு அழகு.

பார்த்துக் கொண்டேயிருப்பது ஓர் அழகு மட்டுமல்ல, அது ஒரு வழிபாடு போலவும் இருக்கும். மாலை 6 அல்லது 7 மணிக்குள் வந்த மாடுகள் கட்டப்பட்டு இரவுக்குத் தேவையான தீனி வைத்து வைக்கோல் போட்டு கட்டிவிடுவார்கள்.

இரவு உணவு என்பது 8 மணியிலிருந்து 9 மணிக்குள் முடித்து விடுவார்கள். வேலை செய்தவர்கள் வேலைக் களைப்பில் உறங்கி விடுவார்கள்.

இளைஞர்கள் ஆங்காங்கே குழுவாக இருந்து கலந்துரையாடி விட்டு வீட்டுக்கு பத்து பணிக்கு வந்து உறங்கி விடுவார்கள். கடுமையான வெப்பம் இருக்கும்போது வீட்டுக்கு வெளியில் தரையில் தண்ணீர் தெளித்து அதன் மேல் பனை ஓலை பாய் விரித்து, அதன் மேல் கோரைப் பாய் விரித்து வீட்டில் உள்ள அனைவரும் வந்து படுத்துக் கொள்வார்கள்.

தென்னங் கீற்று வேய்ந்த வீடுகளே கிராமங்களில் இருந்ததால் கோடையிலும் வீட்டுக்குள் வெப்பம் தெரியாது.

எல்லா வீடுகளிலும் மின்சாரம் கிடையாது. எனவே வீட்டில் மின் விசிறி என்பது கிடையாது. பனை ஓலை கை விசிறி எல்லா வீடுகளிலும் இருக்கும். அதுதான் மக்களுக்கு துணை செய்யும் காற்றுக்கான கருவி.

இப்படித்தான் வாழ்க்கை இயற்கைக்கும் மனிதனுக்குமான உறவு இருந்தது. இப்படித்தான் தேவையின் அடிப்படையில் நம் கிராமம் இருந்தது. கிராமத்து மக்கள் செயல்பட்டனர். பெரும்பாலான தேவைகளைக் கிராமங்களிலேயே தீர்த்துக் கொள்ள முடியும்.

வெளியில் செல்லத் தேவையில்லை. வெளியூர் சென்று வருபவர்கள் கிராமத்தில் மிகக் குறைவு. அப்படி வெளியூர் செல்ல புகைவண்டியையோ, பேருந்தையோ பிடித்துத் தான் செல்ல வேண்டும். அதற்கு இரண்டு மைல் தூரம் நடந்து செல்ல வேண்டும்.

அப்படி வாழ்ந்த கிராமம் இன்று எப்படி இருக்கிறது என்று கிராமத்திற்கு வந்து இங்கு தங்கும்போது தான் தெரிகிறது.

கிராமத்து மக்கள் இப்போது கிராமத்தில் வாழ்ந்தாலும், கிராம வாழ்க்கையைத் தொலைத்து விட்டு, நகர வாழ்க்கையை கிராமங்களில் வாழ்ந்து கொண்டிருக்கிறார்கள்.

காலையில் எழுந்து ஊரைச் சுற்றினேன். எங்கு பார்த்தாலும் மாடி வீடுகள். ஒவ்வொரு வீட்டின் முன்பும் ஒரு கார். இரண்டு மோட்டார் பைக். உயிர் வேலிகளைக் காணோம். எங்கும் கம்பி வேலிகள். மரங்களைக் காணோம். வைக்கோல் போர் உள்ள வீடுகளைக் காணோம். எவரும் நடந்து செல்வதில்லை.

நடை பயிலுகின்ற ஒரு கூட்டம். குளிக்கக் குளங்களைக் காணோம். எல்லா குளங்களும் பாழ்பட்டுக் கிடக்கின்றன.

மாற்றுமுறை காண்போம்!

மாடுகளைக் காணோம். ஆடுகளைக் காணோம். கோழிகளைக் காணோம். இவைகள் எங்கே என்று கேட்டால் அவைகளெல்லாம் இன்று பெரும் பண்ணைகளில் வளர்கின்றன என்பதுதான் பதில்.

எல்லா வீடுகளிலும் குளிர்சாதனப் பெட்டிகள். விவசாயத்தை கைவிட்டு நீண்ட நாட்கள் ஆகிவிட்டன என்பதுதான் பதில். ஆனால் நிறையக் கோவில்கள் வந்துவிட்டன. தெருவுக்கு ஒரு கோவில். கோவிலில் அபிஷேக ஆராதனை அதிகம்.

குளங்களுக்குத் தண்ணீர் வருகின்ற வரத்துக் கால்வாய்கள் அனைத்தையும் ஆக்கிரமித்து விட்டார்கள். அதேபோல் குளத்திலிருந்து தண்ணீர் வெளியேறும் போக்குக் கால்வாய்களும் ஆக்கிரமிக்கப்பட்டு விட்டன.

கிராமங்களில் அனைவரும் அரசியல்வாதிகளைப் போல ஆகிப் போனார்கள். யாரும் நேராகப் பேசிக் கொள்வதில்லை. அனைவரும் அலைபேசியில் பேசுகிறார்கள். தகவல் தொடர்பு கொள்கிறார்கள். யாரும் ஆயிரத்தில், லட்சத்தில் பேசுவதாகத் தெரியவில்லை. கோடியில்தான் திட்டங்கள்.

சிலர் தண்ணீர் வணிகம், சிலர் மணல் வணிகம். சிலர் அரசியல் வணிகம். பலர் வெளிநாட்டில் வேலை. பலர் நெல் விளையும் வயல்களில் இறால் உற்பத்தி செய்து வணிகம் செய்கின்றனர். ஒட்டுமொத்த கிராம வாழ்க்கையும் மேம்பாடு என்ற பெயரில் சிதிலமடைந்துள்ளது.

எனக்கு இங்கு தங்கியிருக்கவே பிடிக்கவில்லை. கிராமத்தில் இருந்த ஒரு பண்பாட்டு வாழ்க்கையை, குறிப்பாக இயற்கையுடன் இணைந்த இயைந்த வாழ்க்கையைக் காணோம்.

கிராம வாழ்க்கை முன்பு சமுதாய வாழ்வாக இருந்தது. அது கூட்டு வாழ்க்கையாகவும், கூட்டுறவு வாழ்க்கையாகவும் இருந்தது. இப்போது அந்த வாழ்க்கையைக் காணாமே. அதைத்தான் தேடிப் பார்த்தேன்.

ஆனால் கிராமத்தில் உள்ள பல இளைஞர்கள் என்னைப் போலவே கிராமத்தை விட்டுவிட்டு வெளி மாநிலங்களுக்கும், வெளி நாடுகளுக்கும் சென்று பணம் சம்பாதித்து, சொந்தக் கிராமத்திற்கு வந்து வீடுகட்டி ஒரு நகர வாழ்க்கை வாழ ஆரம்பித்து விட்டனர்.

நகர வாழ்க்கை நரகமாக உள்ளது. அந்த வாழ்க்கை ஒரு இயந்திரத்தனமானது. எனவே உயிர்ப்புடன் உணர்வுடன் பண்பட்ட ஒரு கிராமக் கலாச்சார வாழ்வைத் தேடிக் கிராமத்திற்கு வந்தேன். இங்கும் அதே வாழ்க்கை இருப்பதைத்தான் காணமுடிகிறது.

கிராமத்தில் தாங்கள் ஒரு கலாச்சாரப் பண்பாட்டு வாழ்க்கையை இழந்து இயந்திரத்தனமான போலி வாழ்க்கையை வாழ்ந்து கொண்டிருக்கிறோம் என்பதைத் தெரியாமலேயே அப்படி வாழ்ந்து வருகின்றனர். இதுதான் கொடுமையிலும் கொடுமையாக இருக்கிறது.

உண்மையான கிராம வாழ்வை மீட்டெடுக்க முடியாதா? இந்தக் கொரோனாவுக்குப் பிறகு கிராமத்தை நோக்கி பலரும் பயணப்படுவதை நாம் பார்த்தோம். எனவே கிராமம் மீண்டு எழ வழி இல்லையா?" என்று கேட்டு தன்னுடைய உணர்வுகளை என்னிடம் பதிவு செய்தார்.

நானும் கிராமத்தில் பிறந்து வளர்ந்தவன். எனக்கு அவருக்கு ஏற்பட்ட உணர்வு புரிந்தது. எனவே அவரிடம் "கிராம வாழ்க்கை எளிமையாக, இனிமையாகவே இருந்தது ஏழ்மை தாண்டவமாடிய போதும் என்று கூறினீர்கள். அன்று தீண்டாமை இருந்தது உங்களுக்குத் தெரியவில்லையா?" என்றேன்.

உடனே கூறினார், "இன்றும் அந்தத் தீண்டாமை இருந்து கொண்டுதான் இருக்கிறது வேறொரு வடிவத்தில். அன்று கிராமத்தில் அனைத்தும் எதார்த்தமாகவே இருந்தது.

அந்த ஏழ்மையிலும் பகிர்தல் என்பது கலாச்சாரமாக இருந்தது. ஆனால், இன்று நகரத்தில் இருப்பதைப் போல் தன்னைப் பற்றிய பார்வை கிராமத்தில் அனைவருக்கும் வந்து விட்டதே" என்றார்.

அவரிடம் நான் கூறினேன்.

"இதற்கு ஒரு புதிய வழி வர இருக்கின்றது. இந்த கொரோனா வைரஸ் தொற்று அகன்ற பிறகு கிராம வாழ்க்கையை மீட்டெடுக்க ஒரு மிகப்பெரிய இயக்கம் கட்ட வேண்டிய காலம் வந்து விட்டது.

அதை எங்கு துவங்க வேண்டும் என்றால் விவசாயத்தில். அது எப்படி என்றால் அது மரபுவழி இயற்கை விவசாயத்தின் மூலமாக என்றேன்.

அத்துடன் கிராமத் தொழில்கள் ஊக்குவிக்கப்பட வேண்டும். கைவினைஞர்கள் அனைவரும் ஒன்றிணைக்கப்பட்டு வளர்ச்சி முகமைகளை, பல கிராமங்களை இணைத்துச் செயல்படுத்த வேண்டும், சீனாவில் நடப்பதுபோல்.

அப்போதுதான் கிராமத்தில் உள்ள அனைவரும் எதாவது ஒரு வகையில் பணியில் ஈடுபட்டு வாழ்வாதாரத்தைப் பாதுகாத்துக் கொள்ள முடியும்.

கிராமங்களைப் புனரமைக்க மற்றும் மேம்பாட்டுக்கான செயல்பாடுகள் என்பது ஓர் மக்கள் இயக்கமாக உருவாக வேண்டும்.

அந்த மக்கள் இயக்கம் எப்படி இருக்க வேண்டும் என்பதற்கான விளக்கத்தை 75 ஆண்டுகளுக்கு முன் காந்தியப் பொருளாதார அறிஞர் ஜெ.சி.குமரப்பா எழுதி வைத்துவிட்டுச் சென்றுவிட்டார்.

அந்த நூல் இன்றும் நம் வாழ்வுக்கு வழிகாட்டும். அந்த வழிகாட்டுதல் என்பது இன்றும் பயன்படும். அந்த வழியில் கிராமங்களைப் புனரமைக்க மீண்டும் ஓர் மக்கள் இயக்கம் காண்போம் எனக் கூறினேன்.

க.பழனித்துரை

அப்படி ஓர் இயக்கம் உருவானால் அதில் தன்னையும் இணைத்துக் கொள்வதாகக் கூறினார். அப்பொழுது நான் கூறினேன். "பொறுத்திருங்கள் ஜல்லிக்கட்டுப் போராட்டத்திலிருந்த வெளியேறிய பல இளைஞர்கள் பல்வேறு நற்பணிகளைப் பல இடங்களில் செய்து வருகின்றனர்.

அவர்கள் ஒன்றிணைய முயல்கின்றார்கள். அவர்கள் ஒரு இயக்கத்தை உருவாக்கி கிராம ஊழியராகப் பணி செய்ய முற்படும்போது நாம் கை கோர்ப்போம்" என்று கூறி முடித்துக் கொண்டேன்.

*

11. நாம் மாறுவோம்!

கொரோனா என்ற வைரஸ் உலகையே தலைகீழாகப் புரட்டிப்போட்டுள்ளது. விஞ்ஞானத்தில் உச்சத்தைத் தொட்ட நாட்டையும், பொருளாதாரத்தில் உயர்ந்து உலகையே ஆட்டிப்படைத்த நாட்டையும், சூரியன் அஸ்தமனமாகாத அளவில் உலகை ஆண்ட நாட்டையும் மற்றவர்களிடம் உதவி கேட்க வைத்துவிட்டது.

துல்லியமாக எதிர்காலத்தில் என்ன நடக்கப் போகிறது என்று யாரும் சொல்ல முடியவில்லை. எந்த நிபுணரும் இதுதான் அடுத்து நடக்கப் போகிறது என்று கூறமுடியவில்லை.

அந்த அளவுக்கு நிலையில்லாத் தன்மை கொண்டதாக வாழ்க்கையைக் கொண்டுவந்து நிறுத்தியுள்ளது இந்த வைரஸ்.

இந்த வைரஸ் பிரச்சினை என்று முடிவுக்கு வரப்போகிறது என்று யாராலும் சொல்ல இயலவில்லை. இந்தச் சூழலில் நாம் என்ன செய்ய வேண்டும் என்று யோசிக்க வேண்டும்.

ஏனென்றால் ஒட்டுமொத்த மானுடச் செயல்பாடும் நிறுத்தப்பட்டுள்ளது.

இந்த முழு அடைப்பு என்பது என்னென்ன விளைவுகளைச் சமூகத்தில், பொருளாதாரத்தில், ஆளுகையில் உருவாக்கப் போகிறது என்பதைச் சிந்தித்துப் பார்க்கும்போது நம்மால் கற்பனை செய்து பார்க்க முடியாத அளவில் மாற்றங்கள் வரப்போகின்றன.

அந்த மாற்றங்களை எதிர்கொள்ள நம் சமூகம் தயாராக இருக்கிறதா என்பதுதான் கேள்வி.

மாற்றங்கள் வாழ்க்கைச் சூழலை சொகுசு ஆக்குவதானால் அதற்கு எந்த மறுப்பும் இல்லாமல் சமூகம் மாறுவதற்கு தயாராகிவிடும்.

அதற்கு நாம் நமது மரபுகளைச் சுட்டிக்காட்டி மாற மறுப்பதில்லை. ஆனால் அதே நேரத்தில் சமூக மேம்பாட்டுக்கான மாற்றமாக இருந்தால், அதற்கு நாம் முன்வருவதில்லை.

பொதுவாக சமூகம் மாற்றம் பெற நல்ல வழிகாட்டும் தலைவர்கள் சமூகங்களுக்குத் தேவை. அப்படிக் கிடைத்தால் எந்த மாற்றத்தையும் உருவாக்க சக்தி படைத்த மக்கள் நம் மக்கள் என்பதை நாம் நினைவுபடுத்திக் கொள்ள வேண்டும்.

இதற்கு ஒரு சிறிய உதாரணத்தை இங்கு கூறி விளக்கினால் இன்று நமக்கு எவ்வளவு பெரிய வாய்ப்புக்கள் காத்திருக்கின்றன, அவைகளை எப்படிப் பயன்படுத்த வேண்டும் என்பதை நாம் புரிந்து கொள்ள முடியும்.

இந்திய நாடு பாழ்பட்டு, வறுமையில் சிக்கி அடிமைத்தளத்தில் ஊறிப் போயிருந்த இருண்ட காலத்தில் தான் மோகன்தாஸ் கரம்சந்த் காந்தி 1915 ஆம் ஆண்டு சூரிய ஒளிபோல் இந்தியாவுக்குள் வந்து இறங்கினார்.

வந்த இரண்டு நாட்களுக்குள் மும்பையில் செய்தியாளர்களிடம் தான் தாய் நாட்டிற்கு தம் மக்களுக்கு சேவை செய்யப்போவதாக அறிவித்துவிட்டார்.

டாக்டர் க.பழனித்துரை

அறிவித்தவுடன் கோகலேயின் அறிவுரைப்படி மக்களைச் சந்திக்கப் புறப்பட்டார். அவருக்குத் தெரிந்தது, இந்தியாவில் இருந்த மேற்கத்திய நாட்டில் படித்த இளைஞர்கள் அல்ல.

இந்திய நாட்டில் கிராமப்புறங்களில் வாழ்ந்து கொண்டிருந்த கோடான கோடி ஏழை மக்கள்தான், அவர் கண்களுக்குத் தெரிந்தனர். அவர் அந்த ஏழை மக்களிடம் உரையாடினார். ஆசியுரை கூறவில்லை.

அவருக்கு அன்று இந்தியாவின் மாற்றத்திற்கான வாய்ப்பு என்பது கிராமப்புறங்களிலே இருப்பதை உணர்ந்தார்.

எனவே இந்தியாவிலுள்ள ஏழைகளைத் திரட்டுவதும் அவர்களைக் கொண்டு போராட்டம் நடத்தி இந்தியாவுக்கு விடுதலை பெற்று விடலாம் என்று முழுமையாக நம்பினார்.

அது மட்டுமல்ல அவர்களையே வைத்து இந்திய சமூகத்தை சீரமைத்து விடவும் திட்டமிட்டார்.

அவர் மக்களைத் திரட்டுவதில் அதுவும் கிராமப்புற ஏழைகளைத் திரட்டுவதில் ஆர்வம் கொண்டிருந்தார். அது மட்டுமல்ல அப்படி மக்களைத் திரட்டி அவர்களைப் போராட்டத்துக்கான போராளிகளாகவும் தயார் படுத்தினார்.

கோடான கோடி ஏழை மக்களை உயர்ந்த லட்சியத்திற்காக உன்னதமான வாழ்க்கை விழுமியங்களைக் கைக்கொண்டு போராட அவர் தயார்படுத்தினார்.

எளிய வாழ்வுக்கும், தியாக வாழ்வுக்கும் ஏழை மக்களைத் தயார் படுத்தினார். அதில் மிக முக்கியமாக நாம் கவனத்தில் கொள்ள வேண்டியது அவருடைய தலைமைத்துவம்.

...| 92 |... மாற்றுமுறை காண்போம்!

அவரின் தன்னிகரில்லா தூய தவ வாழ்வு என்பது யாரையும் ஈர்க்கும் வலிமையுடையது. எனவே மக்கள் கண்களை மூடி தாங்கள் தியாகம் செய்வதற்குத் தயாரானார்கள்.

எனவே அர்ப்பணிப்பும், தியாக உணர்வும், சமூகப்பார்வையும், கடின உழைப்பும் இந்தியர்களுக்கு உண்டு, அது இந்திய மண்ணில் வேர்விட்டு இருக்கிறது.

அந்த உணர்வைத் தட்ட இன்று ஒரு தலைவர் நமக்கு வேண்டும். கடந்த 70 ஆண்டுகளில் நடந்த பொருளாதாரச் செயல்பாடுகள் அதிலும் குறிப்பாக கடந்த முப்பது ஆண்டுகளில் நடந்த பொருளாதார, அரசியல் செயல்பாடுகள் ஒட்டுமொத்த சமுதாயத்தைப் புரட்டிப் போட்டுள்ளன.

இந்திய மண்ணுக்குரிய சிந்தனைப் போக்கிலிருந்து மேற்கத்திய சிந்தனைப் போக்கில் பயணிக்க ஆரம்பித்ததன் விளைவு, நாம் இன்று பார்க்கும் பண்பில்லா வாழ்வுமுறை, ஒழுக்கமற்ற அரசியல், சமூகச் சிந்தனையற்ற பொருளாதாரம், தாழ்நிலை அரசியல் ஊழலில் ஊறிப்போன நிர்வாகம் என அனைத்தும் தாழ்நிலைக்கு வந்தது.

ஆனால் விஞ்ஞானத்தாலும் தொழில் நுட்பத்தாலும் உருவாக்கப்பட்ட பொருள்கள் சொகுசு வாழ்க்கைக்கு அளவில்லாது கிடைக்கின்றன.

இந்தியச் சமூகம் தனக்கு இருந்த இந்தியப் பார்வையை மறந்து மேற்கத்திய வாழ்வு முறைக்கு மாறி இந்தியர்களாக ஒரு முரண்பட்ட வாழ்க்கை வாழ்ந்து கொண்டுள்ளோம் என்பதுதான் நிதர்சனமான உண்மை.

டாக்டர் க.பழனித்துரை

இன்று இவைகளுக்கு முடிவு கட்டும் தருணம் வந்து விட்டது. ஏனென்றால் நாம் கடந்த 30 ஆண்டுகளில் செயல்பட்ட மாதிரி இனிமேல் செயல்பட முடியாது. அப்படிச் செயல்படவும் கூடாது.

அமெரிக்கர்களைப் போல், இங்கிலாந்து மக்கள் போல் வாழ வேண்டும் என்று யாரும் நினைக்கக் கூடாது. உலகத்தில் உள்ள பாதி நாடுகளை அழித்தால்தான் அப்படி வாழ முடியும்.

அமெரிக்காபோல் வாழ நினைக்காதீர்கள், அப்படி வாழ வேண்டும் என்றால் உலகத்தில் உள்ள முக்கால்வாசி நாடுகளை அழிக்க வேண்டும். நாம் இந்தியர்கள், இந்தியர்களாக வாழ ஆசைப்பட வேண்டும்.

அப்படியென்றால் யாரையும் சுரண்டாமல் வாழ்வது, மானுட வாழ்க்கை என்பது மானுட இயற்கை உறவு என்பது ஒரு சுரண்டலற்ற உறவாக இருக்க வேண்டும்.

இதற்கு மிக முக்கியமான நாம் பின்பற்ற வேண்டிய வழி என்ன என்றால், அது மிக எளிதான வழி அதுதான் எளிமையான வாழ்க்கை. ஆடம்பரத்தைத் தவிர்த்த வாழ்க்கை. தேவை அடிப்படையிலான வாழ்க்கை. ஆசை அடிப்படையிலான வாழ்க்கை அல்ல.

தற்சார்பு கொண்ட வாழ்க்கைக்குத் திரும்ப வேண்டும். கடந்த 30 ஆண்டுகளாக நாம் ஒட்டுமொத்த நுகர்வு வாழ்க்கைக்கு மாறி விட்டோம். எல்லையில்லா நுகர்வு, அதன் விளைவு எல்லையில்லா நோய்கள்.

ஒரு காலத்தில் நம் வேலைகளை நாமே செய்து கொண்டோம். இன்று அவைகளுக்கு ஆள் வைத்து விட்டோம். ஏனென்றால் அவர்களுக்குக் கொடுக்க நமக்கு பணம் வந்ததால்.

நம் உடைகளை நாமே துவைத்து உலர்த்தி பயன்படுத்துவதற்குப் பதில், அதற்கு ஒரு இயந்திரத்தை பயன்படுத்த ஆயத்தம் ஆகிவிட்டோம்.

அன்றாடம் நாம் உடுத்திய துணிகளை நாமே துவைத்து பயன்படுத்திய வரையில் நம்மிடம் குறைந்த அளவே உடைகள் இருந்தன. இயந்திரம் வந்த பிறகு அளவற்று துணிகளை வாங்கிக் குவித்து விட்டோம்.

நாம் அன்றாடம் செய்ய வேண்டிய பணிகளுக்கு இயந்திரத்தை நாடினோம். நாமே இயந்திரமாகிப் போனோம். அதன் விளைவு நம் உடல் நோய்களின் பிறப்பிடமானது. அதை சரி செய்ய உடலுக்கு வேலை தரவும் ஒரு இயந்திரத்தை வாங்கிக் கொண்டு வீட்டில் வைத்து வாழ்க்கை நடத்துகின்றோம்.

நாம் வீட்டில் சமைத்து உண்ணும்போது உணவு எளிமையானதாகவும், செலவு குறைந்ததாகவும், தேவைக்கானதாக மட்டுமே இருந்தது. உணவு தயாரிப்புக்கான பொருள்கள் அனைத்தையும் நம் பெண்களே தயார் செய்து கொண்டனர். எனவே அவர்களுக்கு உடலுக்குத் தேவையான பயிற்சியும், சிக்கனமாக வாழவும் தெரிந்திருந்தது. இன்று அனைத்தும் தயாரிப்புப் பொருட்களின் கூட்டுதான் சமையல், அதுவும் யூடியூப் சமையல் என்ற நிலைக்கு வந்து நிற்கிறது.

அது மட்டுமல்ல தொலைக்காட்சிப் பெட்டிகளிடம் அதிக நேரத்தைச் செலவிட, சமையல் என்பது குறுகிய நேரத்தில் இரண்டு அல்லது மூன்று நேரத்துக்குமான உணவை தயார் செய்து குளிர்சாதனப் பெட்டியில் அடைத்து விட்டு, தொலைக்காட்சிப் பெட்டியின் முன் அமர்ந்து காலத்தைக் கழித்து வியாதிகளை உற்பத்தி செய்து வீடுகளில் பழங்காலத்தில் வெற்றிலை பாக்குப் பெட்டி வைத்திருப்பதுபோல் மாத்திரைப்பெட்டி வைத்துக் கொண்டு காலங்களைக் கழித்து வருகின்றனர்.

வீதிக்கு ஒரு இரு சக்கர வாகன விற்பனை நிலையம், தேவையோ தேவையில்லையோ, எனக்கும் ஒரு வாகனம் வேண்டும், வாகனம் எளிதிலும் தவணையில் கிடைக்கிறது என எண்ணி வாங்கிக் குவித்து விட்டோம்.

வீட்டில் அது நம் கண் முன்னே இருப்பதாலேயே அதனை இயக்க வேண்டி வெளியில் செல்ல வேண்டிய சூழலை உருவாக்கி நேரத்தை கொலை செய்யக் கற்றுக் கொண்டு விட்டோம். அன்று தேவையிருந்தால் நாம் வெளியில் செல்வோம். இல்லை என்றால் வீட்டில் இருந்து காலத்தைக் கழித்தோம். ஏனென்றால் நாம் நடந்து செல்ல வேண்டும் அல்லது சைக்கிளில் செல்ல வேண்டும்.

நம் தேவைக்கு நாம் இயங்குகிறோம் என்ற சூழல் மாறி நம் ஆசைக்கும், புலன்களின் தூண்டுதலுக்கும் செயல்பட முனைந்ததன் விளைவு, வீட்டில் இருந்து கொள்ளுங்கள் என்றால் முடியவில்லை.

டாக்டர் க.பழனித்துரை

உங்கள் வருமானம் குறையப் போகிறது என்கிறது என்றால் மனம் பதை பதைக்கிறது. இதயமே நின்று போய்விடும்போல் உள்ளது. இன்று தேவையின் அடிப்படையில் வாழ்வோர் ஏழைத் தொழிலாளர்கள் மட்டுமே.

அவர்களிடமும் கையில் காசு கிடைக்கும்போது சேமிப்பு என்று ஒன்று இருப்பதையே மறந்து நடுத்தர மக்களின் வாழ்க்கைபோல் செலவழிக்கக் கற்று கொண்டு விட்டனர்.

இனி எவருக்கும் பழைய வாழ்க்கை வாழ வாய்ப்பிருக்காது. எனவே புதிய சூழலுக்கு தேவையின் அடிப்படையில் எளிய வாழ்க்கையை வாழ கற்றுக் கொள்ள வேண்டும். யார் மாற்றத்தை ஏற்றுக் கொள்ளக்கூடிய மனோபாவத்தில் இருக்கின்றார்களோ அவர்களுக்கு எந்தப் பிரச்சினையும் இல்லை.

உடனே மாறிக் கொள்வார்கள் பக்குவமாக. மாற்றத்தை ஏற்க புரிதல் இல்லாத மனிதர்கள் வாழ்க்கைப் போராட்டமாகத் தான் இருக்கும்.

உலகப் பணக்காரர்களில் ஒருவரான வாரன் பப்பெட், "மனிதன் தேவையறிந்து வாழாமல் ஆடம்பர வாழ்க்கையில் தோய்ந்தவன், நிதி நெருக்கடி வருகின்றபோது தனக்குத் தேவையான பொருள்களைக்கூட விற்று வாழ்க்கையை நடத்த வேண்டிய சூழல் வந்து விடும்" என்று கூறினார்.

அவன் மேற்கத்திய முறையில் இருந்து இதைக்கூறி இருக்கிறான் என்றால் இந்தக் கருத்து எவ்வளவு ஆழமான கருத்து என்பதைப் புரிந்து கொள்ள வேண்டும்.

இனி நாம் வாழ்க்கையை மிகப்பெரிய மாற்றங்களுடன் நடத்த வேண்டியிருக்கும் என்பதை உணர்ந்து கொண்டு எதையும் தேவை அடிப்படையில் அணுகி செயல்பட வேண்டும்.

எளிய வாழ்க்கை, சிக்கனமான வாழ்க்கை, தேவையின் அடிப்படையில் வாழ முயன்றால் வாழ்க்கைப் போராட்டமாக இருக்காது. இல்லையேல் எதிர்காலம் பலருக்கு போராட்டமாகத்தான் இருக்கும்.

*

12. மாற்றுமுறையின் அவசியம்!

எந்தச் சூழலிலும் சரியான புரிதலை ஏற்படுத்திக்கொண்டு, எதிர்காலத்திற்கான திட்டமிடுதலில் கவனம் செலுத்தவில்லை என்றால் எந்தச் சமூகமும் நீடித்த வளர்ச்சியை எட்ட முடியாது என்பதை நாம் தெளிவாகப் புரிந்து கொள்ள வேண்டும்.

அதற்கு மிக முக்கியமான தேவை ஒரு தியாகத் தலைமையும், அதைப் புரிந்து கொண்டு தலைவன் வழி நடக்கும் மக்களும்தான்.

நம் நாடு சுதந்திரம் அடைகின்ற தருணத்தில் இந்தியாவிற்கான வளர்ச்சி மற்றும் மேம்பாட்டு அணுகுமுறையை முடிவு செய்வதில் மிகப்பெரிய முரண்பாடு காந்திக்கும், ஜவஹர்லால் நேருவுக்கும் இருந்ததை எவரும் மறுக்க முடியாது.

இந்தியாவுக்கான வளர்ச்சிப்பாதை கிராமத்தை அடிப்படையாக வைத்து கட்டமைக்கப்பட வேண்டும் என்பதில் காந்தி தெளிவான பார்வையும், அணுகுமுறையும், செயல்முறைத் திட்டங்களையும் வைத்திருந்தார்.

காந்தியின் பாதை என்பது இந்தியாவுக்கு மட்டுமானதல்ல, ஒட்டுமொத்த மானுடத்திற்கானது. அதை முதலில் இந்தியாவில் சாத்தியப்படுத்தி உலகுக்கு வழிகாட்ட உருவாக்கப்பட்ட திட்டம்தான் அது.

காந்தியின் வளர்ச்சி மற்றும் முன்னேற்றப்பாதை என்பது மேற்கத்திய நாட்டு இயற்கை மற்றும் மானுடச் சுரண்டல் முறைக்கு எதிரானது.

டாக்டர் க.பழனித்துரை

ஆனால் இந்தப் பாதை என்பது வரலாற்றின் போக்கிற்கு முற்றிலும் முரணானது என்பதிலும் எந்த ஐயமுமில்லை.

இருந்தபோதும் காந்தி சுதந்திரத்திற்குப் பின் இந்தியாவை முன்னேற்றப் பாதையில் அழைத்துச் செல்வதற்கு இயக்கம் மற்றும் தலைமைத்துவத்தை வளர்ப்பதில் ஈடுபட்டிருந்த நிலையில், நேரு அதற்கு முற்றிலும் மாறுபட்ட ஒரு வளர்ச்சிப் பாதையை தேர்ந்தெடுத்து உலகின் வளர்ச்சிப் போக்கில் கொண்டு செலுத்துவதில் முனைப்புடன் செயல்பட்டார் என்பதும் அனைவரும் அறிந்த உண்மை.

சுதந்திரப் போராட்டத் தலைமைதான் காந்தி. சுதந்திரமடைந்து செயல்பட ஆரம்பித்த மக்களாட்சி நாட்டின் தலைவரான இருந்தது நேருதான்.

இந்திய நாட்டின் வளர்ச்சி மற்றும் முன்னேற்றச் செயல்பாடுகளின் தலைவர். மகாத்மா காந்தி இந்திய நாட்டின் மேம்பாட்டை உறுதி செய்வதற்கு மேம்பாட்டுச் செயல்பாடுகளை கீழிருந்து கட்டமைக்கப்பட வேண்டும்.

வளர்ச்சிச் செயல்பாடுகள், அரசாங்கச் செயல்பாடுகள், நிர்வாக அமைப்புக்கள் அனைத்தும் கீழிருந்து மக்களின் பங்கேற்போடு கட்டமைக்கப்படல் வேண்டும் என்பதில் உறுதியும் இறுதியுமாய் இருந்தார்.

ஆனால் நேரு கிராமங்கள் இருளில், அறியாமையில், பழைமையில், மூடப்பழக்க வழக்கங்களில், வறுமையில், வசதிகள் அற்ற நிலையில் இருக்கின்றன.

எனவே இதற்கான வெளிச்சம், வசதிகள், நிதி ஆதாரங்கள் அனைத்தும் தொழில்துறையின் அடிப்படையிலான பொருளாதார வளர்ச்சியிலிருந்துதான் கொண்டு வரவேண்டும் என்று எண்ணி திட்டமிட்டு தொழில் வளர்ச்சியிலும்,

கட்டுமானச் செயல்பாடுகளிலும் அர்ப்பணிப்புடன் ஐந்தாண்டு திட்டங்கள் தீட்டிச் செயல்பட்டார்.

அப்படிப்பட்ட நேரு, காந்தியின் சீடர்களான Dr.சௌந்திரமும் Dr.ராமச்சந்திரனும் காந்தியின் கட்டளைப்படி ஆரம்பித்து காந்தியின் அணுகுமுறை கொண்டு செயல்பட்டு வந்த காந்தி கிராமத்திற்கு இரண்டு முறை வருகை தந்து காந்தி கிராமத்தின் கிராம மேம்பாட்டுச் செயல்பாடுகளை ஊக்கப்படுத்திவிட்டுச் சென்றிருக்கிறார்.

காந்தி கிராமத்தின் பணிகள் அனைத்துக்கும் பின்புலத்தில் இருந்தது காந்தியடிகளின் அணுகுமுறை என்பதில் எந்த ஐயமும் யாரும் கொள்ள முடியாது.

அப்படி நேரு இந்த காந்திய நிறுவனத்திற்கு வந்தபோது “காந்தி கிராமம் அதன் செயல்பாடுகள் மூலம் எனக்கு ஒரு புதிய நம்பிக்கை அளிக்கின்றது” என்று பதிவு செய்துவிட்டுச் சென்றிருக்கிறார்.

நேருவின் இந்தப் பதிவு என்பது யாரையும் மகிழ்ச்சிப்படுத்துவதற்கு செய்தது அல்ல என்பதை நாம் புரிந்து கொள்ள வேண்டும்.

நேருவின் இரண்டாம் முறைப் பயணம் ஒரு முக்கியத்துவம் வாய்ந்த பயணம் என்றே கூற வேண்டும். அவர் இரண்டாவது முறையாக 1963ஆம் ஆண்டு டிசம்பர் மாதம் வருகை புரிகின்றார்.

அப்போது அங்கு கூடியிருந்த காந்தியச் சிந்தனையாளர்கள் மற்றும் செயல்பாட்டாளர்கள் மத்தியில் ஒரு விவாதத்தில் பங்கேற்று உரையாற்றுகிறார்.

அந்த உரை என்பது ஒரு முக்கியமான கருத்தைப் பதிவு செய்வதற்காகப் பயன்படுத்திக் கொண்டிருக்கிறார் என்றுதான் நாம் பார்க்க வேண்டும்.

அந்தக் கருத்துப் பதிவு என்பது இந்தியா தன் வளர்ச்சிப் பயணத்தை எந்த திசையில் செலுத்த வேண்டும் என்பதற்கான ஒரு வழிகாட்டும் பார்வை கொண்டது.

ஆனால் அந்த கருத்தாக்கம் எந்தப் பெரும் விவாதத்தையும் ஏற்படுத்தவில்லை என்பதுதான் ஒரு சோகமான வரலாறு. நேருவின் கருத்தாக்கத்தை காந்தி கிராமத்தின் நிர்வாக அறங்காவலராக இருந்த திரு.ஏ.பத்மநாபன் அவர்கள் தன் கட்டுரை ஒன்றில் பதிவு செய்து வைத்துள்ளார்.

"காந்தி கிராமத்தில் ஒரு நாள் முழுவதும் தங்கி செயல்பாடுகளைப் பார்க்கின்றார். அப்பொழுது காதி கமிஷன் தலைவராக இருந்த யு.என்.டேபர் என்பவர் நேருவிடம் ஒரு கருத்தைக் கேட்கிறார்.

அதாவது இந்தியாவை முன்னேற்ற திட்டக்குழு மூலம் திட்டம் தயாரித்து தொழில்துறை மேம்பாட்டை ஊக்குவித்து

கிராமங்களை மேம்படுத்தி விடலாம் என்ற அணுகுமுறை பற்றி நீங்கள் இன்று கொண்டுள்ள கருத்தினை சற்று எங்களுக்கு விளக்க வேண்டும் என்று கேட்கிறார். இந்தியா சுதந்திரம் அடைந்து 16 ஆண்டுகள் கழிந்த நிலையில் இந்தக் கேள்வியை அவர் முன் வைக்கிறார். அப்படி வைக்கும்போது காந்தியின் வழிமுறைகள் பற்றியும் உங்கள் கருத்தை விளக்கிட வேண்டும் என்று கேட்கிறார்.

அப்பொழுது நேரு கூறுகிறார், "நான் இப்போது அடிக்கடி எண்ணுவது காந்தி கொண்டிருந்த இந்தியாவுக்கான மேம்பாட்டு அணுகுமுறையைத்தான். அவருடைய பெயரை இங்கே கூறுவதற்குச் சிரமமாக இருக்கிறது.

நான் மேற்கத்திய நவீன இயந்திரங்களின் மேல் மோகம் கொண்டவன். அவைகளில் நம்பிக்கையும் கொண்டவன். தலைசிறந்த இயந்திரமும் தொழில் நுட்பமும் வேண்டும் என்று நினைப்பவன். ஆனால் இந்த நாட்டில் இதுவரை இவைகளின் மூலம் விளைந்த விளைவுகளைப் பார்க்கிறேன்.

நாம் இயந்திரச் செயல்பாடுகளில் நவீனத்துவம் அடைந்திருக்கின்றோம், இதில் நாம் இன்னும் முன்னேறுவோம்.

ஆனால் உண்மை என்னவென்றால், இந்த இயந்திரச் செயல்பாடுகளால் தொழில்மயத்தால் உருவான தொழில்மய பொருளாதாரம் பெரும்பகுதி மக்களைத் தொடவில்லை. தொடப்போவதாகவும் தெரியவில்லை.

எனவே நாம் இனி ஒரு புதிய முறையில் பயணிக்க வேண்டிய சூழலில் இருக்கின்றோம். அதில் நவீன இயந்திரமும், கிராமத் தொழில்களும் இணைந்து செயல்படத் தேவையான புதிய வழிமுறைகளை உருவாக்கிட வேண்டும்.

எனவே நம் வளர்ச்சிச் செயல்பாடுகளை வடிவமைக்கும்போது இந்திய நாட்டின் ஏழைமக்களின் நிலைமையை பின்புலத்தில் வைத்து, வேகமாக செயல்பட்டாக வேண்டும் என்பதுதான் என்னை துன்பப்படுத்திக் கொண்டிருக்கும் சிந்தனை" என்று விளக்குகின்றார்.

இந்தக் கருத்து இந்திய ஆட்சியாளர்களால் கவனிக்கப்பட வேண்டிய கருத்து. ஆனால் கவனிக்கப்படவே இல்லை என்பதுதான் வருத்தமான செய்தி. நேரு தன் இறுதிக் காலத்தில் செய்த கருத்துப் பதிவு என்பதை நாம் நினைவில் கொண்டு இந்தக் கருத்தை விவாதிக்க வேண்டும்.

இந்தக் கருத்துப் பதிவில் கூறியதில் ஒன்று. நவீன இயந்திரமயம் தொழில் மயம் மட்டுமே கிராமப்புற ஏழை மக்களின் பிரச்சினைகளுக்குத் தீர்வினைக் கொண்டுவர முடியாது.

இரண்டு, கிராமப்புற பொருளாதாரம் மேம்பட, கிராமப்புற பொருளாதாரச் செயல்பாடுகளில் தேவையான அளவுக்கு தொழில் நுட்பங்கள் புகுத்தப்படாமல் பொருள் உற்பத்தியில் மேம்பாடு அடைய முடியாது. எனவே இந்த இரண்டு திசைச் செயல்பாடுகளும் பொருத்தப்பட வேண்டும் என்பதை பதிவு செய்கின்றார்.

எப்படி மேலிருந்து திட்டச் செயல்பாடுகள் உருவாக்கப் படுகின்றனவோ அந்த அளவுக்கு கீழிருந்தும் திட்டச் செயல்பாடுகள் உருவாக்கப்படல் வேண்டும்.

எனவே மையப்படுத்தப்பட்ட செயல்பாடுகளும், பரவலாக்கப்பட்ட செயல்பாடுகளும் ஒரு நிலையில் ஒன்றையொன்று உராய்ந்து கொள்ளாமல் இணைக்கப்படல் வேண்டும் என்பதைத்தான் இந்தப் பதிவில் அவர் விளக்கி இருக்கிறார்.

இந்தக் கருத்துக்களை உள்வாங்கி அவரைத் தொடர்ந்து வந்த எந்த அரசாங்கமும் முன்னேற்றச் செயல்பாடுகளை வடிவமைத்துச் செயல்படவில்லை. மாறாக மையப்படுத்தப்பட்ட செயல்பாடுகளின் தாக்கத்தைத்தான் நம் சமூகத்தில் நம்மால் காணமுடிந்தது.

கடந்த 30 ஆண்டுகளில் உலகமயப் பொருளாதாரம் கொண்டு வந்த 7 லிருந்து 9 சதவிகித வளர்ச்சி பெரும்பகுதி

மக்களின் வாழ்க்கையை முன்னேற்றமடையச் செய்யவில்லை என்பதை சமீபத்தில் வந்த அனைத்து ஆய்வறிக்கைகளும் கூறுகின்றன.

ஒரு நிலையில் வறுமையைக் குறைத்துள்ளது என்பதைத் தவிர வாழ்க்கைத் தரத்தை உயர்த்தவில்லை. அதன் விளைவுதான் இந்த முழு அடைப்பின்போது இந்தியப் பிரதமர் 80 கோடி மக்களின் வாழ்வாதாரத்திற்காக நிவாரணம் அளிக்க வேண்டியுள்ளது.

சுதந்திரம் அடைந்து 73 ஆண்டுகள் ஆகியும், இவ்வளவு வளர்ச்சி வசதிகள் அடைந்தும் 68 சதவிகித கிராமப்புற மக்களில் பெரும்பான்மையானவர்கள் மானுட வாழ்வியல்ச் சூழலில் எப்படி தரமான வாழ்க்கையை வாழ வேண்டுமோ அப்படி வாழ இயலாது பயனாளிப் பட்டாளமாக வாழ்ந்து கொண்டுள்ளனர்.

எனவே தற்சார்பு இந்தியாவை உருவாக்க முயல்வது என்பது தற்சார்பு கிராமங்களை உருவாக்குவதில் தான் அடங்கியுள்ளது.

இதற்குத்தான் நமக்கு கிராம வளர்ச்சிக்குத் தேவையான தொழில் நுட்பமும், கிராம தொழில் வளர்ச்சிக்கான கிராம தொழில் முனைவோரும், கிராம மேம்பாட்டுக்கான செயல்பாடுகளை நிபுணத்துவத்துடன் செய்திட தேவையான மனித வளமும் இன்று உருவாக்கப்படல் வேண்டும் என வல்லுனர்கள் வலியுறுத்துகின்றனர்.

இன்றைய அசாதாரணச் சூழல் இனிமேலும் பயணித்த திசையில் பயணிக்க முடியாது என்பதை நமக்கு உணர்த்தி விட்டது. வரக்கூடிய காலங்களில் நம் சமூகத்தின் வளர்ச்சி மற்றும் மேம்பாட்டுச் செயல்பாட்டுப் பயணம் என்பது புதிய திசை நோக்கிச் செல்லுவதாக இருக்கப்போகிறது. அதற்குத்தான் புதிய தயாரிப்பு இன்று தேவை.

இந்தப் புதிய தயாரிப்பு என்பது எந்தத் தொழில் நுட்பம் 200 கறவை மாடுகள் வைத்திருக்கும் நிறுவனம் உபயோகப்படுத்தி பால் பொருள்கள் தயாரித்து வணிகம் செய்கிறதோ, அதேபோல் ஐந்து கறவை மாடுகள் வைத்திருப்போரும் பால் பொருள்களை உற்பத்தி செய்து வணிகம் செய்யத் தரமான ஒரு சிறு தொழில் நுட்பம் உருவாக்கப்பட வேண்டும்.

எந்தத் தகவல் தொழில் நுட்பம் ஒரு பெரிய கம்பெனிக்கு பொருள்களை விற்க வாங்க பயன்படுகின்றதோ அதே போல் கிராமத்தில் இருக்கும் சிறு விவசாயியும், சிறு தொழில் செய்பவரும் தங்களுடைய பொருள்களை விற்று லாபமடைய தேவையான தொழில் நுட்பம் பயன்பாட்டுக்குக் கொண்டுவர தேவையான வசதிகள் இருக்க வேண்டும்.

அத்துடன் உயர்நிலைச் செயல்பாடுகள் அனைத்துக்கும் திறன் கூட்டப்பட்ட மனிதர்கள் தேவைப்படுகிறார்கள். ஆனால் கிராமப்புற செயல்பாடுகளுக்கு திறன் கூட்டப்பட்ட மனிதர்கள் தேவை என்பதை யாரும் உணருவதாகத் தெரியவில்லை.

இன்று பஞ்சாயத்து அரசாங்கத்தைத் தலைமையேற்று சமுதாயத்தை மேம்பாடு அடையச் செய்ய செயல்படும் தலைவருக்கு எவ்வளவு ஆற்றலும் பார்வையும் திறனும், நம்பிக்கையும் வேண்டும் என்பது அனைவரும் அறிந்த ஒன்றுதான். அந்த அளவுக்கு நமக்குத் தலைவர்கள் கிடைத்திருக்கிறார்களா என்று சோதித்துப் பாருங்கள்.

அப்படிக் கிடைத்திருந்தால் அவர்கள் அனைவரும் அலுவலர்களுக்கு உத்தரவு போடும் நிலையில் இருப்பார்கள்.

மாறாக அலுவலர்கள் எங்களை செயல்பட விடுவதில்லை என்று ஓலமிடும் தலைவர்களைத்தான் நம்மால் பார்க்க முடிகிறது.

எனவே, நாம் தற்சார்புத் தன்னிறைவுக் கிராமங்களை உருவாக்க வேண்டுமானால், காந்தியும், ஜே.சி.குமரப்பாவும் கூறிய தேவைக்கேற்ற நவீனத்துவ தொழில் நுட்பமும், புதிய அமைப்பு முறைகளும், திறன் கூட்டப்பட்ட தலைவர்களும் பங்கேற்பு மனோபாவம் கொண்ட குடிமக்களும் உருவாக்கப்படல் வேண்டும்.

*

13

இன்று ஒரு புதிய வாய்ப்பு

மானுட வாழ்வில் நடக்கும் ஒவ்வொரு நிகழ்வும் மானுடத்திற்கு பல செய்திகளை மற்றும் உண்மைகளைக் கொண்டுவந்து தந்து கொண்டே இருக்கிறது.

எந்தச் சமூகம் சீறிய தலைமையைப் பெற்றிருக்கிறதோ அந்தச் சமூகம் தொலைநோக்குப் பார்வை கொண்ட தலைவரின் வழிகாட்டுதலில் செயல்பட்டு உன்னத வாழ்வை வாழும் நிலை அந்தச் சமூகத்திற்கு கிட்டிவிடும்.

எனவே தலைமையும், தலைமையுடன் செயல்படும் ஆற்றல் பெற்ற மக்களும்தான் உன்னத சமூகத்தை உருவாக்க முடியும்.

நல்ல தலைமை நல்ல சமூகத்தாலும், நல்ல சமூகத்தால் நல்ல தலைமை உருவாவதும் இயல்பானதே.

சூழலை மாற்றும் ஆற்றல் பெற்றவர்கள் மட்டும்தான் வரலாற்றில் எப்போதும் நிலைத்து நிற்கின்றார்கள்.

பதவிகளில் அமர்வதால், ஒருவர் தலைவராக ஆகிவிட முடியாது. தலைமைத்துவம் என்பது செயல்பாடுகளில் வெளிப்படும் புதுமைகளும், சாதனைகளும் தானேயொழிய பதவிகளைப் பிடிப்பதால் அல்ல என்பதுதான் வரலாறு காட்டுகின்ற உண்மை.

மனித குலம் எத்தனையோ சவால்களைச் சந்தித்துத்தான் இன்றைய நிலையை வந்தடைந்துள்ளது. ஒவ்வொரு முறை மனிதகுலம் சவால்களைச் சந்திக்கும்போதும் ஒரு தலைவர் வந்து உதிப்பார்.

அவர் மக்களைத் தயார் செய்வார், மக்களும் அவரை அடையாளம் கண்டு கொள்வார்கள், தலைவர் காட்டிய வழியில் அந்த மக்கள் கூட்டம் வெற்றிநடை போட்டு சவால்களைச் சமாளித்து புதிய உலகுக்குள் நுழைந்துவிடும்.

எனவே எப்பொழுது மனித குலத்துக்கு சோதனை வந்தாலும் அந்தச் சோதனையை சாதனையாக மாற்ற வல்லமை படைத்த தலைமை அந்தச் சமூகத்திற்கு வேண்டும். அத்துடன் அந்தத் தலைமையை புரிந்து கொள்ளும் ஆற்றல் மக்களிடமும் இருக்க வேண்டும்.

இன்றைய மக்களாட்சியில் தலைமை என்பது மாற்றங்களை மேலாண்மை செய்வதும் மானுடம் சந்திக்கும் சவால்களைச் சமாளிக்கும் வல்லமையும் ஆற்றலும்தான்.

சில நேரங்களில் சமூகம் பிரச்சினைகளில் சிக்கி தவித்துக் கொண்டிருக்கும்போது எப்படியோ சிலர் பதவிகளுக்கு வந்து விடுவர்.

திறமையுடையவர்கள் மக்களின் சிக்கலுக்கு (சவால்களுக்கு) தன் ஆற்றலால் தீர்வு கண்டு மக்களின் எண்ணங்களில் தலைவராக உதித்து விடுவர்.

இந்தியா இருள் சூழ்ந்து வழியின்றி தவித்துக் கொண்டிருந்தபோது 1915ல் காந்தி தென்னாப்பிரிக்காவிலிருந்து சூரியன் உதிப்பதுபோல் இந்தியாவுக்குள் பிரவேசித்து, பிரகாசிக்க ஆரம்பித்து விட்டார். தான் பெற்றிருந்த தனித்தன்மை தலைமைத்துவத்தினாலே.

1930ல் ஒடிந்து போன பொருளாதாரத்தைத் தன் தனித்தன்மை தலைமைத்துவத்தால் மக்களிடம் 'அமெரிக்கா

மீண்டெழும்' என்ற எண்ணத்தை விதைத்து பொருளாதாரத்தை எழுந்து நிற்கச் செய்து விட்டார், அமெரிக்காவை ஆண்ட அதிபர் பிராங்லின் ரூஸ்வெல்ட்.

ஜெர்மெனி ஹிட்லரின் வெறிச்செயல் இங்கிலாந்தை நடுங்க வைத்துக் கொண்டிருந்த நேரத்தில் வின்ஸ்டன் சர்ச்சில் ஹிட்லரை வெல்ல திட்டமிட்டு, வெற்றி பெற்று தன் தனித்தன்மையை தலைமைத்துவத்தில் காட்டினார்.

அதுபோல பல தலைவர்கள் சூழல் சோதனைகளைச் சவால்களாகக் கொண்டு வரும்போது, அதை எதிர்கொள்ளும் விதம் மக்களுக்கு அவர்கள்மேல் ஒரு நம்பிக்கையைத் தரும், ஒரு நல்லெண்ணத்தை உருவாக்கும்.

எனவே இன்று நம் முன் நிற்கும் ஒரு சவால் என்பது நாம் இன்று சந்தித்துக் கொண்டிருக்கும் புதிய வைரஸ் நம் வளர்ச்சிப் பாதைக்கு ஒரு முட்டுக்கட்டை இட்டதுபோல் உள்ளது.

இதைச் சமாளித்து, இதன் தாக்கத்தைச் சமாளிப்பதுதான் இன்றைய ஆட்சியாளர்களின் தலையாய பணி. இன்றைய தமிழகம் என்பது கடந்த 30 வருடங்களில் நடந்த உலகமயப் பொருளாதாரச் செயல்பாட்டால் மிகப் பெரிய மாற்றத்தினை பெற்றிருக்கிறது என்பது எவரும் மறுக்க முடியாத உண்மை.

அதே நேரத்தில் அந்த மாற்றங்கள் அனைத்தும் நம் தமிழக மேம்பாட்டுக்கு உரம் சேர்க்கக் கூடியதா என்று பார்த்தால், ஆம் என்று கூற இயலாது.

டாக்டர் க.பழனித்துரை ...| 107 |...

நகரமயமாவதில் தமிழகம் ஒரு முன்னோடி மாநிலம். ஆனால் கிராம வாழ்க்கைச் சிதைவுக்கும் தமிழகம் என்பது ஒரு முன்னோடி மாநிலம்.

கிராம வாழ்க்கை என்பது ஒரு கலாச்சாரம் சார்ந்தது. அந்த வாழ்க்கையைத் துறந்து வேலை தேடி நகரங்களுக்குச் செல்லும் சூழலுக்கு கிராமங்கள் வந்துவிட்டன.

கிராமங்களுக்கு வசதிகள் என்ற பெயரில் செய்த அனைத்துப் பணிகளும், கிராம இயற்கை வளங்களைச் சுரண்ட பாலமாக அமைந்துவிட்டன.

இதன் விளைவு இயற்கை வளங்கள் மிகப்பெரிய அளவில் சுரண்டப்பட்டு விட்டன. மீதமிருந்த வளங்களும் பாதுகாப்பின்றி பாழ்படுத்தப்பட்டன கிராமத்து மக்களாலேயே.

அது மட்டுமல்ல மக்களின் வாழ்க்கை முறைமையும் மாறி நுகர்வுக் கலாச்சாரத்தில் மக்களைச் சிக்க வைத்துவிட்டனர் சந்தைச் செயல்பாட்டால்.

ஆக இன்றைய கிராமங்கள் வளமிழந்து காணப்பட்டாலும், குறைந்தபட்ச சமூக வாழ்க்கை கட்டமைப்பைக் கொண்டு செயல்பட்டு வருகின்றன என்பதையும் மறுக்க இயலாது.

ஆகையால் தான் புலம் பெயர்ந்து வாழ்வாதாரத்தைத் தேடி நகரம் சென்ற தொழிலாளர்கள், என் கிராமத்திற்கே நான் சென்று விடுகிறேன், என் சமூகம் என்னைப் பார்த்துக்கொள்ளும், என்னை அனுமதியுங்கள் என்று கூறி லட்சக்கணக்கில் தொழிலாளர்கள் கிராமங்களுக்கு வந்து சேர்ந்து விட்டனர்.

கிராமங்களில் அவர்களுக்கு என்ன வாழ்வாதாரம் இருக்கிறது என்று பார்த்தால், 100 நாள் வேலை மற்றும் விவசாயம் மட்டும்தான்.

விவசாயம் என்பது சிக்கலுக்கு உள்ளாகி இருக்கிறது. தமிழகம் தற்போது 50% நகரமயமாகி விட்டது. இந்த நகர்மயமாகும் செயல்பாடு என்பது வரவேற்கத்தக்க ஒன்று அல்ல.

எவ்வளவு வேகமாக நகரம் வளர்கிறதோ அவ்வளவு ஆழமாக கிராமங்கள் சுரண்டலுக்கு ஆளாகும். அப்படித்தான் இன்றைய தமிழக கிராமங்கள் ஆக்கப்பட்டுள்ளன.

சிறிது சிறிதாக கிராம வாழ்க்கை நகர வாழ்க்கைபோல் மாற்றப்பட்டு வருகின்றது. கிராம வளங்கள் வேகமாக சிதைவுறுகின்றன.

நகர வாழ்க்கைக்குத் தேவைப்படும் இயற்கை வளம் குறிப்பாக தண்ணீர் சூறையாடப்படுகின்றது. விவசாயம் நலிவுற ஆரம்பித்து விட்டன. இப்படிப்படட கிராமங்களில் இவர்கள் என்ன செய்யப் போகிறார்கள்.

ஆண்டொன்றுக்கு 12 கோடி தொழிலாளர்கள் கிராமங்களிலிருந்து நகரங்களுக்குப் புலம் பெயர்கின்றனர் இந்தியாவில். இவர்களில் தமிழகத்திலிருந்து பல லட்சங்கள் என்கின்றனர் சமூக ஆர்வலர்கள்.

இன்று கிராமத்தில் உள்ளவர்கள் அனைவரும் எதாவது ஒரு பணியில் ஈடுபட்டு தங்கள் வாழ்க்கையை மேன்மையுடையதாக ஆக்கிக் கொள்ள முனைவதற்கான வாய்ப்பு இருக்கிறதா என்றால் அதுவும் மிகவும் குறைவானதே.

அப்படியிருக்கையில் இவர்கள் கிராமத்திற்குள் வருவதால் கிராமத்திற்கு என்ன பயன் அல்லது அவர்களுக்கு என்ன பயன் என்பதுதான் மிக முக்கியக் கேள்வியாக நம் முன் நிற்கிறது.

எனவே இந்தச் சூழலில் கிராமச் சூழலை மாற்றியமைத்திட ஒரு கிராம இயக்கத்தை உருவாக்கி, மக்களை அதில் பஞ் சாயத்துக்கள் மூலம் ஈடுபடுத்தி கிராமப் புனரமைப்பைச் செய்ய முற்பட்டால் தமிழகம் அழிவுப் பாதையிலிருந்து புதிய பாதை நோக்கி பயணிக்கும்.

இந்தக் கிராம இயக்கம் என்பது விவசாயத்தை, கிராமியத் தொழில்களை, நீர் ஆதாரங்களை, இயற்கை வளங்களை மீட்டெடுக்கும் ஒரு செயல்பாடாக மாற்றப்பட வேண்டும்.

விவசாயத்திற்கு ஆதாரமாக விளங்கும் நீர் நிலைகளை மீட்டெடுக்கும் பணியில் மிகப்பெரிய வேலைவாய்ப்பு இருக்கின்றது.

மீட்டெடுக்க வேண்டிய நீர் நிலைகளாக ஊரணிகள், கண்மாய்கள், குளங்கள், ஏரிகள், வாய்க்கால்கள், அனைத்திலும் உள்ள ஆக்கிரமிப்புக்களை அகற்றி தூர்வாரி, நீர் பிடிப்புக்கு உகந்ததாக மாற்ற செயல்பட வேண்டும்.

இதில் மிக முக்கியமாக கவனத்தில் கொள்ள வேண்டிய இந்த நீர்நிலைகளுக்கு நீர் வரும் வரத்துக்கால்வாய், நீர் வெளியேற்றும் போக்குக் கால்வாய்களை ஆக்கிரமிப்பிலிருந்து விடுவித்து தூர் வாரவில்லை என்றால் நீர்நிலைகளைத் தூர்வாரி எந்தப் பயனும் இல்லை என்பதையும் நாம் மனதில் வைத்துச் செயல்பட வேண்டும்.

மழை பெய்வதால் நீர்நிலைகளுக்கு நீர் வந்து சேரும் சூழலை உருவாக்க வேண்டும். இன்றைய சூழலில் இந்தப் பணி ஒரு சவாலான பணி.

ஆனால் இதைச் செய்து முடித்தால் கிராமப் புனரமைப்பில் வரலாற்றில் இடம் பெற்று விடலாம். இன்றைய சூழலில் ஒவ்வொரு கிராமப் பஞ்சாயத்தும் இதற்கான ஒரு விரிவான திட்டத்தினை உருவாக்க முயன்றால் அதற்கான சாத்தியக்கூறு இன்று அதிகம்.

அதற்குத் தேவை விபரம் தெரிந்த பஞ்சாயத்துத் தலைவர் ஒவ்வொரு கிராமப் பஞ்சாயத்துக்கும் தேவை.

அடுத்து விவசாய முறையில் நம் மண்ணைக் காக்கும் மரபு வழி விவாசயத்தைப் புதுப்பித்து மாற்றம் செய்து செயல்படுத்திட தேவையான கட்டமைப்பு வசதிகளை உருவாக்கிட வேண்டும்.

நம்மாழ்வார் உருவாக்கிய ஒரு பட்டாளமே இன்று அதற்கான அடிப்படை வேலைகளில் இறங்கி பணியாற்றிக் கொண்டிருக்கின்றன.

இந்த முன்னெடுப்புக்கு அந்த இளைஞர்கள் பெருமளவில் உதவிடுவார்கள். அவர்களின் உதவியை நம் பஞ்சாயத்துக்கள் நாடினால் மிகப்பெரிய மாற்றத்தை நம் விவாசயத்தில் ஏற்படுத்தி கிராமத்தில் பெரு மாற்றத்தைக் கொண்டு வந்து விடலாம்.

இதனை அடுத்து கிராமத் தொழில்களை ஊக்குவிக்கத் தேவையான புதுமைத் திட்டங்கள் உருவாக்கிட முனைய வேண்டும். இந்தச் செயல்பாட்டிற்கு இன்று உடனடித் தேவை தொழில் முனைவோர் பயிற்சி படித்த கிராமப்புற இளைஞர்களுக்கும், சுய உதவிக்குழுப் பெண்களுக்கும் தந்திட வேண்டும்.

அப்படிச் செய்வோமேயானால் கிராமப் பொருளாதாரத்தை நம்மால் கட்டமைக்க முடியும். இதற்கான முன்னெடுப்பையும் கிராமப் பஞ்சாயத்துக்கள் செய்திட வேண்டும்.

அப்படிச் செய்கின்றபோது கேரளத்து சுய உதவிப் பெண்கள் போல் மிகப்பெரிய மாற்றத்தை கிராமப் பொருளாதாரத்தில் கொண்டு வரலாம்.

இதனைத் தொடர்ந்து இந்தச் செயலாக்கங்களுக்கு பிராணவாயு கொடுக்கும் அமைப்பாக புதிய மக்கள் கூட்டுறவுகளை உருவாக்க வேண்டும்.

இன்று அரசுக் கூட்டுறவுகள் ஊழலில் மலிந்து தோற்றுப்போயின. இவை எல்லாவற்றிற்கும் மேலாக மக்களின் வாழ்க்கைப் போக்கை மாற்றும் ஒரு சிந்தனைச் சூழலை உருவாக்கிட வேண்டும்.

எப்படி சுதந்திரப் போராட்ட காலத்தில் சுதந்திரம் பற்றிய சிந்தனைப் போக்கை மக்களிடம் நம் தலைவர்கள் உருவாக்கினார்களோ, அதேபோல் கிராம மேம்பாடு, நம் குடும்ப மேம்பாடு, நம் சமூக மேம்பாடு என்ற சிந்தனைக்கு மக்களைத் திசை திருப்ப வேண்டும்.

இந்தச் சூழலை உருவாக்கிட தமிழகத்தில் மாற்றம் வேண்டும் என்று கதறிக்கொண்டு அலையும் சமூக ஆர்வலர்களைப் பயன்படுத்தினால் மக்களின் சிந்தனைப் போக்கில் பெரும் மாற்றத்தைக் கொண்டு வர முடியும்.

இன்று கேரளத்திற்கு பக்கத்தில் இருக்கும் நாம் பல சாதனைகளைச் செய்திருந்தும் கேரள சமூகம் போல் விழிப்புற்ற சமத்துவ சமூகமாக மற்றும் பங்கேற்புச் சமூகமாக எழுந்து நிற்க முடியவில்லை.

காரணம் மக்களைப் பயனாளிச் சிந்தனையில் வைத்திருப்பதால். எனவே, மக்கள் தயாரிப்பு என்பது மிக முக்கியமான ஒரு பணியாக நம் முன் நிற்கிறது.

இந்தக் கிராமப் புனரமைப்பு என்பது மக்கள் இயக்கமாக மாற்றம் பெற்றுவிட்டால் இன்று நாம் பார்க்கும் அரசியல் சூழல் என்பது அடியோடி மாறிவிடும். இதற்கான பல புதிய சூழல் இன்று உருவாகியுள்ளது.

இன்றைய சூழல் நமக்குச் சொல்லும் செய்தி ஒன்று தான். பொறுப்புள்ள குடிமகனாக மகளாக நாம் மாறி, நம் குடும்ப நலம் நம் கையில், என் வாழ்க்கை என் கையில், என்ற பொறுப்புடன் செயல்பாட்டாக வேண்டும் என்ற சிந்தனையுடன் சமூகமாக பஞ்சாயத்துக்களைப் பிடித்துச்

செயல்பட்டால், அரசு போடும் திட்டங்கள் அனைத்தும் கிராமங்களை வந்தடையும்.

இல்லையேல் வழியில் உடைப்பெடுத்து, யாருக்கோ பலனைத் தந்துவிடும். இன்று இதற்கு ஒரு வாய்ப்பு பஞ்சாயத்துக்கான திட்டமிடும் பணி. இந்தப் பணி கட்டாயமாக்கப்பட்டுள்ளது.

அதை முறையாக தயாரித்து நடைமுறைப்படுத்தினாலே மிகப்பெரிய மக்கள் இயக்கத்தை கிராம மேம்பாட்டுக்காக கட்டிவிடலாம்.

அடுத்து மத்திய அரசின் நீர் அமைச்சகத்தில் புதிய திட்டமான 'ஜல் ஜீவன்' இயக்கத்தைத் திட்டமிட்டு செயல்படுத்த முனைந்தால் மிகப்பெரிய அளவில் நீர் நிலைகள் தயார் செய்யப்பட்டு, அனைவருக்கும் தண்ணீர் தேவைகள் பூர்த்தி செய்யப்படுவதுடன் விவசாயத்துக்கும் புத்துயிர் ஊட்டப்பட்டுவிடும்.

இந்த வேலைகள் அனைத்தும் கிராமங்களில் நடந்தால் கிராம மக்கள் அனைவரும் எதாவது ஒரு வேலையில் ஈடுபட்டுக் கொண்டிருப்பார்கள். இது ஒரு கிராம மக்கள் இயக்கமாக மாறி புதிய திசை நோக்கி கிராம மக்கள் பயணிப்பார்கள்.

இதற்குத் தேவை இன்றைய மாநில அரசுக்கு ஒரு பார்வை. அந்தப் பார்வையுடன் பஞ்சாயத்துக்களை ஈடுபடுத்தி செயல்பட ஆரம்பித்தால், இந்த மாநில அரசு ஒரு கழுகு தன் வாழ்வில் திருவுரு மாற்றம் செய்து தன்னை புது வாழ்வுக்குத் தயார் செய்வதுபோல இன்றைய தமிழக அரசு தன்னை புனரமைத்து புது வடிவம் கொடுத்து புதிய பாதையில் பயணிக்க தயாராகிவிடும்.

அதற்கு ஒரு திறந்த மனது, புதுப்பார்வை, ஒரு துணிவு இவைதான் இன்றைக்கு தலைமைக்குத் தேவை.

*

14

உயர்கல்வி நிலையங்கள்: நமக்குப் பலமா? பாரமா?

இந்தக் கட்டுரையை எழுதும்போது இந்தியாவில் பல்கலைக் கழகங்களின் எண்ணிக்கை 1000ஐத் தாண்டிவிட்டது. கல்லூரிகள் 42000ஐத் தாண்டிவிட்டன.

அதே போல் 11000 ஆராய்ச்சி நிறுவனங்கள் செயல்பட்டுக் கொண்டிருக்கின்றன. 3.5 கோடி மாணவர்கள் உயர்கல்வி நிறுவனங்களில் படித்து வருகின்றனர்.

நாம் மிகவும் பெருமைப்படவேண்டிய விஷயம் உலகிலேயே கல்வித் துறையில் மூன்றாவது இடத்தில் இருக்கிறோம். அந்த அளவுக்கு ஒரு பெரிய கட்டமைப்பு மற்றும் மனித வளம் மற்றும் ஆற்றல் நம்மிடம் இருக்கின்றது.

இந்த வளமும், ஆற்றலும் எந்த வகையிலாவது நம் சமூகம் சந்தித்துக் கொண்டிருக்கும் சவாலான கொரானாவை சமாளிக்க உதவியதா என்று யாரும் கேட்டால், 'ஆம்' என்று கூச்சமின்றிச் சொல்ல முடியவில்லை.

அரசாங்கம் ஊரடங்கைத் தளர்த்தியபோதும், கல்லூரிகளுக்கும் பல்கலைக் கழகங்களுக்கும், ஆராய்ச்சிக் கூடங்களுக்கும் தளர்த்தவில்லை.

நம் உயர்கல்வி நிலையங்களும் சினிமா தியேட்டர்கள், வணிக வளாகங்கள் மற்றும் சந்தைகள் போலத் தான் இயங்குகின்றன என்ற அடிப்படையை வைத்துத்தான் அரசு இந்த முடிவை எடுத்துள்ளது.

இதை அரசின் தவறு என்று கூற முடியாது. கல்வி நிறுவனங்களில் பயிற்றுவிக்கப்படும்

மாணவர்களுக்கு பொது ஒழுக்கமும், அடிப்படையில் மனிதர்கள் கடைப்பிடிக்க வேண்டிய பொதுச் சுகாதாரக் கட்டுப்பாடுகளையும் கற்றுக் கொடுக்கவில்லை. வாழ்நாள் முழுவதும் மனிதர்க்குத் தேவையான சுகாதாரச் செயல்பாடுகளை எந்த நிலையிலும் நம் மக்களுக்குக் கற்றுக் கொடுக்கவில்லை. கற்றுக் கொண்டவர்களும்கூட கற்றவற்றை நடைமுறையில் கடைப்பிடிப்பதில்லை என்பதுதான் நாம் கண்ட உண்மை.

இந்தியாவில் கல்வியறிவு பெற்றவர்களின் எண்ணிக்கை 84%. கல்வியறிவு எண்ணிக்கையில் நாம் உயர்ந்ததைப் போல, மானுட வாழ்வில் அதன் விழுமியங்களிலும், ஒழுக்கத்திலும், கல்வியறிவிலும் உயர்ந்ததைப் போல் நாம் உயரவில்லை. மாறாகத் தாழ்ந்து வருவதைத்தானே பார்த்து வருகின்றோம். குறைந்த பட்சம் மானுட வாழ்வு எப்படி வாழ வேண்டுமோ அதற்குரிய குறைந்தபட்ச புரிதல் இல்லாமலே நாம் வாழ்ந்து வருகிறோம். இந்தப் புரிதலற்ற செயல்பாடுகள் ஏதோ ஏழைகளிடமும், எழுதப் படிக்கத் தெரியாதவர்களிடமும் மட்டும் இருப்பதாக பலர் நினைக்கக் கூடும். ஆனால் உண்மை அதுவல்ல.

பொது ஒழுக்கம் பேணுவதிலும், பொதுநலம் பேணுவதிலும், பொதுச் சுகாதாரம் பேணுவதிலும் படித்தவர், படிக்காதவர் என்ற வேறுபாடே கிடையாது.கல்விக் கூடங்களில், அதுவும் உயர்கல்விச் கூடங்களில் உள்ள கழிவறைகளைப் பராமரிப்பதைப் பார்த்தாலே, நாம் கண்டுபிடித்து விடலாம், சுத்தம் பேணுவதில் படித்தவர்கள் எப்படி இருக்கின்றார்கள் என்பதை.

உயர்கல்விக் கூடங்களில் உயர்கல்வி கற்கும் மாணவிகளுக்கு உடல் பரிசோதனை செய்து பார்த்தால், எவ்வளவு பேர் ஊட்டச்சத்துக் குறைவினால் பாதிக்கப்பட்டிருக்கிறார்கள் என்பது தெரியும்.

தன் உடல் பற்றிய பார்வை தன் உடல் ஆரோக்கியம் பற்றிய பார்வை இல்லாமலே அவர்கள் வாழ்ந்து வருவதும் புலப்படும். உயர் கல்வி கற்போருக்குக் கூட தன் சுத்தம், சுகாதாரம், நல வாழ்வு, ஆரோக்யமான உணவு, உடலுக்குத் தேவையான உணவு என்பது பற்றிய எந்தப் புரிதலும் இல்லாத வகையில் தான் நம் கல்விக் கூடங்கள் நம் மாணவர்களை வைத்துக் கொண்டுள்ளன.

நம் கல்வி முறையானதாக இருந்திருந்தால், இந்த அளவு கல்வியறிவு கூடியதற்கு, நம் சமூகம் மேம்பட்டதாக, உயர் சிந்தனை கொண்டதாக, ஒழுக்கம் நிறைந்ததாக, ஆற்றலும் திறனும், தன்னம்பிக்கையும் அதிகம் உடையதாக மாறியிருக்கும்.

நம் உயர் கல்விக் கூடங்கள் முறையான கல்வியைப் போதிக்கும் சூழலில் இருந்திருந்தால், இன்றைய சூழலில் அரசுடன் இணைந்து கொரோனாவை எதிர்த்துப் போரிட தன்னார்வலர்களாக ஆசிரியர்களும் மாணவர்களும் மாறியிருப்பார்கள்.

அரசாங்கமும் உயர்கல்வி நிலையங்களை நோக்கி ஓடி வந்திருக்கும். தன்னார்வத் தொண்டர்களாக மாணவர்களை மாற்றி அரசு தங்கள் பணியில் இணைத்துக் கொண்டிருக்கும்.

அதற்கு மாறாக அரசு கல்விக் கூடங்களே தொற்றைப் பரப்பும் இடமாக இருந்துவிடக் கூடாது என்று தற்போது திறக்க வேண்டாம் எனக் கூறிவிட்டது அரசு.

டாக்டர் க.பழனித்துரை

அதே நேரத்தில் ஆசிரியர்கள் வகுப்பு மட்டும்தானா எடுக்கின்றார்கள்? அவர்கள் ஆராய்ச்சி செய்ய மாட்டார்களா? அவர்களையும் ஏன் பணி செய்யக்கூடாது என்று கூறுகின்றார்கள்?

அவர்களால் அரசு சொல்லும் விதிகளை கடைப்பிடிக்க முடியாதா அல்லது கடைப்பிடிக்க மாட்டார்களா? இவற்றையும் தாண்டி உயர்கல்வி நிறுவனங்களில் பணிபுரியும் ஆசிரியர்களுக்கு, மாணவர்களுக்குக் கற்றுத் தருதல் மற்றும் ஆராய்ச்சி செய்தல் என்ற இரண்டு பணிகளுடன், மூன்றாவது பணியாகிய சமூக விரிவாக்கப் பணி என்பது கட்டாயக் கடமையாக்கப்பட்டுள்ளது.

எனவே அதற்கு உயர்கல்விக் கூடங்களில் பணிபுரியும் ஆசிரியர்கள் தயாராகி இருப்பார்களேயானால், அவர்களாகவே முன்வந்து கொரோனாவுக்கு எதிராக போரிடும் அரசு மருத்துவர்கள், ஊழியர்கள் அனைவருடனும் தன்னார்வலர்களாகத் தங்களை இணைத்துக் கொண்டு செயல்பட்டிருக்க முடியும்.

அப்படியும் இணைத்துக் கொள்ள முடியவில்லை என்றாலும், கொரானா பற்றிய பல ஆய்வுகளை மேற்கொள்ளத் தங்களைத் தயார் படுத்தியிருப்பார்கள்.

பதினைந்து ஆண்டுகளுக்கு முன் நம் உயர்கல்விக் கூடங்களைப் பற்றி ஒரு முன்னாள் துணைவேந்தர் முன்வைத்த கருத்து எவ்வளவு ஆழமானது என்பது இந்தச் சூழலில் நமக்குப் புரிகிறது.

...| மாற்றுமுறை காண்போம்!

"நம் உயர்கல்வி நிறுவனங்கள் தேர்வுகள் நடத்தி சான்றிதழ் கொடுக்கும் நிறுவனங்களாக மாறி வருகின்றன. அத்துடன் வேலை வாங்கித் தரும் நிறுவனமாகவும் மாறி வருகின்றன.

இதன் விளைவு உயர்கல்வி நிறுவனங்கள் சமூகத்துக்குப் பயன்படும் ஆற்றலும் தன்னம்பிக்கையும் மிக்க குடிமக்களாக உருவாக்குவதற்குப் பதில், சான்றிதழ் பெற்று வேலைக்கு மனுப்போடும் மனுதாரர்களை உருவாக்கிக் கொண்டிருக்கின்றன" என்பதைப் பதிவு செய்தார்.

"தேர்வு நடத்துகின்ற பணியையும், வேலை வாங்கித் தரும் பணியினையும் உயர்கல்வி நிறுவனங்களிலிருந்து பிரிக்கவில்லை என்றால், மாணவர்களுக்கு கல்வி போதிப்பது என்பது சடங்காக மாறிவிடும்" என்றும் கூறினார்.

அவர்தான் அண்ணா பல்கலைக் கழக முன்னாள் துணைவேந்தரும், மறைந்த பேராசிரியருமான வ.செ.குழந்தைசாமி.

இந்தக் கல்வி முறையால் இன்று வந்துள்ள நிலைமையை நூறு ஆண்டுகளுக்கு முன்பே காந்தி அனுமானித்து "இந்தியாவுக்கு இந்தக் கல்வி முறை கூடாது" என்று

கூறியதுடன், "இந்தக் கல்வி சமூகத்தில் கேடுகளைத்தான் விளைவிக்கும்" என்பதையும் பதிவு செய்தார்.

அத்துடன் "இந்தக் கல்வி முறைக்கு மாற்றாக ஒரு புதுக் கல்வித் திட்டம் தேவை" என்பதையும் பிரகடனப்படுத்தினார்.

அந்தப் புதுமைக் கல்வி எல்லோருக்குமான கல்வி, எப்போதும் செயல்படும் கல்வி. அது தான் புதுமைக்கல்வி. அந்தக் கல்வித் திட்டத்தில் உடல், அறிவு, ஆத்மா மூன்றுக்குமே கல்வியில் இடம் இருந்தது.

அந்தக் கல்வியை நாம் நடைமுறைப்படுத்தியிருந்தால், நம் சமூகம் மேம்பட்ட சிந்தனைத் திறன் உடையதாக மாணவர்களையும் மாற்றியிருக்கும்.

ஒட்டுமொத்த சமூகத்தையும் மாற்றியிருக்கும். அந்தக் கல்வி முறையை நடைமுறைப்படுத்த முற்றிலுமாக மாற்றுச் சிந்தனை கொண்ட மாமனிதர்கள் தேவைப்பட்டார்கள்.

இன்று இருப்பதுபோல் அறிவுக்கு மட்டும் தீனி போடும் சுரண்டலுக்கான கல்வியாக அது இருந்திருக்காது. அது மட்டுமல்ல அந்தப் புதிய கல்வி என்பது கல்விக் கூடத்துக்குள் மட்டும் நடைபெறும் நிகழ்வாகவும் இருந்திருக்காது.

அது ஒட்டுமொத்த சமூகத்திற்கான கல்விமுறையாக இருந்து, மக்களுக்குத் தேவையான கல்வியைக் கொடுப்பதுடன், இந்திய மக்கள் அனைவரையும் எதாவது ஒரு நிலையில் செயல்பாட்டில் வைத்திருக்கும் ஒரு கல்வியாக இருந்திருக்கும்.

மேற்கத்திய கல்வி முறையைப் பற்றி காந்தி இரண்டு கருத்துக்களை முன்வைத்தார். ஒன்று, இந்தக் கல்வி நம் சமூகத்திற்கு ஏற்றது அல்ல. இது இந்திய வாழ்வு முறைக்கு முற்றிலும் முரணானது.

அத்துடன் அரசுக்கும், தொழிற்சாலைக்கும் தொழிலாளர்களை உருவாக்குவதற்கு மட்டுமே உதவக் கூடியது. இரண்டு, இந்தக் கல்விமுறை நம் சமுதாயத்திற்குக் கேடு விளைவிக்கக் கூடியதாகும். உழைப்பை பாராட்டாது, சுரண்டலைப் போற்றி வளர்க்கும்.

எனவே "மேற்கத்திய கல்வி முறை என்பது முற்றிலும் நிராகரிக்கப்பட வேண்டிய ஒன்று" என விவாதித்து காந்தியின் புதிய கல்வித் திட்டம் என்பதை கொள்கையாகவே 1938 ஆம் ஆண்டில் காங்கிரஸ் இயக்கம் ஏற்றுக் கொண்டது.

காந்தியச் சிந்தனையாளர்கள் பல கல்வி நிறுவனங்களைத் தொடங்கி புதிய கல்வித் திட்டத்தை நடத்த ஆரம்பித்தார்கள்.

சுதந்திர இந்தியாவில் இந்தக் கல்விதான் நடைமுறைப்படுத்தப் போகிறது என்ற நம்பிக்கையில் அந்த ஆரம்பகால சோதனைகளைத் துவங்கினார்கள்.

ஆனால் மிகக் குறுகிய காலத்திற்குள் அந்தக் கல்விக் கூடங்களை மூட வேண்டிய சூழல் உருவானது. சுதந்திர நாட்டில் நம் அரசாங்கம் மேற்கத்திய கல்வி முறையைத் தாங்கிப் பிடித்து, காந்தியக் கல்வியை அனாதையாக்கியது.

அதன் விளைவு தான் இன்று நம் கல்வி நிறுவனங்கள், தன்னம்பிக்கையற்ற, சமூகப் பார்வையற்ற, சமூக அக்கறையற்ற, சான்றிதழ் பெற்றதை மட்டுமே தகுதியாகக் கொண்ட மனிதர்களை உருவாக்கும் அமைப்புகளாக மாறிவிட்டன.

கீதையில் நாம் ஒவ்வொருவரும் இரண்டு பணிகளைச் செய்தாக வேண்டும் என்று கூறப்பட்டுள்ளது. ஒன்று க்ரியா. மற்றொன்று கர்மா. இந்த 'க்ரியா' என்பது நம்மை நாம் தயார் செய்து உயர்த்திக் கொள்வது.

இது எதற்காக என்றால் 'கர்மா' என்ற விதிக்கப்பட்ட வேலையைச் செய்வதற்காக. எனவே ஒவ்வொருவரும் தங்களை வளர்த்து, தங்களுக்கு விதிக்கப்பட்ட வேலையை அதற்குரிய தர்மத்துடன், தன் சக்தி முழுமையையும் தந்து செய்திட வேண்டும்.

விளைவுகளை இறைவனிடம் விட்டுவிட வேண்டும் என்று கூறுகின்றது. ஆனால் இன்று நம் கல்வி முறை பலர் தன்னை, தன் நிறுவனத்தை, தன் குடும்பத்தை வளர்க்க பயன்படுகிறதேயன்றி, இந்தக் கல்வியால் சமூகம் பெறவேண்டிய சேவைகளைப் பெறமுடியவில்லை என்பதுதான் இன்று நாம் பார்க்கும் யதார்த்தம்.

இது மட்டுமல்ல, நம் கல்வி இன்று சுயநலம் பேணுவதைவிட, மிக மோசமான ஒரு விளைவையும் உருவாக்கி விட்டது. நியாயத்தின் பால் நிற்பதற்கும், ஒழுக்கத்தின் பால் நிற்பதற்குமான இடத்தை உருவாக்கவில்லை. நம் கல்வி படித்தவர்களிடம் சிந்தனையிலும், உணர்விலும், செயலிலும் மாற்றத்தைக் கொண்டுவரவில்லை.

இந்தக் கல்வி என்பது நம் சமுதாயத்தை உயர்ந்த விழிப்பு நிலையில் (Higher consciousness) படித்தவர்களை கொண்டு சேர்த்து செயல்பட வைக்க முடியவில்லை. பெரும்பாலான நம் செயல்பாடுகள் படித்தவரானாலும்.

பாமரரானாலும் சரி, ஒரு விழிப்பற்ற நிலையில் (unconscious) செயல்படுவதால் வாழ்க்கையின் உண்மை நிலையை அறியாமல், புலன்களின் பின் சென்று, பொருள் ஈட்டிப் போக வாழ்க்கை வாழ்வதுதான் வாழ்வின் குறிக்கோளாகக் கருதி வாழ்கிறார்கள். அதைச் செய்ய வைத்தது இந்தக் கல்வி முறை.

கீதை சொன்ன கர்மாவை நோக்கி இட்டுச் செல்வது காந்தியின் புதிய கல்வி முறை. அந்தக் கல்வி சமுதாய மேம்பாட்டுக்குள் தனி மனித மேம்பாட்டை அடக்கியது.

சமூகத்தை உயர்த்துவதில்தான் தனிமனித உயர்வு இருக்கிறது என்பதை உட்பொருளாகக் கொண்ட கல்வி தான் காந்தியின் புதிய கல்விக் கொள்கை. இன்றும் அந்தக் கல்வியை நம் கல்வித் திட்டத்தில் இணைத்து புதுமைகளைப் படைக்கலாம்.

அதற்கு நம் அரசு கல்விச்சாலைகளுக்கு அழுத்தம் தந்தால் இன்றைய கல்வி முறையிலேயே பல மாற்றங்களைச் செய்து செயல்படுத்த முடியும். இதற்கு நம் அரசாங்கம் முன்வர வேண்டும்.

அவசியமான அந்தப் புரிதலை நம் ஆளும் வர்க்கத்திற்கு யார் தருவது என்பதுதான் இன்று நம் முன் நிற்கும் மையக் கேள்வி.

*

15. புதிய சூழல் நமக்குச் சொல்லும் செய்தி

கொரோனா என்ற வைரஸ் மக்கள் உடலுக்கு மட்டும் ஆபத்தை விளைவிக்கவில்லை; ஒட்டுமொத்த செயல்பாடுகளுக்கும் ஆபத்தை விளைவித்து, புது வாழ்க்கை முறையை கண்டுபிடித்துக் கொள்ளுங்கள் என்று ஓசையிட்டுச் சொல்லாமல் சொல்லி விட்டது.

இந்த ஒட்டு மொத்த உலகையும் உலுக்கி எடுக்கையில், "உலக மக்களே ஒன்று படுங்கள், போராடுவோம் வெற்றி பெறுவோம்" என்று கூறுகிற ஒரு உலகத் தலைவர்கூட இல்லை.

மாறாக என் நாட்டுப் பொருளாதாரத்தைக் காக்க வேண்டும், என் பதவியைக் காக்க வேண்டும் என்ற பார்வையில் செயல்படும் தலைவர்களைத்தான் உலகச் சக்தி வாய்ந்த நாடுகளில்கூட நம்மால் பார்க்க முடிந்தது.

முப்பது ஆண்டுகளுக்கு முன் உலகமயப் பொருளாதாரத்திற்கு அடிகோலிய தலைவர்கள் உருவாக்கிய அமைப்புகள், எவ்வளவு போலியாக கட்டமைக்கப் பட்டிருந்தன என்பது தற்போது நமக்கு விளங்க ஆரம்பித்து விட்டது.

உலக மயமான பொருளாதாரத்தின் மிக முக்கியமான நோக்கமாக எது மையப்படுத்தப்பட்டிருந்தது என்றால் லாபம். இந்த லாபம் எவ்வளவு இருக்கலாம் என்பதற்கு எந்த வரைமுறையும் கிடையாது. இந்த லாபம் எதற்கு என்பதற்கு எந்த விளக்கமும் கிடையாது.

அடுத்து அந்த லாபம் யாருக்கு என்பதற்கும் அங்கே விளக்கம் கிடையாது. அந்த லாபம்

டாக்டர் க.பழனித்துரை

எதைச் சுரண்டி வருகிறது, அது சரியா என்பதற்கும் விளக்கம் கிடையாது. அந்த லாபம் என்பது எப்படித் தீர்மானம் ஆக வேண்டும், அதற்கு வரையறை இருக்கிறதா என்ற கேள்விக்கும் அதில் விளக்கம் கிடையாது.

அதே போல் லாபம் ஈட்டித் தருவோருக்கு சன்மானமாக சம்பளம் வழங்கப்பட்டது. அந்தச் சம்பளத்திற்கும் எந்த வரையறையும் கிடையாது.

வரையறையில்லாத லாபமும் யாருக்கென்றால் அறிவுச் செயலில் ஈடுபடுகின்றவர்களுக்கும், தலைமைப் பொறுப்பில் இருப்பவர்களுக்கு மட்டுமே. இதுவும் எப்படி தீர்மானிக்கப்பட்டது அதற்கும் விளக்கம் இல்லை.

அந்த அளவுக்கு சந்தைச் செயல்பாடுகளுக்குச் சுதந்திரம் இருக்கிறது. ஆனால் சமூகத்திற்கு அப்படியொரு சுதந்திரம் கிடையாது.

உலகமய பொருளாதார செயல்பாட்டு வரையறைகளில் மக்கள் நலம் என்பதோ அல்லது லாபத்திற்காக உழைக்கும் உழைப்போரின் நலத்திற்கோ எப்படிச் செயல்பட வேண்டும் என்பதற்கும் எந்த விளக்கமும் இல்லை. அதைவிட மிக முக்கியமாக இந்த லாபம் ஈட்டும் செயல்பாடுகளைச் செய்கின்றபோது அதில் பாதிக்கப்படும் இயற்கை வளங்களைப் பற்றி எந்தப் பார்வையும் உலகமயச் செயல்பாட்டின் வரையறையில் இடம்பெறவில்லை.

எனவே இந்த சந்தைச் செயல்பாடு என்பது இயற்கையைச் சுரண்டுவது, மனித உழைப்பைச் சுரண்டுவது என்ற பார்வை அணுகுமுறையாக இருந்ததே தவிர, இதன் விளைவுகளைப் பற்றிய எந்த விழிப்போ அல்லது பார்வையோ அற்ற நிலையில்தான் இருந்து வந்துள்ளது.

இன்று இந்தச் செயல்பாடுகளுக்கு கொரோனா என்ற பேரிடர் உருவாகி தடைபோட்டு வீழச்செய்து விட்டது. இன்று அனைவருடைய சிந்தனைப் போக்கும், இதைச் சீரமைப்பது எப்படி என்பதைத்தான் மையமாக வைத்து நகர்கின்றது. பெரும் பொருளாதாரச் சக்திகளாக விளங்கிய நாடுகள் சரிசெய்ய இயலாத நிலைக்கு வந்து கொண்டிருக்கின்றன.

பூலோக சொர்க்கமாகக் கருதப்பட்ட நாடுகளில் குறைந்தபட்ச வாழ்க்கை வாழ்வது கூட சிக்கல் நிறைந்ததாக உருவெடுத்துள்ளது.

இரண்டாம் உலகப் போருக்குப் பின் ஐரோப்பாவை கை தூக்கிவிட அமெரிக்கா இருந்ததுபோல் இன்று அப்படி ஒரு நாடு இல்லை. எனவே மீண்டும் இந்த உலகமயப் பொருளாதாரச் செயல்பாடுகளை பழைய வழித் தடங்களில் செலுத்த இயலாத சூழலில் உலகம் இன்று வந்து நின்று கொண்டுள்ளது.

இயற்கை தன் அபாயச் சங்கை ஊதி மானுடத்திற்கு அறிவுரை கூறிவிட்டது. 'உன் ஆசையை நிறைவேற்ற என்னிடம் வாய்ப்பில்லை' என்று இயற்கை அதன் கதவை அடைப்பது போன்று பேரிடரை உருவாக்கிய வண்ணம் உள்ளது.

அதேபோல் எல்லையில்லா அளவுக்கு தொழிலாளர்களைச் சுரண்டி கொழித்ததுபோல் இனிச் செயல்பட வாய்ப்பில்லை. சமூக நலன் அல்லது மக்கள் நலன் காக்கும் செயல்பாடுகளை தனியார் மயப்படுத்தப்பட்ட அமைப்புகள், நிறுவனங்கள் செய்யும் என்பது எவ்வளவு பொய்மை நிறைந்தது என்பதை கொரோனா வைரஸ் பரவிய காலத்தில் மானுடம் தெளிவாகக் கண்டு கொண்டது.

எனவே இதுவரை பொருளாதாரச் செயல்பாடுகள் சென்ற தடத்தில் செயல்பட இனிமேல் வாய்ப்பில்லை. மக்கள் நலம் காப்பது என்பது அரசாங்க அமைப்புக்களின் செயல்பாட்டில்தான் இருக்க வேண்டும்.

அவைகள் தான் மக்களைக் காக்கும் என்ற கருத்து வலுப்பட்ட நிலையில் தனியார் மயத்திற்கு புதிய கட்டுப்பாடுகள் என்பது வந்தாக வேண்டிய கட்டாயம் வந்து விட்டது.

எல்லை இல்லா லாபம், லாபம் ஈட்டித்தர எல்லை இல்லாச் சம்பளம் என்பதை இனிமேல் அனுமதிக்க முடியாது. லாபத்திற்கான பொருளாதாரச் செயல்பாட்டில் இயற்கைச் சீரழிவு என்பது பொருட்டல்ல என்பது இனிமேல் எடுபடாத ஒரு விவாதம்.

எனவே எந்தப் பொருளாதாரச் செயல்பாடும், இயற்கைப் பாதுகாப்பு உறுதி செய்யப்பட்ட சூழ்நிலையில்தான் நடைபெற்றாக வேண்டும்.

சந்தை லாபத்திற்காக பயன்படும் தொழிலாளர்களை உபயோகப் படுத்திவிட்டு, பிறகு தூக்கி எறி என்ற மூலமந்திரம் தகர்க்கப்பட்டு விடும்.

எனவே உலக நாடுகள் இனிமேல் அந்தந்த நாடுகளின் தனித் தன்மைக்கேற்ற பொருளாதார வழிமுறைகளைக் கண்டு திட்டமிட்டு, இயற்கையைப் பாதுகாத்து, மக்கள் நலம் பேணி, முறையாகச் செயல்பட வேண்டும் என்ற சூழலுக்கு வந்துவிட்டது.

அரசாங்க அமைப்புகள் பொதுமக்களின் அனைத்துப் பாதுகாப்புக்கும், பொறுப்பேற்றுச் செயல்பட்டாக வேண்டிய கட்டாயத்திற்கு தள்ளப்பட்டுள்ளன. எனவே தனித் தன்மையுடன் நாடுகள் செயல்பட்டு, தம் மக்களைப் பாதுகாக்க வேண்டிய சூழலுக்கு வந்துள்ளன.

அரசுகள் புதிய பாதையை நோக்கி பொருளாதாரச் செயல்பாடுகளைக் கொண்டு செலுத்தத் தேவையான சிந்தனையை உருவாக்கக் கூடிய தலைவர்கள் தேவைப்படுகின்றார்கள். உலகில் நடக்கும் எல்லா அசாதாரண நிகழ்வுகளும் மக்களை புதிய திசையில் பயணிக்க வைக்க நடைபெறும் நிகழ்வுகளாகும்.

இதற்கான முதல் படியாக பொருளாதார வளர்ச்சி என்பது மக்கள் நலனை முன்னிறுத்தியதாக அமைய வேண்டும். அது மானுடம் மதிக்கத்தக்க, மரியாதையுடன் கூடிய வாழ்வை வாழத் தேவையான அடிப்படை வசதிகளைச் செய்து தருவதைத் தான் நோக்கமாகக் கொண்டு அரசு செயல்பட வேண்டும்.

அப்படிச் செயல்படும்போது மிக முக்கியமானது இயற்கைப் பாதுகாப்பு. இது ஒரு அடிப்படை பார்வையாக உறுதி செய்யப்பட வேண்டிய மிக முக்கியமான செயல்.

அடுத்து அரசு அமைப்புக்களை அதன் அசுரத் தன்மையை மாற்றி மனிதாபிமானப்படுத்தி மக்கள் நலன் பேணுவது பிரதானப் படுத்தப்பட வேண்டும். இந்த அரசு அமைப்புக்கள் என்பது கோலோச்சும் பார்வையிலிருந்து மக்களோடு கைகோர்த்துச் செயல்படும் அமைப்புக்களாக மாற்றியமைக்கப்பட வேண்டும்.

மக்களின் வாழ்க்கை முறையில் இயற்கை சார்ந்து, தேவையின் அடிப்படையில் வாழும் மாற்றத்தைக் கொண்டு வந்தாக வேண்டும். எனவே ஏழ்மை அல்லது வறுமைக் குறைப்பிற்கு பொருளாதார வளர்ச்சிதான் அடிப்படை என்பதை மாற்றி, இயற்கை வளங்களை பாதுகாப்பதும், வளர்த்தெடுப்பதும் தான் அடிப்படை என்ற நிலைக்குக் கொண்டு வந்தாக வேண்டும்.

எனவே புதிய பாதையில் பயணிக்க மானுடம் தன்னை இப்போது தயார் செய்து கொள்வது தான் இன்று நமக்குத் தேவை.

இந்தியாவின் 11வது ஐந்தாண்டுத் திட்டம் தயாரித்தபோது, ஓர் அணுகுமுறை அறிக்கை அனைவரின் விவாதத்திற்குத்

தரப்பட்டது. அதில் மிக முக்கியமான கருத்து ஒன்று வைக்கப்பட்டுள்ளது.

இந்தியாவின் நடைபெறும் அனைத்து வளர்ச்சிச் செயல்பாடுகளிலும் பேரிடர் மேலாண்மை என்பதை நிரந்தரமாக பின்புலத்தில் வைத்துச் செயல்பட வேண்டும் என்று வலியுறுத்தப்பட்டது.

இதன் பொருள் என்னவென்றால் பேரிடர் என்பது இனிமேல் ஆண்டுதோறும் நாம் சந்திக்க வேண்டி வரும் என்பதை உறுதி செய்து வைக்கப்பட்ட கருத்தாகும். அதனைத் தொடர்ந்து தான் புவி வெப்பமடைதல், சுற்றுச்சூழல் சீர்கேடு, காற்று மாசுபடுதல், உயிர்ச்சூழல் சீரழிவு, பல்லுயிர்ப் பெருக்கம் பாழடைதல் போன்ற கருத்தாக்கங்கள் மக்கள் மத்தியில் விவாதப் பொருள்களாக வைக்கப்பட்டன.

கோடையில் வறட்சி, குளிர்காலத்தில் வெள்ளம், புயல் போன்றவை வந்த வண்ணம் இருக்கின்றன. தற்போது கொரோனா மற்றும் வெட்டுக்கிளி.

இன்று நாம் சந்தித்துக் கொண்டிருக்கின்ற அத்தனை பிரச்சினைகளும் வந்தே தீரும் என்பதை நூறு ஆண்டுகளுக்கு முன் கணித்து, இந்தியா எப்படி ஒரு மாற்று வாழ்க்கை முறையைக் கடைப்பிடித்து, வாழ்ந்து உலகத்திற்கு லோக குருவாக வேண்டும் என்று மகாத்மா காந்தியும், அரவிந்தரும், ரவீந்திரநாத் தாகூரும், ஜே.சி.குமரப்பாவும் கனவு கண்டார்களோ, அதைத் தற்போது இந்தியாவில் மீள்பார்வை செய்ய வேண்டும்.

இவர்களின் கருத்தாகத்தை "வளர்ச்சிக்கு ஒரு எல்லை" என்ற புத்தகத்தில் நாம் பார்க்கலாம். அந்தப் புத்தகம் 1973 ஆம் ஆண்டில் ஐ.நா.நிறுவனம் வெளியிட்டது. அதனைத் தொடர்ந்து 'சுற்றுச் சூழலும் வறுமை ஒழிப்பும்' என்ற தலைப்பில் உலகத் தலைவர்களின் மாநாட்டைக் கூட்டி ஐ.நா. விவாதம் செய்து வளர்ச்சிப் பாதையில் மாற்றம் வேண்டும் என்றது.

1987ல் ஐ.நா நிறுவனம் "நமது பொது எதிர்காலம்" என்ற அறிக்கையை வெளியிட்டு இயற்கை வளம் மற்றும் பாதுகாப்பு என்ற பின்புலத்தில் பொருளாதார வளர்ச்சிச் செயல்பாடுகளை உலக நாடுகள் வடிவமைத்துக் கொள்ள வேண்டும் என்று அறைகூவல் செய்தது.

தற்போது உலகப் பொருளாதார அமைப்பின் ஓர் ஆய்வறிக்கையை வெளியிட்டு உலகையே அதிர வைத்துள்ளது.

இயற்கை வளப் பாதுகாப்பற்ற ஒரு பொருளாதாரம் கொண்டுவரப் போகும் பெரும் ஆபத்தை எடுத்துக்காட்டி, எல்லாப் பொருளாதாரச் செயல்பாடுகளிலும் இயற்கை வளப் பாதுகாப்பு என்பது எப்படியெல்லாம் பின்புலமாக இருக்க வேண்டும் என்பதை வலியுறுத்தியதோடு, அந்தப் பொருளாதாரத்தை எப்படி கட்டமைத்துக் கொள்வது என்பதையும் விளக்கியுள்ளது.

இந்த அறிக்கையை பின்புலத்தில் வைத்து, இன்றைய இந்தியச் சூழலுக்கு நம் முன்னேற்றப் பாதையை வடிவமைத்தால் நாம் துவங்க வேண்டிய இடம் கிராமம்.

ஏனென்றால் இந்தியாவின் முகமாக இருப்பதும் கிராமங்கள் தான். பெரும்பான்மை மக்கள் வாழ்வதும் கிராமங்களில்தான், இந்தியக் கலாச்சாரம் பண்பாடு நாகரீகம் அனைத்தும் கிராமங்களை அடிப்படையாகக் கொண்டு உருவானவையே.

எனவே தற்போது வெறிச்சோடியிருக்கிற கிராம வாழ்வு மீண்டும் மலர, கிராமங்கள் செயல்பாட்டுக் களமாக மாற வேண்டும். அதற்கு மிக முக்கியத் தேவை, ஒன்று விவசாயத்தை மீட்டெடுப்பது. இரண்டு கிராமத் தொழில்களை வலுப்படுத்துவது.

இந்த இரண்டிற்கும் தரகர்கள் இல்லாமல் செயல்பட ஒரு கொள்கைச் சூழலை உருவாக்க வேண்டும்.

இதற்கான முன்னெடுப்புக்களைத்தான் மத்திய, மாநில அரசுகள் எடுத்திட வேண்டும். எனவே நாம் புதிய பாதை நோக்கிச் செல்ல முனைய வேண்டும்.

இதற்கு முதலில் ஒவ்வொரு தனி மனிதரும் கிராமியச் சிந்தனை கொண்டவராக (Rural Mindedness) மாறிட வேண்டும்.

*

16. புலம் பெயர்ந்த தொழிலாளர்களின் சரிந்த வாழ்வு மீளுமா?

புலம் பெயர்தல் என்பது மானுடம் தோன்றிய காலத்திலிருந்து நடைபெறும் ஒரு நிகழ்வு.

எதையோ ஒன்றைத் தேடி மானுடம் ஓரிடத்திலிருந்து மற்றொரு இடத்திற்குச் சென்று வாழ வேண்டிய சூழலில் அவர்கள் புலம் பெயர்கின்றார்கள். இன்றைய நவீன உலகில் புலம் பெயர்தல் என்பது வளர்ச்சிக்கு வித்திடும் செயல்பாடாகப் பார்க்கப்படுகிறது.

எந்த நகரத்திற்கு அதிக அளவில் புலம் பெயர்ந்து மக்கள் வந்து கூடுகின்றார்களோ, அந்த இடம் பொருளாதார வளர்ச்சி மையமாக இருக்கும் என்பது கோட்பாட்டு ரீதியான கருத்து.

இன்றைய சூழலில் புலம் பெயர்தல் என்பது இரண்டு நிலைகளிலே நடைபெறும். ஒன்று கிராமங்களில் வேலை கிடையாது, வாழ்வாதாரம் பாதித்த நிலையில் எங்கு வேலை கிடைக்கிறதோ அங்கு புலம் பெயர்ந்து விடுகிறார்கள்.

இரண்டு, சொந்த மாநிலத்தில் வேலை கிடைக்கின்றது, ஆனால் என் தகுதிக்கு ஏற்ற வேலை கிடைக்கவில்லை, என் தகுதிக்கு ஏற்ற ஊதியம் கிடைக்கவில்லை, எனவே புலம் பெயர்ந்து வேறு மாநிலத்திற்கோ அல்லது வேறு நாடுகளுக்கோ நான் செல்ல வேண்டியுள்ளது என்ற நிலையில் புலம் பெயர்வு நடைபெறுகிறது.

இந்தப் புலம் பெயர்ந்து செல்லும் தொழிலாளர்களின் வாழ்வியல் சூழல் எப்படியிருக்கிறது என்பது ஒரு விவாதத்திற்குரிய பொருள்.

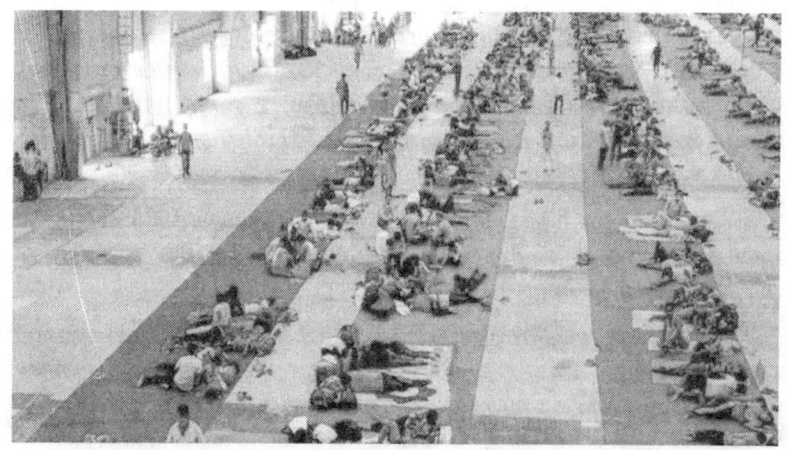

மேம்பாடடைந்த நாடுகளில் குறைந்தபட்ச வாழ்வில் வசதிகள் என்பது வரையறுக்கப் பட்டிருக்கிற காரணத்தால் அங்கு செல்லும் தொழிலாளர்கள், மானுடம் எப்படி வாழ வேண்டுமோ, அதற்கு ஏற்ற அடிப்படை வசதிகளுடன் வாழ்வதற்கு வசதிகளை ஏற்படுத்தித் தந்துவிடுகின்றனர். நம் நாட்டில் அப்படியொரு வரையறையும் கிடையாது.

அப்படி ஒரு வாழ்வுக்கு அடிப்படை வசதிகள் என்பது கட்டாயம் என்பதும் இல்லாத காரணத்தால் புலம் பெயர்ந்த தொழிலாளர்களின் வாழ்வு என்பது மானுட வாழ்வாக இல்லாமல் வாழ வேண்டிய சூழலுக்கு அவர்கள் தள்ளப்படுகின்றனர்.

இந்தப் புலம் பெயர்வில் விஞ்ஞானிகளாக, தொழில் நுட்ப வல்லுனர்களாகச் செல்கிறவர்களின் வாழ்க்கை என்பது எப்போதுமே சிறப்பு மிக்கதாக இருக்கும். அவர்கள் செல்வம் சேர்க்கச் சென்றவர்கள்.

இரண்டாவது ரகம் வாழ்வாதாரம் இன்றியும், தங்கள் ஊரில் கிடைக்கின்ற சம்பளம் குறைவானது என்பதாலும், சென்றவர்களின் வாழ்க்கைத் தரம்தான் எப்போதும் கேள்விக்குறியாக உள்ளது.

நகரங்களில் ஆரம்பிக்கும் தொழிற்சாலைகளுக்கு ஆட்கள் தேவை, அதேபோல் சேவைத் தொழிலுக்கும் நகரங்களில் ஆட்கள் தேவை. ஆகையால் தரகர்கள் மூலம் கிராமப் புறங்களிலிருந்து தொழிலாளர்களை வரவழைத்து விடுகின்றனர்.

டாக்டர் க.பழனித்துரை

ஆனால் நம் தொழிலாளர்களிடமிருந்து அவர்களின் உழைப்பு வேண்டும் என்று எண்ணுகின்ற தொழிலதிபர்களுக்குத் தொழிலாளர்களின் வாழ்க்கைச்சூழல், உணவு, தங்குமிடம், அவர்கள் குடும்பம், அவர்களின் பாதுகாப்பு மற்றும் அவர்களின் உரிமைகள் பற்றி எந்தக் கவலையும் இல்லை.

அப்படி மனிதாபிமான உணர்வுகள் மறக்கடிக்கப்பட்ட மனிதர்களாக நம் தொழில் அதிபர்கள் இந்திய மண்ணில் மாறியதுதான் பெரும் சோகம்.

அவர்கள் மட்டுமல்ல, நம் அரசாங்கங்களும் அவர்களைப் பற்றிய எந்த பார்வையும் அற்றதாகவே இருந்துள்ளன என்பது இந்த கொரோனா பாதிப்பு வரும்போது அவற்றின் செயல்பாடுகளிலிருந்து வெட்ட வெளிச்சமாகியுள்ளன.

அது மட்டுமல்ல, பல காலகட்டங்களில் தொழிலாளர்களின் மேம்பாட்டுக்காக போடப்பட்ட சட்டங்கள் இருக்கின்றன, ஆனால் அவைகள் நடைமுறைப்படுத்தவில்லை என்பதுதான் நாம் பார்க்கும் எதார்த்தமான உண்மை.

அந்தச் சட்டங்களைக் கொண்டுவருவதற்காகவே பல போராட்டங்களைத் தொழிலாளர்கள் நடத்தி வெற்றி பெற்றனர். அவைகளை எல்லாம் கண நேரத்தில் குப்பைத் தொட்டிக்குக் கொண்டு சென்று விட்டனர்.

அடுத்து தொழிலாளர்களுக்கு இருந்த பாதுகாப்புச் சட்டங்களும் ஒன்றன்பின் ஒன்றாக அரசாங்கத்தால் நிராகரிக்கப்பட்டு வருகின்றன.

இதைவிட மிக மோசமான ஒரு நிகழ்வு நம் நாட்டில் இவ்வளவு பெரிய அரசாங்கக் கட்டமைப்பு இருந்தும்,

புலம் பெயர் தொழிலாளர் பற்றிய அறிவியல் பூர்வமான முடிவுகளை எடுப்பதற்குத் தகுந்த புள்ளி விபரங்களை யாராலும் தர இயலவில்லை.

ஒவ்வொருவரும் ஒரு அறிக்கையை ஆதாரமாகக் கொண்டு ஒரு புள்ளி விபரத்தைக் கூறுகின்றனர். அதன் விளைவு எந்த முடிவும் சரியாக எடுக்க முடியாமல் அரசாங்கங்கள் திணறி வருகின்றன.

புள்ளி விபரங்களைச் சரியாக வைத்துக் கொள்ளாமல் இருப்பதையும், ஒரு கொள்கையைப் போல வைத்துக் கொண்டுள்ளன நம் அரசாங்கங்கள்.

இதில் அவர்களுக்கும் லாபம்தான். ஆனால் புலம் பெயர் தொழிலாளர்களின் வாழ்வுதான் கேள்விக் குறியாக்கப்பட்டுள்ளது.

இந்த ஊரடங்கு அறிவித்தவுடன் இந்தவிதமான புலம் பெயர் தொழிலாளர்களுக்கு எந்த உத்தரவாதமும் எதற்கும் எவரிடமிருந்தும் இல்லை.

மத்திய அரசிடமிருந்தோ, மாநில அரசிடமிருந்தோ, தொழிலதிபர்களிடமிருந்தோ, அல்லது உள்ளாட்சியிலிருந்தோ இல்லாத சூழலில், தங்கள் சொந்த ஊரை நோக்கிச் செல்வதைத் தவிர வேறு எந்த வாய்ப்பும் இல்லை.

அப்படி அவர்கள் தங்களுடைய சொந்த ஊர்களுக்குச் செல்ல முயன்றபோது, வாகனங்கள் எதுவும் ஓடவில்லை. என்ன செய்வது என்று தெரியவில்லை அவர்களுக்கு.

எனவே தங்கள் நடைபயணத்தைத் தொடங்கி, இந்திய பாகிஸ்தான் பிரிவினையின்போது எப்படி மக்கள் இந்தியாவுக்குள் பாகிஸ்தானிலிருந்து அச்சத்தில் ஓடி வந்தார்கள் என்பதை அவர்களின் நடைபயணத்தின் மூலம் மக்கள் மத்தியில் தத்ரூபமாக காட்டினார்கள்.

அவ்வளவு பெரிய மக்கள் கூட்டம் மூட்டை முடிச்சுகளோடு முதியவர், பெண்கள், குழந்தைகள் என அனைவரும் சாலைகளில் வாழ வழியற்றவர்களாக நடந்து சென்றனர்.

சாலைகளில் மட்டுமா சென்றார்கள், அரசாங்க அதிகாரிகளுக்கும், காவல்துறைக்கும் அஞ்சிக் கிடைத்த வழிகளையெல்லாம் பயன்படுத்தித் தங்கள் சொந்த ஊர் நோக்கி பயணித்தார்கள்.

இந்தப் பயணத்தில் இறப்புகள் மற்றும் எல்லையற்ற துயரங்களை அவர்கள் சந்தித்தது நெஞ்சை விட்டு அகலாது. அவர்களின் சாலைப் பயணம் தடையற்ற பயணமும் அல்ல. அவர்களை ஏதோ தேச விரோதிகளைப் போல விரட்டினார்கள். அடி உதைகளையும், பல்வேறு இன்னல்களையும் சந்தித்தார்கள்.

அதையெல்லாம் பார்க்கும்போது ஒரு நாட்டின் குடிமக்கள் சொந்த நாட்டிலேயே அகதிகள்போல் நடத்தப்பட்டதாகவே பலரும் உணர்ந்தனர்.

அவர்களுடைய பயணம் பொது விவாதமாக்கப்பட்ட பிறகு, அவர்களை ரயிலில் அழைத்துவர, பேருந்தில் அழைத்துவர முடியும் என்ற ஆதரவான செய்திகள் வெளியாயின.

ஆனால் அந்தச் செலவை யார் ஏற்பது என்ற விவாதம் அரசாங்கம் மக்கள் மீது வைத்துள்ள கரிசனம் எந்த அளவுக்கு உள்ளது என்பதை மிக எளிதாக எடுத்துக் காட்டிவிட்டது.

மத்திய அரசும் மாநில அரசுகளும் விவாதித்த விதம் நாட்டின் குடிமக்கள் பாதுகாப்பு யார் கையில், அரசாங்கம் கைவிட்டுவிட்டால் என்னாகும் என்ற கேள்விகள் எல்லோருக்குள்ளும் எழுந்தன.

கடைசியாக ரயில் வரும் என்ற செய்தி வந்ததும், புகைவண்டி நிலையம் நோக்கி ஓடியது தொழிலாளர் கூட்டம். அவர்களைக் கையாண்ட விதம், எந்த அளவுக்கு அவர்களை மனிதாபிமானமற்று நடத்தப்பட்டார்கள் என்பதை வெட்ட வெளிச்சமாக்கியது.

அவர்களை ஏற்றிச் சென்ற ரயில்கள் தடம் மாறி வேறு ஊர்களுக்குச் சென்ற செய்தியும் நம் நிர்வாகக் கட்டமைப்பை நகைப்புக்குரியதாக்கியது.

அவர்களை ஏற்ற வந்த ரயிலில் இரண்டு மூன்று நாட்கள் பயணம் செய்தது, தண்ணீரற்று, உணவற்று அவர்களை ஏற்றிச் சென்றது, அரசாங்கம் அவர்களை எப்படிக் கருதியது என்பதை தெளிவாக்கிக் காட்டி விட்டது.

தங்கள் சொந்த ஊர்களுக்குச் செல்ல ஆயத்தமானவர்களை வழி மறைத்து "எங்கள் அரசு உங்களை உங்கள் மாநிலத்திற்கு அனுப்பாது" என்று கட்டுமான அதிபர்கள் வேண்டுதலைக்

கேட்டு கூறியது, அரசாங்கம் யாருக்கானது என்பதையும் தெரியவைத்து விட்டது.

அடுத்து அவர்களின் சொந்த ஊர்களுக்குச் செல்லும்போது, அவர்களுக்குக் காத்திருந்த வரவேற்பும், அங்குள்ள கொரன்டைன் மையங்களில் அடைபட்ட அனுபவமும் அனைத்தும் இவர்களுக்கு வெந்த புண்ணில் வேல் பாய்ச்சுவது போல் இருந்தது. அவர்களைப் பதறவும், கதறவும் வைத்தது.

அவர்களின் எதிர்காலத்தை அனைவரும் சேர்ந்து சூனியமாக்கினார்கள். அவர்களுடைய உழைப்பு அரசாங்கத்திற்கு இந்திய பொருளாதாரத்தை உயர்த்தத் தேவைப்படுகிறது, முதலாளிகளுக்கு தங்கள் லாபத்தை உயர்த்தத் தேவைப்படுகிறது, ஆனால் அவர்களையும் மனிதர்கள்போல் நடத்த அரசுக்கும் மனமில்லை, முதலாளிகளுக்கும் மனமில்லை.

அவர்கள் உயிருக்கும் எந்த பாதுகாப்பும் இல்லை, அவர்களின் வாழ்வாதாரத்திற்கும் எந்தப் பாதுகாப்பும் இல்லை. இவை அனைத்தும் செய்ய வேண்டியது அரசுகள்தான்.

குடிமக்களின் அனைத்து விதமான பாதுகாப்பும் அரசின் கையில்தான் இருக்கிறது. அதற்காகத்தான் குடிமக்களுக்கு அரசு ஒன்று தேவைப்பட்டது. ஆனால் ஒரு சாராருக்கு அந்தப் பாதுகாப்பு கிடைக்கவில்லை என்பது நாம் பார்த்த கசப்பான உண்மை.

எல்லோருக்கும் பாதுகாப்பை உறுதி செய்யும் சட்டங்களை வைத்திருக்கின்ற அரசு, அவைகளை நடைமுறைப்படுத்தாமல் இருப்பது எந்த விதத்திலும் நியாயமில்லை.

டாக்டர் க.பழனித்துரை

அது மட்டுமல்ல அவர்களைத் தனிமைப்படுத்த அமைத்த குவாரன்டைன் மையங்களை, ஏதோ அந்தமான் சிறைபோல அவர்களுக்கு காட்சியளிக்கும் அளவுக்கு உருவாக்கி, அவர்களுக்குப் பயத்தை ஊட்டி விட்டோம்.

கடைசியில் நமக்கு எழும் கேள்வி இவர்கள் யார்? இவர்கள் இந்த நாட்டின் குடிமக்கள் அல்லவா? இவர்களுக்கு அரசியல்சாசனச் சட்டம் தந்த பாதுகாப்புகள் எங்கே? இவர்களுக்கு அரசாங்கம் அளித்த வாழ்வாதாரத்திற்கான உத்தரவாதச் சட்டங்கள் எங்கே?

குறைந்தது 15 கோடி மக்களை இப்படிச் சாலைகளில் அலைய விட்டதற்கும், அதைவிட அவர்களை அவமானப்படுத்தியதற்கும், ஒரு நாகரீகமான சமுதாயமாக நாம் மன்னிப்புக் கேட்க வேண்டும். இல்லை என்றால் அவர்களின் ஆத்ம சக்தி ஆட்சியாளர்களைச் சபித்துக் கொண்டேயிருக்கும்.

அவர்கள்தான் உங்களை ஆட்சிக் கட்டிலில் அமர்த்தியவர்கள். அவர்களுக்கு ஆறுதலை மட்டுமல்ல, தங்களால் இயன்ற அளவுக்கு உதவி, அவர்களின் பிரச்சினைகளையும் விவாதித்து வெளிச்சத்திற்குக் கொண்டு வந்தவர்கள் தன்னார்வத் தொண்டு நிறுவனங்களும், சமூக ஆர்வலர்களும்தான்.

அவர்கள் யாரும் வாக்கு அரசியல் நடத்தவில்லை.

ஒரிசா மாநிலத்தில் ஒருசில தன்னார்வலர்கள் நடத்திய அந்த குவாரன்டைன் மையங்கள் தியான மையங்கள் போல், அமைதி காக்கவும், பாதுகாப்பாக இருக்கவும் ஏற்றபடியான தனிமைப் படுத்தப்பட்ட இடம் என்பதை நடைமுறைப் படுத்திக் காட்டினார்கள்.

அப்படிப்பட்ட அந்தக் குவாரன்டைன் மையங்களை அரசால் ஏன் அமைக்க முடியவில்லை என்பதுதான் பலருக்கு எழும் கேள்வி.

அந்தப் புலம் பெயர்ந்த தொழிலாளர்களை நடத்திய விதம் மானுட மாண்பு தெரிந்த எவராலும் ஒப்புக்கொள்ள முடியாத ஒன்று. கிராமத்திற்குள் வந்தடைந்தவர்களை அங்கு வைத்திருக்கும் நிலை அவர்கள் நடந்து வந்ததைவிட பரிதாபகரமானது.

அவர்கள் அங்கு நிலையாக தங்கப் போகிறார்களா? அப்படி என்றால் அங்கு என்ன வாழ்வாதாரம் இருக்கிறது? அதை உறுதி செய்ய அரசின் நடவடிக்கைகள் என்னென்ன? அல்லது அவர்கள் மீண்டும் வேலை செய்த நகரங்களுக்குச் செல்லப் போகிறார்களா?

அப்படிச் சென்றால் அங்கு மீண்டும் எப்படிப்பட்ட சூழலில் பணியாற்ற வேண்டும்? அவர்களின் வாழ்விடச் சூழல் புதிய சூழலில் மேம்படுமா? இவைகளெல்லாம் கேள்விகளாக அவர்கள் முன் நிற்கின்றன.

புலம் பெயர்ந்த தொழிலாளர்களுக்கான துறை ஒன்று இயங்குகின்றது. ஆனால் அந்தத் துறையால் அவர்களின் எந்தப் பிரச்சினைக்கும் தீர்வு காணமுடியவில்லை.

அவர்கள் வேலை செய்த அனைத்து இடங்களிலும் ஓர் உள்ளாட்சி அமைப்புகள் அரசாங்கமாக செயல்பட்டுக் கொண்டுள்ளன. இருந்தும் அவர்களைப் பற்றிய எந்தத் தகவலும் அங்கு கிடையாது.

இந்தச் சூழலில் அரசுகள் சில திட்டங்களை அறிவிக்கின்றன வேலை நேரத்தை 8 மணியிலிருந்து 12 மணி நேரமாக உயர்த்தி, சீர்திருத்தம் என்ற பெயரில் அதிகரிக்கின்றன.

இதைச் சீர்திருத்தம் என்று சொல்வது எவ்வளவு தொழிலாளர் விரோத செயல் என்பது கூடத் தெரியாமலேயே பிரகடனப் படுத்துகின்றனர் ஆட்சியாளர்கள்.

இந்தக் குழப்பமான சூழலில் அவர்களின் பிரச்சினைகளுக்குத் தீர்வு காண தேவையான சட்டத்தை இயற்றிட வேண்டும். அதேபோல் அவர்களின் மேம்பாட்டுக்கான கொள்கையினை உருவாக்கிட வேண்டும்.

அவர்களை வைத்து வேலை வாங்கி லாபம் ஈட்டும் நிறுவனம் முறைப்படுத்தப்பட்டவைகள் (Formal) ஆனால்

உழைக்கும் தொழிலாளர்கள் முறைசாரா தொழிலாளர்கள் (informal Labourers). இந்த முரண்பாடுகள் சட்டத்தின்படி தீர்க்கப்பட வேண்டும்.

புலம் பெயர்வு பற்றி ஒவ்வொரு உள்ளாட்சி அமைப்பும் புள்ளி விபரங்கள் வைத்திருக்க வேண்டும் என்பதைக் கட்டாயமாக்க வேண்டும்.

மாவட்டந்தோறும், சமூக நலத்துறை அலுவலகம் மாவட்ட ஆட்சியரின் மேற்பார்வையில் செயல்படுவதைப்போல, தனியாக ஒரு துறை பிரத்தியேகமாக உருவாக்கப்பட்டு, அங்கு புலம் பெயர் தொழிலாளர்கள் பற்றிய விவரங்கள் வைத்திருப்பது மட்டுமல்ல, அவர்களின் பிரச்சினைகளுக்குத் தீர்வு காணும் செயல்பாட்டிலும், அந்தத் துறை செயல்பட பணிக்கப்படல் வேண்டும். அவர்களுக்கு இருந்த பாதுகாப்புச் சட்டங்கள் திருத்தப் பட்டு முதலாளிகளுக்குச் சாதகமாக்கப்படுவதைத் தடுத்திட வேண்டும்.

அவர்களின் துயர் துடைக்க களத்தில் நின்று பணியாற்றிய தொண்டு நிறுவனங்களையும், அவர்களின் மேம்பாட்டுக்காக அரசு செயல்படும்போது இணைத்துக்கொண்டு செயல்பட வேண்டும். அவர்களின் பிரச்சினைகள் பற்றி இந்தியப் பல்கலைக் கழகங்களும், ஆராய்ச்சி நிறுவனங்களும் ஆய்வுகள் செய்யப்பட்டு அரசுக்கு ஆலோசனை வழங்க வேண்டும். அவர்களைக் கையாள்வது பற்றி செயல்பாட்டு முறைப்படுத்தப்பட்ட வழிமுறைகளை (Standard Operating Procedures) உருவாக்கிட வேண்டும்.

மாநிலம் விட்டு மாநிலம் செல்லும் தொழிலாளர்களைத் தரகர்கள் கையிலிருந்து விடுவித்து, அரசாங்கம் முறையான உத்தரவாதத்துடன் அனுப்பிட வேண்டும். அவர்களின் வருங்கால வைப்பு நிதி பற்றியும் இதுவரை எந்த விவாதமும் இல்லை. அதைப் பற்றிய எந்தப் புரிதலும் அந்தத் தொழிலாளர்களிடமும் இல்லை.

அதையும் சரி செய்திட வேண்டும். மேற்கண்ட பணிகளைச் செய்ய அரசு திறந்த மனதுடன் செயல்பட வேண்டும்.

*

17. தற்சார்பும் கிராமத் தன்னிறைவும்: எப்படிச் சாத்தியப்படும்?

"மக்களின் தேவையைப் பூர்த்தி செய்ய இயற்கையிடம் நிறைய வளங்கள் உள்ளன. ஆனால் மக்களின் ஆசையை நிறைவேற்ற இயற்கையிடம் வளங்கள் இல்லை" என்ற மகாத்மா காந்தியின் செய்தி இன்று பெரும்பான்மை மக்களிடம் சென்று மாற்று வழிக்கான தேடல்களைத் துவக்கி வைத்திருக்கிறது.

இனியும் இயற்கையை அளவற்றுச் சுரண்ட முற்பட்டால், இயற்கைப் பேரிடரை எல்லையற்ற அளவுக்கு மானுடம் சந்திக்க நேரிடும் என்பதையும் மக்கள் உணர ஆரம்பித்துள்ளனர்.

அதன் வெளிப்பாடுதான் 'தற்சார்பு' வாழ்க்கை முறைக்கு மானுடம் திரும்ப வேண்டும் என்ற விவாதம் வலுப்பெற்று வருகிறது.

"இந்த மாற்றுமுறை நம் நாட்டுக்கு மட்டுமல்ல, உலகம் முழுமைக்கும் தேவை என்பதை வளர்ந்த நாடுகளும் ஏற்றுக் கொண்டு விட்டன.

அதற்கு இந்தியா வழிகாட்டும் நிலையில் உள்ளது என எல்லா நாடுகளும் நம்புகின்றன" என்று நிதி ஆயோக்கின் துணைத் தலைவர் ராஜீவ் குமார் கூறி இருப்பது கவனத்தில் கொள்ளத் தக்கது.

இன்று அதற்கான கொள்கைச் சூழலும், நிர்வாகச் சூழலும் தான் உருவாக்கப்பட வேண்டும், மற்ற அனைத்தும் நம்மிடம் உள்ளன. நம் நாட்டைப் பொறுத்த வரையில் முதலில் தற்சார்பு என்பதைக் கிராமங்களில்தான் துவங்க வேண்டும்.

"இந்தியா என்பது கிராமங்களில்தான் வாழ்கிறது. அது அழிந்தால் இந்தியா அழிந்துவிடும்"

டாக்டர் க.பழனித்துரை

என்று காந்தி கூறியதற்கேற்ப, இன்னும் 68 சதவிகித மக்கள் கிராமங்களில்தான் வாழ்கின்றனர்.

இன்னும் இந்திய மக்கள் தொகையில் 58 சதவிகித மக்கள் தங்கள் வாழ்வாதாரத்திற்கு நம்பி இருப்பது விவசாயத்தைத்தான் என்பதை நாம் புரிந்து கொள்ள வேண்டும்.

ஒரு காலத்தில் கிராமப்புற வாழ்க்கை தற்சார்பு கொண்டதாகத் தான் இருந்திருக்கிறது. காலப்போக்கில் தொழில்மயத்தால் கிராமங்களைச் சுரண்டி நகரங்கள் கொழித்தன. இன்றும் இந்த முறை தொடர்வதால்தான் கிராமங்கள் தற்சார்பற்றதாக மாற்றப்பட்டு விட்டன.

தற்சார்புக் கிராமங்களை உருவாக்க தற்சார்பு வாழ்வியல் முறைக்கு மக்களைத் திருப்ப வேண்டும்.

இதற்கு முதலில் தற்சார்பு வாழ்வுமுறை பற்றிய ஒரு விழிப்புணர்வு மற்றும் புரிதல் மக்களிடம் உருவாக்கப்படல் வேண்டும்.

தற்சார்பு வாழ்வியல் என்பது இயற்கையைச் சார்ந்து, இயற்கையைப் பாதுகாத்து வாழ்தல்.

மனித சமூகம் வாழ்வது பூமிப் பந்தின் மேல்தான் என்பதை உணர்ந்து மானுடம் இயற்கையுடன் கொண்ட உறவு முறையை புரிந்து, இயற்கை எந்த விதத்திலும் பாழ்படாமலும், சுரண்டப்படாமலும் மக்கள் தன் தேவைகளை பூர்த்தி செய்ய செயல்படுதல்தான் தற்சார்பு வாழ்வு முறையாகும்.

இந்த வாழ்வுமுறை எளிதானது, இனிமையானது எளிமையானது, அமைதியானது, மற்றும் வன்முறை இல்லாதது. இந்த வாழ்வில் எந்த இடத்திலும் சுரண்டல் கிடையாது. ஆடம்பர நுகர்வும் கிடையாது. இந்த தேவை சார்ந்த வாழ்வில் அறம் பின்புலத்தில் இருந்து செயல்படும்.

தற்சார்பு வாழ்வில் உழைப்புதான் மகிழ்ச்சி மற்றும் ஆனந்தம். மக்கள் உழைத்து வாழ்வதில்தான் சுயமரியாதையுடைய வாழ்வைப் பெறுவார்கள். இங்கு தொழில் நுட்பம் உண்டு. அந்தத் தொழில் நுட்பத்தின் பயன்பாடு என்பது மனித உழைப்பை எளிதாக்க உதவிடுவது. அந்த தொழில் நுட்பம் மக்கள் உழைப்புக்கு மாற்று அல்ல. தற்சார்பு வாழ்க்கைப் பரவல் முறையை அடிப்படையாகக் கொண்டது.

அனைத்துச் செயல்பாடுகளும் பரவலாக்கப்பட்டு நடைபெறும். எவைகளையெல்லாம் கிராமத்து மக்களால் உருவாக்க முடியுமோ, அவைகளையெல்லாம் அங்கேயே உருவாக்கிவிட வேண்டும்.

இன்று நாம் வாழும் வாழ்வு தற்சார்புக்கு நேர் எதிர்மறையான வாழ்க்கை முறை. குவியல்முறை செயல்பாடுகளைக் கொண்டது. பொருள் உற்பத்தி, பொருள் விற்பனை, லாபம் ஈட்டுதல், அதில் அரசு வருவாய் பெறுதல். இதைத்தான் நாம் வளர்ச்சி என்று நம்புகின்றோம். நம்ப வைக்கப்பட்டிருக்கிறோம்.

இன்றைய வாழ்க்கையில் சாதாரண மனிதர்கள் சந்தைக்கு நுகர்வோராக, அரசுக்குப் பயனாளியாக, மக்கள் பிரதிநிதிகளுக்கு மனுதாரராக, அரசியல் கட்சிகளுக்கு வாக்காளராக இயங்குகிறார்கள்.

இங்கு இயற்கையையும் உழைக்கும் மக்களையும் சுரண்டி வாழ்வது அப்பட்டமாகத் தெரிந்தாலும் மக்களின் நுகர்வுப் போதையில் இயற்கை சுரண்டப்படுவதையும், ஏழைத் தொழிலாளிகள் சுரண்டப்படுவதையும் பார்த்து எந்த எதிர்வினையும் ஆற்ற இயலவில்லை. அரசாங்கம் மற்றும் சந்தை ஆகிய இரண்டு சக்திகளும் சமூகத்தைச் சீர்படுத்தி மேம்பட வைப்பதற்குப் பதிலாகச் சிதிலமடைய வைத்து விட்டன என்பதைத் தான் நாம் இன்று பார்க்கின்றோம்.

முதல் தொழில் புரட்சி தோன்றிய காலத்திலிருந்து இன்று நாம் பார்க்கும் உலகமயப் பொருளாதாரம் வரை, பொருளாதார வளர்ச்சி என்பது பிரதானப் படுத்தப்பட்டு, அரசு மற்றும் சந்தைச் செயல்பாடுகளில் முதன்மைப் படுத்தப்பட்டுவிட்டது. மானுட மேம்பாடு அல்லது மனிதத்துவ மேன்மைப்பாடு என்பது பிரதானப் படுத்தப்படவில்லை.

இவ்வளவு அறிவியல் மற்றும் தொழில்நுட்ப வளர்ச்சிகள் அனைத்தும் அரசுக்கும், சந்தைக்கும் உதவிய அளவுக்குச் சமூகத்துக்கு உதவ முடியவில்லை.

காரணம் சமூகம் அரசாங்கத்தையும் சந்தையையும் மக்களுக்குச் செயல்பட வைக்கும் அளவுக்கு, தன் திறனையும் ஆற்றலையும் மேம்படுத்திக் கொள்ளவில்லை அல்லது மேம்படுத்த இயலவில்லை என்பதுதான் எதார்த்தமான உண்மை.

மக்களை பொறுப்புமிக்க விழிப்புணர்வடைந்த குடிமக்களாக அரசாங்கம் தயார் செய்யவில்லை. அப்படித் தயார் செய்திருந்தால், தங்கள் தலைவிதியை தாங்களே தீர்மானிக்க முடியும் என்ற தன்னம்பிக்கையுடன் அரசாங்கத்தை வேலை வாங்கத் தெரிந்தவர்களாக மாறியிருப்பார்கள்.

மனித உழைப்பை மையப்படுத்தி வாழ்ந்து வந்த மானுடம், தொழில் நுட்பம் வளர்ச்சியடைந்தவுடன் அனைத்துச் செயல்பாடுகளையும் குவியல் முறைக்குக் கொண்டு சென்று விட்டது.

சமூகமாக மக்கள் வாழ ஆரம்பித்த இடமே நீர்நிலைகள் இருந்த இடங்களில் தான். அன்று நீர்தான் வாழ்க்கையை இயக்கியது. அந்த நீர் ஆதாரங்களை வைத்து தங்கள் தேவைகளை அந்தந்த இடங்களில் பூர்த்தி செய்து வாழ்ந்து வந்தனர்.

ஆனால் இன்று மின்சாரம் வாழ்க்கையை இயக்கும் காரணியாக மாறிவிட்டது. அதன் விளைவு இன்று தண்ணீர் பூமிக்கடியிலிருந்து இயந்திரத்தின் உதவியால் எடுத்து, அதைப் பல மைல் தூரத்திற்குக் குழாய்கள் மூலம், பல இடங்களுக்குக் கொண்டு வந்து அரசாங்கத்தால் வினியோகம் செய்யப்படுகின்றது.

அதே தண்ணீர் எங்கோ எடுத்துச் சுத்திகரிக்கப்பட்டு, பாட்டில்களில் அடைத்து வணிக நிறுவனங்களால் சந்தைப்படுத்தப்பட்டும் வருகிறது.

தண்ணீர் ஒரு காலத்தில் சமூகத்தின் சொத்தாக இருந்தது. இன்று வணிகப் பொருளாக மாற்றப்பட்டு விட்டது. இது ஒரு குவியல்முறை செயல்பாடு. அரசாங்கம் தண்ணீர் தருகிறேன் என்று வருவதற்கு முன்பு எப்படியிருந்தது?

அந்தந்த ஊர்களில் உள்ள நீர்நிலைகளை எல்லாம் மக்கள் பாதுகாத்து, மழைக் காலங்களில் தண்ணீரை எல்லா நீர்நிலைகளிலும் தேக்கி வைத்து பயன்பாட்டிற்கு வைத்துக் கொண்டனர். அந்தப் பணி சமூகப் பணியாக இருந்தது.

ஆனால் இன்று அரசு தரும் நீருக்கும் பணம் தர வேண்டும், அடுத்து பாதுகாக்கப்பட்ட தண்ணீருக்குச் சந்தை முதலாளிகளுக்கு பணம் கட்டி குடிநீர் வாங்கிப் பயன்படுத்த வேண்டும் என்ற சூழலுக்கு மானுடம் தள்ளப்பட்டுவிட்டது.

இதன் விளைவு கிராமப்புறங்களில் இருந்த அனைத்து நீர் ஆதாரங்களும் பாழ்படுத்தப்பட்டன. அவைகளில் பல ஆக்கிரமிக்கப்பட்டு விட்டன.

அந்த நீர்நிலைகளுக்கெல்லாம் தண்ணீர் வந்த வரத்துக் கால்வாய்களும், நீர்மிகையானால் வெளியேற்றும் போக்குக் கால்வாய்களும் ஆக்கிரமிக்கப்பட்டு விட்டன. இதன் விளைவு மின்சாரம் இல்லை என்றால் கிராமங்களுக்குத் தண்ணீர் கிடையாது.

வசதி படைத்தவர்கள் தங்கள் வீடுகளில் ஆழ்குழாய் வைத்திருந்தாலும், அதை எடுப்பதற்கு மின்சாரம் தேவை. அத்துடன் ஆண்டுக்கு ஆண்டு நீர் மட்டம் கீழே செல்கிறது, காரணம் நீர்நிலைகளில் தண்ணீர் இருப்பதில்லை என்பதால்.

இதே நிலை நீடித்தால் நாம் வாழும் இடம் பாலைவனமாகும் அபாயம் உள்ளது. ஆனால் அந்தப் பயமோ, உணர்வோ, புரிதலோ நம் அரசியல்வாதிகளுக்கோ ஆட்சியாளர்களுக்கோ இருப்பதாகத் தெரியவில்லை.

ஒரு காலத்தில் மின்சாரம் இல்லை என்றால் நகர வாழ்க்கை மட்டும்தான் ஸ்தம்பித்துப் போகும். ஆனால் இன்று கிராம வாழ்க்கையும் ஸ்தம்பித்துப் போகிறது.

காரணம் நகர வாழ்க்கையை கிராமத்தில் வாழ முனைந்ததின் விளைவு, ஒட்டு மொத்தக் கிராம வாழ்வே அழிவுப் பாதையில் நோக்கிச் சென்று கொண்டிருக்கிறது.

இந்தச் சூழலில் தற்சார்பு வாழ்வுமுறை பற்றிய விவாதங்கள் முன்னெடுக்கப்பட்டு வருவது நல்ல அம்சம். அதுதான் கிராமங்களுக்குப் புத்துயிர் ஊட்டி மீண்டெழச் செய்யும்.

தற்சார்பு வாழ்க்கைக்கு இயற்கை வளம் இன்றியமையாதது. இயற்கை வளம் பேணிப் பாதுகாப்பதற்கு நீர் ஆதாரம் மூல காரணம். நீர் ஆதாரம் பாதுகாக்கப்படவில்லை என்றால் நிலங்கள் நீரற்று வறண்டு பாலைவனம் போல் மாறும். எனவே இயற்கையைப் பாதுகாக்க நீர் ஆதாரத்தை பாதுகாத்து வளர்த்தெடுக்க வேண்டும்.

இயற்கை வளங்களை முறையாகப் பயன்படுத்தினால், பல பொருட்களை உற்பத்தி செய்து மக்கள் தேவைகளைப் பூர்த்தி செய்யலாம் குடிசைத் தொழில்கள் மூலம் அல்லது சிறு தொழில்கள் மூலம். கிராமங்களில் நீர் வளம் கூடினால், மக்களுக்கு உழைக்கும் சாத்தியக்கூறுகள் அதிகம்.

எந்த அளவுக்கு இயற்கைச் சூழல் பாதுகாக்கப்படுகிறதோ, அந்த அளவுக்கு ஏழைகளின் வாழ்வு, குறிப்பாக ஏழைப் பெண்களின் வாழ்வில் நிலவும் சிக்கலும் சிரமமும் குறைந்து விடும். ஏனென்றால் ஏழைப் பெண்கள் தண்ணீருக்காக படும் அவதிகள் தான் இங்கு மிகவும் அதிகம். இந்தியா சுதந்திரம் அடைந்து 73 ஆண்டுகள் கழிந்த பின்னும் தண்ணீருக்காக அலைந்து திரியும் ஏழை மக்கள் கூட்டத்தை இன்றும் நாம் பார்த்து வருகின்றோம்.

தற்சார்பு வாழ்க்கை முறையில் உடல் உழைப்பு போற்றப்படும், மதிக்கப்படும். உடல் உழைப்புக்கும் அறிவுச் செயல்பாட்டிற்கும் எந்த வித்தியாசமும் இருக்காது. இங்கே ஆதிக்கமோ, சுரண்டலோ இருக்க முடியாது.

அவரவருக்குத் தெரிந்த பணிகளைச் செய்து தங்கள் வாழ்வினைக் கழிக்க முடியும். இயற்கை விவசாயம், நாட்டு ஆடுமாடுகள் மற்றும் கோழி வளர்ப்பு மூலமும், தங்கள் திறன்களையும் ஆற்றலையும் வைத்து பொருட்களை உற்பத்தி செய்து கொள்ள முடியும். தேவைகளைப் பூர்த்தி செய்ய வணிகம் செய்வது தான் தற்சார்பு வாழ்வுக்கான அடிப்படை.

தற்சார்பு வாழ்க்கை முறை கொண்ட கிராமத்தில் நவீன வசதிகள் இருக்கக் கூடாதா என்றால், இருக்க வேண்டும். அவைகள் மிக அவசியம். ஆனால் அந்த வசதிகள் இயற்கையைப் பாழ்படுத்தி விடக்கூடாது.

மக்களின் உழைப்பைப் பறித்து விடக்கூடாது, அவர்களின் வாழ்வாதாரத்திற்கு எந்தப் பங்கமும் வந்துவிடக் கூடாது. ஆரோக்யமான வாழ்க்கை வாழ மக்கள் கற்றுக் கொண்டிருக்க வேண்டும்.

தண்ணீரைத் தூய்மையாக வைத்துக் கொள்வது, வாழுமிடத்தைத் தூய்மையாக வைத்துக் கொள்வது, சுற்றுப்புறத்தைத் தூய்மையாக வைத்துக் கொள்வது, சுற்றுப் புறங்களில் விளைவிக்கும் பொருள்களை வைத்து ஆரோக்யமான உணவுகளைத் தயாரிப்பது என்பது அடிப்படையாக இருக்க வேண்டும். உடல் தூய்மை மற்றும் உள்ளத் தூய்மை எப்படிப் பேணுவது என்பது மக்களுக்குத் தெரிந்திருக்க வேண்டும். இவைகள் அனைத்தையும் செய்து கொள்வதற்கான விழிப்புணர்வும், அறிவும் ஆற்றலும் மக்களிடம் வளர்த்தெடுக்கப்பட வேண்டும்.

அங்கு சாலைகள் இருக்க வேண்டும், மின்சாரம் இருக்க வேண்டும். அதே நேரத்தில் மின்சாரத்தை எவ்வளவு சிக்கனமாக உபயோகப்படுத்த முடியுமோ அந்த அளவுக்கு சிக்கனமாகப் பயன்படுத்த வேண்டும். அந்த மின்சாரமும் சூரிய ஒளியிலிருந்து எடுக்கக் கூடியதாக இருக்க வேண்டும்.

தாங்கள் விளைவித்த பொருட்களின் மதிப்பைக் கூட்டுவதற்கான தொழில்நுட்பமும் கிடைக்க வேண்டும். அத்துடன் தாங்கள் விளைவித்த பொருட்களை விற்கச் சந்தையும் அங்கே இருக்க வேண்டும்.

தாங்களும், தாங்கள் வளர்க்கும் பிராணிகளும் நோய்வாய்ப்படும் போது, அவைகளைக் குணப்படுத்த மரபு வழி அறிவின் மூலம் உருவாக்கப்பட்ட மருத்துவ முறை பயன்பாட்டில் இருக்க வேண்டும்.

இங்கு மகிழ்ச்சியாக, ஆரோக்யமாக, அமைதியாக அனைவருடனும் வாழ்வதுதான் குறிக்கோளாக இருக்குமே தவிர, செல்வம் சேர்ப்பது பிரதானக் குறிக்கோளாக இருக்காது.

இங்கு அனைத்தும் பிரபஞ்ச லயத்திற்குள் அடங்கிய செயல்பாடுகளாக இருக்குமே தவிர, நவீனத்துவ மயக்க வாழ்வு என்பது மறுக்கப்பட்டிருக்கும்.

இந்த வாழ்வுமுறையில் தேவைகளுக்கான பொருட்கள் மட்டுமே மக்களிடம் இருக்கும். தேவையைத் தாண்டி எந்தப் பொருளும் மக்களிடம் இருக்காது.

இது ஒரு ஆசிரம வாழ்க்கையா என்றால், ஆம், அது ஒரு கிராம ஆஸ்ரம வாழ்வுதான். இது ஒரு அறிவியல்பூர்வமான வாழ்க்கை முறை.

அடிப்படையில் நாம் வாழும் வீடு, நமக்குத் தேவையான எரிசக்தி, தண்ணீர், உணவு இவைகளை நாம் மாற்றியமைத்துக் கொண்டால் கிராமங்களில் ஒரு புதிய உயர்ந்த உன்னத வாழ்க்கையை நம்மால் வாழமுடியும்.

அதற்கு வழிகாட்டும் உன்னதத் தலைமைதான் இன்று நமக்கு வேண்டும்.

*

18 புதிய பாதையில் பயணிக்க...

இரண்டு முக்கியச் செய்திகள் பத்திரிகைகளில் சமீபத்தில் வலம் வந்தன.

ஒன்று, தமிழக முதல்வர் தன் அறிக்கையில் "பொதுமக்களின் முழுமையான ஒத்துழைப்பு இல்லாவிட்டால் எவ்வளவு முயற்சிகளை அரசாங்கம் எடுத்தாலும் கொரோனா வைரஸ் பரவலை தடுப்பது சாத்தியமில்லை" எனக் குறிப்பிட்டது.

இரண்டாவது செய்தி இந்தியாவின் தலைமை ஆலோசனைக் குழுவாக இயங்குகின்ற 'நிதி அயோக்'கின் உதவித் தலைவர் ராஜிவ் குமார் கூறியது.

"இந்த இக்கட்டான நேரத்தில் இயற்கையோடு இணைந்து வாழ்தல் ஒன்றே இந்த உலகைக் காப்பாற்றும். இந்திய பாரம்பரிய வாழ்வுமுறையான இயற்கை சார்ந்து வாழ்தலை நாம் புதுப்பித்துக் கொள்ள வேண்டும்.

உலகம் முழுவதும் இயற்கை விவசாயத்தை நோக்கி மக்கள் திரும்பி விட்டனர். இந்தியாவும் தீவிரமாக இயற்கை விவசாயத்தை முன்னெடுக்க வேண்டிய நேரம் வந்துவிட்டது.

வளமான பாரதத்தை உருவாக்க இயற்கையோடு இணைந்து வாழ்தலே வழி" என்று உலகளாவிய கலந்தாய்வுக்குப் பின் அவர் கூறியுள்ளார்.

இந்த இரண்டு கருத்துக்களும் முக்கியமான கருத்துக்கள். ஏனென்றால் இந்தக் கருத்துக்களை கூறியவர்கள் முடிவுகள் எடுக்கும் இடத்தில்

இருப்பதால். கூறிய கருத்துக்கள் புதிய கருத்துக்கள் அல்ல. ஆனால் இந்தக் கருத்துக்களை கூறும் நேரம் மிக முக்கியமான நேரம்.

ஆரோக்யமான வாழ்க்கை முறைகள், முறையான உணவுப் பழக்க வழக்கங்கள் மக்களின் சிந்தனையில் அன்றாட நடத்தையில் மற்றும் செயல்பாடுகளில் மாற்றத்தைக் கொண்டு வராமல், அரசு போடுகின்ற சட்டங்கள், திட்டங்கள், ஒதுக்குகின்ற நிதிகளால் மட்டுமே எந்த மாற்றத்தையும் கொண்டு வர முடியாது என்ற கருத்தை 1991 ஆம் ஆண்டு உலக சுகாதார நிறுவனம் ஒரு ஆய்வு அறிக்கையின் மூலம் தெரிவித்திருக்கிறது.

இந்த அறிக்கையை இந்தியாவில் கொள்கை முடிவுகளை எடுப்பவர்கள் எத்தனை பேர் படித்தார்கள் என்று தெரியவில்லை.

ஆனால் கேரளாவில் நடக்கும் நிகழ்வுகளைப் பார்க்கும்போது அங்கு அந்தச் சிந்தனை 1991க்கு முன்பே வந்து விட்டது என்றுதான் கருதத் தோன்றுகிறது. அப்படி என்ன அந்த அறிக்கை கூறியிருக்கிறது என்பதை நாம் சற்று கூர்ந்து கவனிக்க வேண்டும்.

ஆரோக்கியமான வாழ்க்கை முறையை மக்கள் மத்தியில் கொண்டுவர வேண்டுமென்றால் மிக முக்கியமாக அனைத்து சுகாதாரத் திட்டங்களிலும் மக்கள் பங்கேற்பை உறுதி செய்ய வேண்டும் என்ற கருத்தைத்தான் அந்த அறிக்கை முன்னிலைப்படுத்தியது.

அது மட்டுமல்ல சுகாதார நிறுவனங்கள் மக்கள் அமைப்புக்களோடு கைகோர்த்துச் செயல்படுவதன் மூலம் தான் ஒரு பண்பட்ட ஆரோக்யவாழ்வை மக்களிடம் கொண்டுவர முடியும் என்பதையும் அந்த அறிக்கை தெளிவாக்கியுள்ளது. இந்த அறிக்கை வருவதற்கு முன்பே நமக்குப் பக்கத்திலிருக்கும் கேரளா அந்தப் பணியை செய்து முடித்துவிட்டது.

ஆனால் நம் தமிழகத்தில் நம் சுகாதார கட்டமைப்புக்கள் வலுவாக இருந்தாலும் அது மக்கள் பங்கேற்புடன் செயல்படாமல் அவைகள் ஒரு அரசு நிறுவனமாகச் செயல்படுவதால் நம் சுகாதார நிறுவனங்கள் மற்றும் அமைப்புக்களால் பெரியளவில் மக்களிடம் சிந்தனைப் போக்கிலும், நடத்தையிலும் தாக்கத்தை உருவாக்க முடியவில்லை.

கேரளத்தில் இந்த சுகாதார அமைப்புக்கள் மக்கள் பங்கேற்போடு செயல்படுவதால் 30 ஆண்டுகளுக்கு முன் பொதுச் சுகாதார அமைப்புக்களைப் பயன்படுத்தியவர்களின் எண்ணிக்கை 28 சதவிகிதமாக இருந்தது.

இன்று அது 48 சதவிகிதமாக உயர்ந்துள்ளது. தனியார் மருத்துவமனைகள் மக்கள் மனதை ஆக்கிரமிக்கும் இந்தக் காலத்தில் கேரளத்தில் அரசு மருத்துவமனைகள் பொதுமக்களை ஈர்த்துச் செயல்படுகிறது.

அங்கு பொது மருத்துவமனையைப் பொதுமக்களுக்கானதாக மாற்றிவிட்டனர், தமிழ்நாடுபோல் பொது மருத்துவமனைகள் ஏழைகளுக்கு மட்டுமானதல்ல. பொது மருத்துவமனைகள் மட்டுமல்ல, பொதுப்பள்ளிக்கூடங்களும் மக்களின் பேராதரவைப் பெற்று தனியார் பள்ளிகளை வீரியம் இழக்கச் செய்துவிட்டன.

இதற்குக் காரணம் இந்த நிறுவனங்கள் மக்களின் பங்கேற்போடு நடைபெறுவதால் என்பதை நாம் புரிந்து கொண்டு செயல்பட வேண்டும். மக்களின் ஒத்துழைப்பு எப்போது கிடைக்கும் என்றால் அவர்கள் முழுமனதுடன் பங்கேற்கும்போதுதான்.

மக்கள் எப்பொழுது பங்கேற்பார்கள் என்றால், அவர்கள் கையில் ஆளுகை வருகின்றபோது, என்பதையும் நம் ஆட்சியாளர்கள் புரிந்து கொள்ள வேண்டும். இதற்கான எளிய வழிதான் உள்ளாட்சியை வலுப்படுத்துவது.

உள்ளாட்சி மூலம்தான் மக்கள் பங்கேற்பை உறுதி செய்ய முடியும். இதைத்தான் கேரளா செய்து வித்தியாசமான மாநிலமாக உலகுக்குக் காட்சி தருகிறது. அவர்களுக்கு பொருளாதார பலத்தைவிட, சமூக மூலதன பலம்தான் அதிகம்.

உலக சுகாதார நிறுவனம் பல ஆய்வுகளுக்குப் பின்தான் இந்த மக்கள் பங்கேற்பின் முக்கியத்துவம் பற்றி அறிக்கையாக 1991ஆம் ஆண்டு வெளியிட்டது.

இன்றும் அந்த அறிக்கையை மிக முக்கியத்துவம் பெற்ற அறிக்கையாக அறிவியலாளர்கள் கருதுகின்றார்கள். ஏனோ அந்த அறிக்கை நம் ஆட்சியாளர்களின் கவனத்தை ஈர்க்கவில்லை.

எனவே மக்கள் ஒத்துழைப்பைப் பெற மக்கள் பங்கேற்புக்கு வழிவகை செய்ய உள்ளாட்சியை வலுப்படுத்துவது ஒன்றுதான் வழியாகும்.

மக்கள் எல்லா மேம்பாட்டு செயல்பாடுகளிலும் பங்கேற்பார்கள், தாங்கள் பங்காளர்களாக அங்கீகரிக்கப்படும்போது.

அங்கீகாரம் என்பது அந்தஸ்து அல்ல, அது ஒரு பொறுப்பு மற்றும் கடமை. அப்படிச் செய்யும்போது மக்கள் தங்களுக்கு பொறுப்பு இருக்கிறது என உணர்வார்கள்.

அந்தப் பொறுப்புணர்வை மக்களிடம் உருவாக்குவதுதான் அரசின் மிக முக்கியமான கடமையாகும். அதுதான் இன்றைய தேவையாக இருக்கின்றது.

தமிழகத்தில் சமூக மூலதனத்தை வலுப்படுத்தவும் இல்லை, பயன்படுத்தவும் இல்லை. அதற்குப் பதிலாக சமூக மூலதனத்தையே முடக்கிப் போட்டுள்ளது அரசின் செயல்பாடு.

தமிழகத்தில் மக்கள் பங்கேற்புக்கு ஒன்றும் குறைவு கிடையாது. கிராமங்களில் கோவில்கள் இருக்கின்றன. அவைகளில் பல சமூகங்களின் கோவில்கள். அதை எப்படி நிர்வகிக்கின்றார்கள் மக்கள் என்பதைப் பார்த்தால் சமூகத்திற்கு எவ்வளவு ஆற்றலும் சக்தியும் இருக்கின்றது என்பது நமக்குப் புரியும்.

கோவில்களைப் பராமரிக்க பங்கேற்கும் மக்கள் ஏன் பாலர் பள்ளியைப் பராமரிக்கவில்லை? ஏன் சமுதாயக் கூடங்களைப் பராமரிக்கவில்லை, ஏன் அய்யன் திருவள்ளுவர் நூலகத்தைப் பராமரிக்கவில்லை? இந்தக் கேள்விகளுக்கு ஒரே பதில், இவை அனைத்தும் அரசாங்கம்.

அங்கு மக்களுக்கு குடிமக்களாக செயலாற்ற இடம் இல்லை. அதை அதிகார வர்க்கம் ஆக்கிரமித்துக் கொண்டுள்ளது. இந்த இடங்களிலெல்லாம் மக்கள் பங்கேற்பிற்கு வழிவகை செய்து செயல்பாடுகளில் மக்களை இணைக்க வேண்டும். இதைத்தான் கேரளா மாநிலம் செய்துள்ளது.

அங்கு இடது, வலது வித்தியாசங்கள் இல்லை. அனைவரும் மக்களை அரசாங்கத்தில் பங்காளர்களாக மாற்றிச் செயல்பட வைத்ததின் விளைவு இன்று அரசாங்கச் செயல்பாடுகளில், மக்கள் பங்கேற்பு என்பது அபூர்வமாக அவ்வப்போது கேட்டுப்பெறுவது கிடையாது. அனைத்துச் செயல்பாடுகளிலும் மக்கள் ஒன்றாக இணைக்கப்பட்டிருக்கிறார்கள். இதை ஏன் தமிழகம் செய்ய முடியவில்லை? நாம் யோசிக்க வேண்டும்.

அடுத்து இயற்கை சார்ந்து வாழும் வாழ்வை நோக்கி நாம் நகர வேண்டும், அத்துடன் இயற்கை விவசாயம் நோக்கி நாம் பயணிப்பது மட்டுமே நிரந்தரத் தீர்வு என்று கூறும் 'நிதி அயோக்'கின் துணைத்தலைவர் அதற்கான கொள்கை முன்னெடுப்பை மத்திய அரசிடமிருந்து துவக்க வேண்டும்.

இந்த வாழ்வுமுறை என்பது இன்று நாம் வாழும் வாழ்வு முறைக்கு முற்றிலுமாக மாறுபட்ட ஒன்று. இந்த இயற்கை சார்ந்து வாழும் முறை தற்சார்பு கொண்டது. இந்த முறை உழைப்பைப் போற்றும் வாழ்வு முறை. இந்த வாழ்வுமுறை என்பது மக்கள் தங்கள் தேவைகளுக்கு மட்டுமே வாழ்வது என்பதுதான் அடிப்படை.

அனைத்துச் செயல்பாடுகளுக்கும், இந்தச் செயல்பாடுகளை நடைமுறைப்படுத்த நம் உற்பத்தி முறையை நாம் மாற்ற வேண்டும். இதற்கு நம் மரபு வழி அறிவியலைப் புதுப்பிக்க வேண்டும்.

தேவைக்கான தொழில் நுட்பம் மட்டுமே மக்கள் செயல்பாடுகளில் கலந்திருக்கும். இந்த வாழ்வு முறைக்கு மக்களைத் தயார்ப்படுத்த வேண்டும்.

இதில் மக்களை ஈடுபடுத்துவதும், பங்கேற்பாளர்களாக மாற்றுவது என்பதும் பெரும் பணி. மக்களின் பெரும்பாலான தேவைகளை பரவல்முறைச் செயல்பாடுகள் மூலம் பூர்த்தி செய்து கொள்ள வேண்டும்.

இதற்காக புரிதல் உடைய நல்ல தலைவர்கள் கிராமங்களுக்குக் கிடைக்க வேண்டும். கிராமங்களில் தொழில் முனைவோருக்கான பயிற்சியை ஒரு இயக்கமாக நடத்திட அரசு முன்வர வேண்டும்.

அதேபோல் இதற்கான கொள்கைகளை மத்திய மாநில அரசுகள் உருவாக்கிட வேண்டும். இயற்கை விவசாயத்தில் இருக்கும் பிரச்சினைகளுக்கு.

குறிப்பாக விவசாயப் பொருள்களைச் சந்தைப்படுத்துதலில் உள்ள குறைகளை நிவர்த்தி செய்வதற்கு மத்திய, மாநில அரசுகள் நல்ல கொள்கை முடிவுகளை உருவாக்க வேண்டும்.

இதனைத் தொடர்ந்து இயற்கை விவசாயத்திற்கு நம் விவசாயிகளை தயார் செய்வதற்கு பயிற்சிப் பள்ளிகளை உருவாக்க வேண்டும். இதற்கும் நாம் கேரளத்தைத்தான் முன்னுதாரணமாக காட்ட வேண்டியுள்ளது.

தமிழகத்தில் விவசாய விஞ்ஞானியான நம்மாழ்வார் ஆரம்பித்த பயிற்சிப் பள்ளியைப்போல, அரவிந்த சமூகம் நடத்திவரும் இயற்கை விவசாய பயிற்சி பள்ளியைப்போல பல இடங்களில் பயிற்சிப் பள்ளிகள் துவங்க வேண்டும்.

எனவே மக்கள் பங்கேற்பை மேம்பாட்டுச் செயல்பாடுகளில் உறுதி செய்வதற்கும், இயற்கை சார்ந்த தற்சார்பு வாழ்வு முறைக்கு மக்களைத் தயார் செய்வதற்கும் வெறும் வேண்டுகோள்கள் மட்டுமே தீர்வாகாது.

அதற்கான கொள்கை முடிவுகள் மட்டுமே தீர்வாக அமைய முடியும். எனவே நம் மத்திய, மாநில அரசுகள் அதை நோக்கி நகர வேண்டும். நகருமா என்பதை பொறுத்திருந்து பார்ப்போம்.

*

19. வேண்டும் ஒரு புதிய கல்வி!

ஒருமுறை 'குஜராத் வித்யா பீடம்' என்ற பல்கலைக்கழகத்தைச் சேர்ந்த பேராசிரியர்கள் மகாத்மா காந்தியிடம் சென்று "வெள்ளைய நிர்வாகம் பல்கலைக்கழகத்தைப் பூட்டி விட்டது" என்று கூறினார்கள்.

மகாத்மா காந்தி அப்போது அந்தப் பல்கலைக் கழக வேந்தராக இருந்தார். அதைக் கேட்ட காந்தி, பேராசிரியர்களைப் பார்த்து "வெள்ளைய நிர்வாகம் பூட்டியது கட்டடத்தைத்தானே" என்று கேட்டார். அனைவரும் "ஆம்" என்றனர்.

"இதற்கு ஏன் பதட்டப்படுகிறீர்கள். அவர்கள் பூட்டியது பல்கலைக்கழகத்தை அல்ல வெறும் கட்டடங்களைத்தானே" என்று கூறினார்.

மேலும் அவர் கட்டிடத்துக்குள் நடப்பதுதான் பல்கலைக் கழகம் என்று உங்களிடம் யார் சொன்னது? என்ற கேள்வியைக் கேட்டார்.

பல்கலைக் கழகம் என்பது செயல்பாடுகள் தானே தவிர கட்டடங்கள் அல்ல என்பதை அவர்களிடம் விளக்கினார்.

அதேபோல் உலகச் சிந்தனையாளர்கள் எவரும் நான்கு சுவர்களுக்குள் ஆசிரியர் மாணவர்களுக்குக் கற்றுக் கொடுப்பது தான் கல்வி என்று கூறவில்லை.

ஆனால் நம் குழந்தைகளுக்கும், பெற்றோர்களுக்கும், பொது மக்களுக்கும் கல்வி என்றால் கல்விச் சாலை என்ற கட்டடத்திற்குள் நடப்பதுதான் என்று அவர்களின் மூளையில் நாம் ஏற்றி வைத்து விட்டோம்.

டாக்டர் க.பழனித்துரை

ஜெர்மனி நாட்டு கொலோன் பல்கலைக் கழகத்தில், மாணவர்களுக்கு நான் வகுப்பெடுத்துக் கொண்டிருக்கும்போது ஒரு மாணவன் உங்களின் வாழ்வில் உச்சம் தொட்ட ஆசிரியர் யார் என்று கேட்டான்.

உடனே "அது என் தாயும் தந்தையும் தான்" என்றேன். அடுத்து அவர்களின் கல்வித் தகுதி என்ன என்று கேட்டான். தாய் முற்றிலுமாகப் படிக்கவில்லை, அப்பா இரண்டாம் பாரம் படித்திருந்தார் என்றேன்.

என் வாழ்க்கைக்குத் தேவையான கல்வியைத் தந்தது என் பெற்றோர்கள்தான்.

என் வாழ்வாதாரத்திற்குத்தான் என் கல்விக்கூட ஆசிரியர்கள் உதவினர் என்றேன். அனைவரும் எழுந்து நின்று கரவொலி எழுப்பினர்.

ஆனால் இன்று நம் பெற்றோர்கள் தங்கள் குழந்தைகளுக்கு அனைத்தையும் கல்விக் கூடத்தில் ஆசிரியர்கள் கற்றுத் தர வேண்டும், கற்றுத் தந்துவிடும் என்று எதிர்பார்க்கின்றனர்.

அப்படி நடந்து விடும் என்று அனைவரையும் நம்ப வைத்து விட்டோம். அதன் விளைவுதான் கட்டடங்களை கல்விச் சாலைகளாகவும், கல்விச் சாலைகள் தரும் சான்றிதழ்களை தான் படித்ததற்கு அடையாளமாகப் பார்க்கின்றனர் மாணவர்கள்.

அந்தச் சான்றிதழ்தான் அவர்களின் வாழ்க்கையை அமைத்துத் தரப்போகிறது என்று அனைவரையும் நம்ப வைத்துவிட்டோம்.

இதைவிட மிக முக்கியமான கருத்தொன்று அனைவர் மத்தியிலும் உண்டு.

அறிவு என்பது கல்வி நிலையங்களில் மட்டும்தான் உருவாக்கிப்படுகிறது என்று நம்பி வாழ்கின்றனர் பெரும்பான்மை மக்கள். ஏனென்றால் ஆராய்ச்சிகள் நடைபெறுவது, அதற்கான சான்றிதழ்கள் வழங்கப்படுவது அனைத்தும் உயர்க் கல்விச் சாலைகளில்தான் என்பதால். ஆனால் உண்மை அதுவல்ல.

ஆராய்ச்சி எங்கு பெரும் செயல்பாடுகள் நடைபெறுகின்றனவோ அங்குதான் அறிவு உருவாக்கப்படுகின்றன என்பது பலருக்குத் தெரிவதும் இல்லை, புரிவதும் இல்லை.

நல்ல விவசாயிகள் தங்கள் வயல்களில் தொடர்ந்து ஆய்வுகள் நடத்திக் கொண்டுதான் இருக்கின்றார்கள். அதனால் தான் மேம்பட்ட விவசாயத்தை அவர்களால் செய்ய முடிகின்றது.

அதேபோல் பெருவணிகம் செய்கின்ற வணிகர்களும் தாங்கள் வளர்வது, மேம்படுவது, அதிகம் லாபம் ஈட்டுவது எதனால் என்றால், அவர்கள் வணிகத்தில் செய்த ஆராய்ச்சிதால்தான் என்பது பலருக்குப் புரியவில்லை.

இருபத்து ஐந்து ஆண்டு காலம் ரப்பர் தோட்டத்தில் பணியாற்றிவிட்டு ஒருவர் புதினத்தை எழுதி வெளியிட்டது கற்பனையினால் மட்டுல்ல, அது ஒரு ஆய்வு அறிக்கை.

பொருள்களைத் தயாரிக்கும் அத்தனை உற்பத்திக் கூடங்களும் புதிய புதிய பொருள்களைத் தொடர்ந்து உற்பத்தி செய்வது, ஆராய்ச்சி செய்துதான்.

அது நாம் பயன்படுத்தும் கார் ஆனாலும் சரி, பற்பசையானாலும் சரி, குளிக்கப் பயன்படுத்தும் சோப்பானாலும் சரி, அனைத்துப் பொருள்களும் வருவது ஆராய்ச்சி மூலம்தான்.

'சாகித்ய அகாடெமி' பரிசு பெற்ற எழுத்தாளர்கள் கொடுத்துள்ள படைப்புக்கள் அனைத்தும் ஆராய்ச்சியின் வெளிப்பாடுகள்தானே. அவர்களில் எத்தனை பேர் முறையாக பல்கலைக் கழகத்தில் ஆராய்ச்சிப் பட்டம் பெற்றவர்கள்.

எனவே ஆராய்ச்சி என்பது பல்கலைக் கழகத்தில் மட்டும்தான் நடக்கும் என்று பலர் நினைப்பது மிகவும் தவறான கருத்து.

ஒற்றை மனிதனாக பச்சைத் துண்டைத் தலையில் தலைப்பாகையாகக் கட்டிக் கொண்டு, தற்சார்பு இயற்கை விவசாயம் பற்றி பேசி, ஒரு பெரும் ஆராய்ச்சிப் பட்டாளத்தையே இளைஞர்கள் மத்தியில் உருவாக்கிய நம்மாழ்வார் ஒரு விவசாயப் பல்கலைக் கழகத்திற்கு நிகரானவர் எனலாம்.

அவர் நம் விவசாயத்திற்கு தந்துள்ள கருதுகோள்களை வைத்து ஆய்வு செய்தால் ஓராயிரம் ஆய்வுப் பட்டங்களை மாணவர்கள் பெற்று விடுவார்கள்.

சுதந்திரம் பெற்று நாட்டை முன்னேற்ற உருவாக்கப்பட்ட மத்தியத் திட்டக் குழுவில் உறுப்பினராக இருந்த

ஜே.சி.குமரப்பா ஒரு பொருளாதார அறிஞர். அவர்தான் காந்தியப் பொருளாதார அறிஞர். அவர் இந்தியாவுக்கான மாற்றுப் பொருளாதாரத் திட்டத்தினைத் தந்தார்.

அவர் உருவாக்கிய கருத்தாக்கங்கள் பற்றி ஆராய்ச்சி செய்து மாணவர்களிடம் கொண்டு செல்ல தனியாக ஒரு பல்கலைக் கழகம் வேண்டும்.

அந்த அளவுக்கு ஆய்வுக்கு உட்படுத்த வேண்டிய கருதுகோள்களைத் தந்தவர் குமரப்பா. எனவே அறிவும் ஆராய்ச்சியும் உயர்க் கல்வி நிலையங்களுக்குள்தான் நடைபெறும் என்று எண்ணுவது என்பது ஒரு தவறான புரிதல். அப்படியென்றால் உயர்க்கல்வி நிறுவனங்களில் என்னதான் நடைபெறுகிறது? அங்கும் செயல்பாடுகள் நடந்து கொண்டுதான் உள்ளன.

தொழிற்சாலைகளுக்கும், அரசாங்கத்துக்கும் பணியாட்களைத் தயார் செய்கின்ற பணி நடைபெற்றுக் கொண்டுள்ளது. அத்துடன் சமூகத்திற்கு பாரமாக, எந்தப் பணிக்கும் லாயக்கற்றவர்களையும் சான்றிதழ் தந்தும் சமுதாயத்திற்குள் அனுப்பி வைத்துக் கொண்டுள்ளன.

இந்தக் கல்விச் செயல்பாடுகளை திட்டமிட்டுத்தான் செயல்படுத்தி வருகின்றனர்.

இதுவரை உருவாக்கப்பட்ட அறிவை பாடத்திட்டமாக்கி மாணவர்களுக்கு கற்றுக் கொடுப்பது, அடுத்து ஆய்வு

செய்வது. அத்துடன் சமுதாயத்திற்கான விரிவாக்கப் பணி செய்வது என்ற மூன்று பணிகளையும் தனித்தனியாகவும், இணைத்தும் அந்தந்த நிறுவனத்தின் ஆற்றலுக்குத் தகுந்தவாறு செயல்படுத்திக் கொண்டுதான் உள்ளன உயர்க்கல்வி நிறுவனங்கள்.

இந்தப் பணிகளை எப்படிச் செய்கிறது என்பதை நாம் தெரிந்து கொள்ள வேண்டும். இந்தப் பல்கலைக் கழகங்கள் மூலம் பட்டம் வாங்கியவர்களை மட்டுமே ஆசிரியர்களாகக் கொண்டு இந்த மூன்று பணிகளையும் செய்து வருகின்றன.

கற்றலாக இருந்தாலும், ஆராய்ச்சியாக இருந்தாலும், விரிவாக்கமாக இருந்தாலும் அனைத்தும் பல்கலைக் கழக கட்டமைப்புக்குட்பட்டு இயங்கும் ஆசிரியர்களைக் கொண்டேதான் அனைத்தும் திட்டமிடப்பட்டு செயல்படுத்தப்படும்.

பல்கலைக் கழகத்திற்கும் வெளிஉலகுக்கும் எந்தச் செயல்பாட்டுத் தொடர்பும் இல்லாத நிலையில்தான் இவை பயணிக்கின்றன. ஆகையால்தான் சமூகப் பிரச்சினைகளுக்கோ, பொருளாதாரப் பிரச்சினைகளுக்கோ அரசியல் மற்றும் ஆளுகைப் பிரச்சினைகளுக்கோ தீர்வினைத் தரமுடியாத சூழலில்தான் நம் உயர்க்கல்வி நிலையங்கள் இயங்குகின்றன.

இந்த தொடர்பில்லாத் தன்மைதான் நம் உயர்கல்வி நிலையங்களை தரம் தாழ்த்தச் செய்கின்றன. சமூகத் தேவைக்கு மாணவர்களை தயார் செய்து தரமுடியவில்லை.

இதைத்தான் பல காலமாக சிந்தனையாளர்கள் குறையாக முன்மொழிந்து வருகின்றனர். இன்றுவரை அந்தக் குறையைப் போக்க முடியவில்லை.

அதே நேரத்தில் நம் உயர்க்கல்வி நிறுவனங்கள் இங்கொன்றும் அங்கொன்றுமாக சில ஆராய்ச்சியாளர்கள் பேராசிரியர்கள் சமூகத்தின்பால் அக்கறை கொண்டு பொதுத் தளங்களில் வந்து சமூக பொருளாதார மேம்பாட்டுக்காகச் செயல்படுவார்கள்.

அப்படிப் பணியாற்றுகின்ற ஆசிரியர்களின் எண்ணிக்கை மிகவும் குறைவு. உயர்க்கல்வி நிலையங்களில் நடக்கும் ஆய்வுகளை வைத்து என்ன செய்கின்றார்கள் என்பது தான் அனைவருக்கும் எழும் கேள்வி.

ஆசிரியர்களின் தகுதியை மேம்படுத்திக் கொள்ள உதவுகின்றது அந்த ஆய்வுகள். அடுத்து அவர்களின் பதவி உயர்வுக்கும் பயன்படுகிறது. அதற்குமேல் சொல்ல வேண்டுமானால் அந்த ஆய்வுகள் அலமாரியையும் நூலகங்களையும் அலங்கரிக்கிறது.

எனவே நம் உயர்கல்வி நிலையங்களுக்கும் நம் சமூகத்திற்கும் எந்த உயிரோட்டத் தொடர்பும் இருக்க வாய்ப்பே இல்லை. அப்படி இருந்திருந்தால் இன்று சமூகத்தில் உள்ள பல பிரச்சினைகள் தீர்க்கப்பட்டிருக்கும்.

மாணவர்களுக்கு கல்வி போதித்து சான்றிதழ் வழங்கும் பணிதான் பிரதானப் பணியாக பெரும்பான்மை உயர்க்கல்வி நிலையங்களில் நடைபெறுகின்றன.

அப்படி இந்தப் பணி நடைபெறும்போதும், நம் பல்கலைக் கழகங்கள் அல்லது உயர்க்கல்வி நிலையங்கள் தன்னம்பிக்கை கொண்ட, வாழ்க்கை விழுமியங்களை உள்வாங்கிக் கொண்ட, திறனும் ஆற்றலும் கூட்டப்பட்ட, நல்ல குடிமக்களாக இயங்கக் கூடியவர்களாக மாணவர்களை உருவாக்கி சமூகத்துக்குள் அனுப்பி வைக்கின்றனவா என்ற கேள்விக்கு ஆம் என்று யாராலும் கூற இயலாது. அப்படி ஆம் என்று கூறினால் இந்திய சமூக, பொருளாதார, அரசியல் மாற்றங்கள் அனைத்தும் இளைஞர்களினாலேயே இன்று கட்டமைக்கப்பட்டிருக்கும். அது நடைபெறவில்லை என்பதுதான் நாம் பார்க்கும் நிதர்சனமான உண்மை. அதன் விளைவுதான் இன்று நாம் பார்க்கும் வேலையில்லாத் திண்டாட்டம்.

தகுதியை வளர்த்துக் கொள்ளாமல் ஆசைகளை வளர்த்துக் கொண்டு வேலை தேடி அலையும் கூட்டம்தான் அதிகம் படித்த மாணவர்களிடையே.

நம் கல்வியால் வேலையை உருவாக்கக்கூடியவரை தயார் செய்ய முடியவில்லை, மாறாக வேலை தேடுபவரையே உருவாக்கிக் கொண்டுள்ளது.

பொதுவாக மாணவர்கள் நம் கல்விச் சாலைகளுக்குள் மூன்றாண்டு அல்லது ஐந்தாண்டு காலம் சென்று படித்து வந்தவுடன் அவர்களிடம் அனைவரும் எதிர்பார்ப்பது, சான்றிதழ்கள் மட்டுமல்ல, அறிவு, ஆற்றல், திறன், பண்பு நலன், ஒழுக்கம் அனைத்தும் தான்.

டாக்டர் க.பழனித்துரை

கல்விச் சாலைகள் என்பது சான்றிதழ் தரும் நிறுவனங்கள் அல்ல. மாணவர்களிடம் சிந்தனைப் போக்கில், நடத்தையில், செயல்பாடுகளில் மாற்றங்களை உருவாக்க வேண்டிய முக்கியப் பணியைத்தான் நம் கல்விச் சாலைகள் செய்ய வேண்டும்.

இந்தப் பணி நடைபெறுகிறதா என்ற கேள்விக்கு ஆம் என்று கூற முடியுமா?

அப்படி இந்தப் பணிகள் நடைபெற்றிருந்தால் இந்தக் கொரோனா தொற்றுக் காலத்தில் கல்விச்சாலைகளில் அதாவது 1,000க்கு மேற்பட்ட பல்கலைக் கழகங்களும், 42,000க்கு மேற்பட்ட கல்லூரிகளுக்கும், 11,000க்கு மேற்பட்ட உயர் ஆராய்ச்சி நிறுவனங்களும் மூடிவிட்டு வீட்டில் ஆசிரியர்களும், மாணவர்களும் ஆய்வாளர்களும் வீணாக இருந்திருக்க மாட்டார்கள்.

அதற்குப் பதிலாக இவர்கள் அனைவரும் பயிற்சி பெற்ற தன்னார்வ சேவகர்களாக களத்தில் அரசுடன் இணைந்து மக்கள் சேவையில் தோய்ந்திருப்பார்கள்.

உலகம் முழுவதும் இன்று 3,600 ஆய்வுக் கட்டுரைகளை பெரும் ஆராய்ச்சியாளர்கள் எழுதி பதிவிட்டுள்ளனர்.

நம் ஊரில் ஆராய்ச்சிப் பதிவுக்குப் பதிலாக ஏச்சுப் பதிவுகளும் பாராட்டு பதிவுகளும்தான் சமூக ஊடகங்களில் நாம் பார்த்துக் கொண்டிருக்கிறோம். அதனுடைய விரிவாக்கம் தான் மைய ஊடகங்களிலும் எரிந்த கட்சி, எரியாக் கட்சி விவாதங்கள்.

அறிவார்ந்த விவாதங்களை முன்னெடுக்க எந்த அறிவு ஜீவியும் ஊடகத்துக்கு வருவதும் இல்லை, வரவழைப்பதும் இல்லை. ஏனென்றால் நம் கல்விக் கழகங்களைப் பற்றிய ஊடகங்களின் பார்வை அதுதான்.

நம் உயர்க்கல்வி நிறுவனங்கள் சமூகம் சார்ந்த பிரச்சினைகளில் ஆய்வுகளை பெருமளவில் நடத்தி, ஆய்வு முடிவுகளை பொதுத் தளத்துக்குக் கொண்டு வந்து சமூக, அரசியல், பொருளாதார போக்குகளை மாற்ற முடியாத நிலையில்தான் செயல்படுகிறது.

எனவேதான் நம் உயர்க்கல்வி நிலையங்கள் மக்களுக்கு வெகுதூரத்தில் இயங்குகின்றன. இதை மாற்றியாக வேண்டும். அப்படி மாற்றவில்லை அல்லது மாறவில்லை என்றால்,

இந்த நிறுவனங்கள் சமூகத்திற்கு பாரமாகத் திகழ்வதுடன், மாணவர்களையும் சமூகத்திற்கு பாரமாக அனுப்பி விடுவார்கள்.

இந்த நிலையிலிருந்து மாற நம்முடைய கல்வியை சமூகத்திற்கு பயனளிக்கக் கூடியதாக மாற்ற வேண்டும். இதற்கு முதலில் பாடத் திட்டங்கள் சமூகத்திற்கு தொடர்புடையதாக மாற்ற வேண்டும்.

அதேபோல் ஆராய்ச்சியும் சமூகத்திற்கு இன்று தேவையான பிரச்சினைகளை ஆய்வு செய்யும் நிலைக்கு மாற வேண்டும். அடுத்து, உயர்க் கல்வி நிலையங்களை சமூக சேவையில் விரிவாக்கப் பணிகளில் ஈடுபடுத்த வேண்டும்.

இந்தப் பணியை சுதந்திரம் அடைந்தவுடன் காந்திய அறிஞர்கள் ஆரம்பித்து அரசின் ஆதரவு இல்லாமல் தோற்றுவிட்டன. அதன் விளைவுதான் இன்றைய கல்வி முறை. இந்தக் கல்வி முறை கிராமங்களை மேம்படுத்துவதற்குப் பதில் அழிக்கப் பயன்படும் என்பதில் எந்த ஐயமும் வேண்டியதில்லை.

இந்தியக் கிராமங்களைப் பாழ்படுத்தியது நம் கல்விதான். இன்றைய கல்வி முறை என்பதே நகரமயமாதலுக்கு வேண்டிய சந்தைப் பணியாளர்களை உருவாக்குவதுதான்.

கிராமங்களிலிருந்து படித்து வெளியேறியவர் எவராலும் கிராமங்களுக்குப் பயன் கிடைக்கவில்லை. அதன் விளைவுதான் இன்றைய களையிழந்த, வளமிழந்த, பொருளாதாரத்தை இழந்த, பண்பாட்டை இழந்த, வாழ்வாதாரத்தை இழந்த கிராமங்கள்.

இந்தியா சுதந்திரமடைந்து 73 ஆண்டுகள் ஆகியும் இந்தியக் கிராமங்கள் காந்தி கண்ட கனவையும் அடைய முடியவில்லை. அதேபோல் கிராமங்களைப் பற்றி, பாபாசாகிப் டாக்டர் அம்பேத்கர் கூறிய குறைகளையும் குற்றச் சாட்டுக்களையும் களைய முடியவில்லை.

இதற்குக் காரணம் 68 சதவிகித மக்கள் வாழும் கிராமங்களை மேம்படுத்தத் தேவையான கல்வியை உருவாக்காமல் நகரங்கள் தழைக்கவும், தொழில்துறை பெருக்கவும் தேவையான ஆட்களை உருவாக்கத்தான் ஒரு கல்வி முறையை உருவாக்கினார்கள். அது நகரத்தை வளர்த்தது மட்டுமல்ல கிராமங்களையும் அழித்தது.

டாக்டர் க.பழனித்துரை

எனவேதான் கிராமத்து மக்கள் நகரம் நோக்கி புலம் பெயர்ந்தார்கள். இந்தப் புலம் பெயர்வைத் தடுக்க வந்ததுதான் 100 நாள் வேலைத் திட்டம். அந்தத் திட்டம் இல்லை என்றால் பலர் பசியால் மடிந்திருப்பார்கள்.

இந்தக் கொரோனா ஒரு உண்மையை உலகத்திற்கும் நமக்கும் உணர்த்தி விட்டது. எவ்வளவு ஏழைகள் கிராமங்களிலிருந்து நகரங்களுக்கு வேலை தேடி புலம் பெயர்ந்திருக்கிறார்கள் என்பதை வெளிச்சம் போட்டு காட்டிவிட்டது.

அதுமட்டுமல்ல எவ்வளவு மோசமான சூழலில் நகரங்களில் அவர்கள் வாழ்க்கையை நடத்தியிருக்கிறார்கள் என்பதையும் படம் பிடித்து காட்டிவிட்டது இந்தக் கொரனா.

தற்போது அவர்கள் தாங்கள் பிறந்து, வளர்ந்த கிராமங்களுக்குச் சென்று விட்டார்கள். அவர்களுக்கு அங்கே என்ன வேலைவாய்ப்பு இருக்கிறது என்பது யாருக்கும் தெரியவில்லை.

கிராமங்களில் புதிய சூழல் உருவாகாமல் வேலைவாய்ப்புக்கு எந்த வழியும் இல்லை என்பது அனைவருக்கும் தெரிந்த உண்மை.

எனவே கிராமங்களுக்கு இன்றைய தேவை, உடனடியாக ஒரு மாற்று முறைப் பொருளாதாரம். அது தற்சார்பு கொண்டதாக இருக்க வேண்டும்.

ஏனென்றால் 68 சதவீத மக்கள் கிராமங்களில்தான் வாழ்கின்றார்கள். அவர்கள் வாழ்க்கை மேம்படுவதில்தான் கிராமங்கள் மேம்பாடு அடையும்.

கிராமங்கள் மேம்பாடு அடைவதில்தான் இந்திய நாடு மேம்பாடு அடையும். இந்தியக் கிராமங்கள் அழிந்தால் இந்திய நாடு அழிந்துவிடும் என்ற காந்தியின் கூற்றை மனதில் வைத்து கிராம மேம்பாட்டுக்கான ஒரு புதிய கல்வி உருவாக வேண்டும்.

அந்தக் கல்வியை உருவாக்க மேற்கத்திய நாடோ, அறிஞர்களோ உதவ முடியாது. ஏனென்றால் அது அவர்களுக்குத் தெரியாது. அந்தக் கல்வியை உருவாக்க மகாத்மா காந்தியும், பகவான் அரவிந்தரும், ரவீந்திரநாத் தாகூரும்தான் உதவ முடியும்.

இவர்களுக்குள் வேறுபாடுகள் உண்டு. ஆனால் இவர்கள் மூவருமே 'இந்தியாவுக்கு ஒரு பார்வை உண்டு, அதன் வழி நடந்து உலகுக்கு வழிகாட்ட முடியும்' என்று சொன்னவர்கள்.

இந்தக் கல்வித் திட்டத்தை உருவாக்க இன்று நம் கல்விக் கழகங்களில் முனைவர் பட்டம் பெற்றவர்களால் முடியாது.

இதனைக் கொண்டுவர சுய சிந்தனையாளர்கள் இந்த மூவரின் கல்விச் சிந்தனைகளைப் புரிந்தவர்கள் ஒன்று கூடி உருவாக்க வேண்டும்.

இது ஒரு இயக்கமாக மாறி கல்விச் சுதந்திரத்தைக் கொண்டு வந்தாலன்றி இந்திய நாட்டு கிராமப்புற மக்களுக்கு சமூக நீதியும் பொருளாதார நீதியும் என்றும் கிடைக்கப்போவது கிடையாது.

வாக்குகளை அரசியல் சுதந்திரம் என்று எண்ணி தேர்தலுக்குத் தேர்தல் விற்றுப் பிழைப்பு நடத்தும் பயனாளிக் கூட்டங்களாகவே நம் இன்றைய ஆளும் வர்க்கமும் நடுத்தர வர்க்கமும் கிராமங்களையும், கிராம மக்களையும் வைத்துக் கொண்டுள்ளது.

இந்தச் சூழல் மாற ஒரு புதிய கல்வியும் கல்விக் கழகங்களும் வேண்டும். இந்தக் கல்வியைக் கொண்டுவர பெரும் பணம் தேவையில்லை. நம் கல்விச் சிந்தனையாளர்களிடம் பெரும் துணிவு வேண்டும்.

*

20 பரவல் முறையா? குவியல் முறையா?

இன்று வந்துள்ள கோவிட்19 கொரோனா நம் அத்தனை செயல்பாடுகளுக்கும் ஒரு தடுப்பு அணையை உருவாக்கியுள்ளது.

மானுட சமுதாயம் கூடி வாழும் முறையை ஏற்படுத்திக் கொண்ட காலம் தொட்டு தொழில் புரட்சி ஏற்படுகின்ற வரை வாழ்வை லாபம் ஈட்டுவதற்கு என்று நடத்தியதில்லை.

“மன்னராட்சி முறை வந்தபிறகு தான் மக்களைப் பாதுகாப்பதாகக் கூறி மன்னன் புலன் இன்ப வாழ்க்கையை நடத்தினான்” என்று அரசியல் சிந்தனையாளர் தாமஸ் பெய்ன் கூறுவார்.

தொழில் புரட்சிக்குப் பிறகு பொருள்களை உருவாக்குவதும், உருவாக்கியதை விற்பதும், லாபம் ஈட்டுவதும், இயற்கையைச் சுரண்டுவதும், மக்களை அடிமைப்படுத்தி உழைப்பைச் சுரண்டி சுகபோக வாழ்க்கை வாழ்வதை மானுடத்தின் ஒரு பகுதி வழக்கமாக்கிக் கொண்டு விட்டது.

அதுவே மக்கள் கூட்டத்திற்கு முன் வைப்பது சட்டமாக ஏற்றுக் கொள்ளப்பட்டு வந்தது. அது மட்டுமல்ல முன்னேற்றம் மற்றும் மேம்பாடு என்பதற்கு பொருளாதாரம் சார்ந்த அடிப்படைகளை வைத்து வரையறைகளை உருவாக்கி, நிறுவனங்களைக்கட்டி உலகத்தை ஏற்றுக் கொள்ள வைத்துவிட்டன.

மக்களையும், இயற்கையையும் சுரண்டி வாழ்ந்த அந்த மக்கள் கூட்டத்தினர். அப்படி உருவாக்கப்பட்ட பொருளாதாரத்தில் மேம்பட்ட சமூகங்கள் தாங்கள்தான் நாகரீகமடைந்தவர்களாகவும் மேம்பட்டவர்களாகவும் சித்தரித்து உலகத்தை ஏற்றுக்கொள்ள வைத்துவிட்டனர்.

இந்தச் சூழலில் சுரண்டலையும், ஆதிக்கத்தையும் உணர்ந்த மக்கள் கூட்டம் ஆதிக்கத்திலிருந்து விடுபட்டு சுதந்திரம் பெற முனைந்து வெற்றியும் கண்டது. சுதந்திரம் அடைந்த மக்கள் புதிய முறை அரசாங்கத்தை தங்கள் நாடுகளில் உருவாக்கினார்கள்.

அங்கு அரசாங்கம் மக்களுக்குப் பாதுகாப்பை வழங்குவதுடன், சுதந்திரத்தை அளிப்பதும், அவர்கள் வாழ்வு மேம்பட வசதிகளை உருவாக்கித் தருவதையும் அடிப்படைகளாகக் கொண்டு செயல்பட்டு வந்தன.

காலப்போக்கில் சுதந்திரம் அடைந்த நாடுகளும் தங்கள் வலிமையின் அடிப்படையில் மற்ற நாடுகளைத் தங்கள் பொருளாதார, தொழில்நுட்ப ஆதிக்கத்திற்கு அடிபணிய வைத்து சுரண்டலில் ஈடுபட்டன.

போர் என்பது மன்னர்களுக்கு மத்தியில் மட்டும் நடக்கவில்லை, மன்னர்களிடமிருந்து விடுதலை பெற்ற நாடுகளும் போரில் ஈடுபட்டு வந்தன.

அத்தனைக்கும் பொருளாதார வலிமையை உருவாக்கிக் கொள்ள முயன்றதுதான் காரணமாக இருந்தது.

அதனால் பொருளாதாரச் செயல்பாடுகளின் வேகத்தைத் தங்கு தடையின்றி கூட்டினர். பல நாடுகளில் உலகமயப் பொருளாதாரத்தில் கடந்த முப்பது ஆண்டுகளில், நாடுகள் ஒன்றோடு ஒன்று ஒத்துழைத்து எல்லையில்லா பொருளாதாரக் குவியலை உருவாக்கின.

இதன் விளைவு மானுட சமுதாயத்தில் எல்லையில்லா ஏற்றத் தாழ்வுகள். அதேபோல் இயற்கை வளங்கள்

எல்லையில்லாத அளவுக்கு சுரண்டப்பட்டன. உயிர்ச்சூழல் முற்றிலுமாக அழிந்தன.

மக்கள் தொகைப் பெருக்கமும், மக்களாட்சியும் அரசாங்கத்திற்கு பெரும் நெருக்கடிகளை உருவாக்கின. பொதுமக்களின் அடிப்படைத் தேவைகளைக்கூட நிறைவேற்ற இயலாத சூழலுக்குத் தள்ளப்பட்டது அரசாங்கம்.

பல நாடுகளில் இந்தப் புதிய சூழல் என்பது நாடுகளைத் தாண்டி, இந்தப் புதிய பொருளாதாரத்தால் நாடுகள் பலனடைவதிலிருந்து, தனிமனிதர்கள் எல்லையில்லாச் செல்வத்தைக் குவிக்க வழிவகை செய்து கொடுத்தன அரசாங்கங்கள்.

ஊழல்கள் அரசாங்கத்தின் கொள்கை மூலம் வெளிப்பட்டன. இதற்கு வழிவகை செய்வது தான் அரசின் செயல்பாடாக கருதப்பட்டு, அரசாங்கச் செயல்பாடுகள் தீர்மானிக்கப்பட்டன.

இதன் விளைவு உலகம் முழுவதும் ஏழைகளை மிகவும் சிக்கலான வாழ்வுச் சூழலுக்கு கொண்டு சென்றது. மக்களாட்சி நடைபெறுகின்ற நாடுகளில் அரசாங்கமும் சந்தை அமைப்புக்களும் செய்வதறியாது விழி பிதுங்கி நிற்கின்றன.

எனவே தான் அறிஞர்கள் "அரசும் தோற்றது, சந்தையும் தோற்றது", என்கின்றனர். அதனாலேயே மாற்று முறை வளர்ச்சியை நோக்கிப் பயணிக்க முயல்கின்றன பல நாடுகள்.

"உலகம் முழுவதும் இந்த அர்த்தமற்றப் பொருளாதாரக் குவியலை நிறுத்துங்கள்" என்ற முழக்கங்கள் அறிஞர்களால் பல காலங்களில் வைக்கப்பட்டபோதும், அதற்கு பதிலளிக்கக்

கூடிய சிந்தனைப் போக்கில் யாரும் இல்லை என்பதுதான் மானுடத்தின் சோகம்.

இந்தச் சூழலில் உலகையே ஆட்டிப்படைக்கும் கொரோனா வைரஸ் தாண்டவம் ஆடுகின்றது. இதைக் கட்டுப்படுத்த "உங்கள் வேலைகளை நிறுத்துங்கள், தனிமைப்படுத்துங்கள்" என அரசாங்கம் கூறுகிறது.

இதைத்தான் 1973ஆம் ஆண்டு நிறுத்துங்கள் வளர்ச்சியை "Stop Growth" என்ற புத்தகத்தை வெளியிட்டு, அளவில்லா பொருளாதாரத்தை ஆசைப்பட்டுக் கட்டாதீர்கள் என்று உலகத் தலைவர்களைக் கேட்டுக் கொண்டனர் சூழலியலாளர்கள்.

இருந்தும் அவர்களெல்லாம் முன்னேற்றத்திற்கு எதிரானவர்கள் என்று சித்தரிக்கப்பட்டு அவர்கள் கருத்துக்கள் நிராகரிக்கப்பட்டு விட்டன.

இன்று இந்தக் கொரோனா நாடுகளுக்குள் வித்தியாசம் பாராமல் பாதித்து மக்களின் இயக்கத்தை நிறுத்தி வைத்துவிட்டது. இந்த இடத்தில் நாம் ஒரு புரிதலை ஏற்படுத்திக்கொள்ள வேண்டும்.

இந்தக் கொரனா வைரஸ் மக்களின் தேவை சார்ந்த அடிப்படைச் செயல்பாடுகளை எந்த விதத்திலும் தடுக்கவில்லை. மாறாக குவியல்முறை செயல்பாடுகளைத்தான் நிறுத்தியுள்ளது.

பரவல்முறைச் செயல்பாடுகளை எந்த விதத்திலும் அது தடுக்கவில்லை. கிராமங்களில் தேவை சார்ந்து நடைபெறும் எந்த வேலையும் நிற்கவில்லை.

இந்தச் சூழலில் காந்தியின் கிராம ராஜ்யம் மற்றும் பரவல்முறை பொருள் உற்பத்தி பற்றிக் கூறிய கருத்துக்களை சற்று நம் மனதுக்குள் கொண்டு வந்து நிறுத்துங்கள்.

ஒவ்வொரு கிராமமும் ஒரு குட்டிக் குடியரசு. அதன் தேவைகளை அந்தக் கிராமமே பூர்த்தி செய்து கொள்ளும் என்ற கருத்தை சற்று யோசித்துப் பாருங்கள்.

இதுதான் தற்சார்பு வாழ்க்கை முறை. தற்சார்பு முறை வாழ்க்கைக்குத் தேவை எளிய வாழ்க்கை, இயற்கையுடன் இணைந்து வாழ்தல், இவை இரண்டும் அடிப்படைகளாகும்.

பரவல் முறை செயல்பாடு என்பது ஒரே பணி பல இடங்களில், அந்தந்த சூழலுக்கு ஏற்ப வடிவமைக்கப்பட்டு தேவையான அளவில் தொழில்நுட்பத்தைப் பயன்படுத்தி நடைபெறும்.

குவியல் முறை என்பது பல இடங்களில் நடைபெறும் செயல்பாடுகளை ஒரே இடத்திற்கு கொண்டுவந்து செயல்படுவது. இதற்கு ஒரு உதாரணம் நெல் எல்லா ஊர்களிலும் விளைகின்றது.

அந்த நெல்லை அவித்து அந்த ஊரில் உள்ள அரவை மில்லில் அரைத்து, தங்கள் பயன்பாட்டுக்கு வைத்துக்கொள்வது. இதுதான் பரவல் முறைச் செயல்பாடு.

குவியல் முறையில் நெல்லை பெரும் ஆலைகளுக்கு விற்றுவிட்டு ஆலைகள் தயாரிக்கும் அரிசியை கடைகளில் வாங்கிக்கொள்வது.

பரவல் முறைச் செயல்பாட்டில் பல பேருக்கு வேலை உண்டு, குவியல் முறைச் செயல்பாடு வேலைகளை இழக்கச் செய்துவிடும். குவியல் முறைச் செயல்பாடுகள் அனைத்திலும் இயந்திரங்கள் பயன்படுத்தப்படும்.

மனிதன் செய்கின்ற வேலைகளை இயந்திரங்கள் பறித்துவிடும். இது ஓர் உதாரணம்தான். இதுபோல் எல்லாத் துறைகளிலும் குவியல் முறைச் செயல்பாடும், பரவல் முறை செயல்பாடும் நடந்து கொண்டு இருக்கின்றன.

பரவல் முறை ஆதிக்கமற்ற செயல்பாடு. குவியல் முறை ஆதிக்கம் செலுத்தும் செயல்பாடு. நெல்லை விவசாயிகளிடமிருந்து வாங்கும் போது, வாங்கும் ஆலைகள் கேட்ட விலைக்கு விவசாயிகள் விற்க வேண்டும்.

நெல் உற்பத்தி செய்த விவசாயிகளுக்கு ஆலை முதலாளிகளுடனோ, அரசுடனோ பேரம் பேசும் சக்தியோ மற்றும் ஆற்றலோ இருக்காது.

மீண்டும் அந்த நெல்லிலிருந்து வரும் அரிசியை அதே விவசாயி கடைகளில் வாங்கும்போது விலையை நிர்ணயிப்பது ஆலைகள்தானே தவிர, வாங்குபவர் அல்ல. இது அனைத்துப் பொருள்களுக்கும் பொருந்தும்.

பரவல் முறைச் செயல்பாட்டில் மக்கள் வசிக்கும் இடங்களில் எது கிடைக்கின்றதோ, அதை வாங்கி தங்களின் தேவைக்குப் பயன்படுத்திக் கொண்டனர்.

தேவையைத் தாண்டிச் செயல்பட முடிவதில்லை, செயல்படுவதும் இல்லை. குவியல் முறை செயல்பாட்டில் தேவைகளைத் தாண்டி ஆசைகள் தூண்டப்பட்டு,

பொருள்களின் மேல் மோகம் பெற்று வாங்கிப் பயன்படுத்தப் பழகி நுகர்வோராக மக்கள் மாற்றப்பட்டு விடுவர்.

பரவல் முறைச் செயல்பாட்டில் கிராமத்தில் உள்ள குடும்பங்களில் உள்ள அத்தனை பேருக்கும் வேலையிருக்கும். சிறு குழந்தைகள் முதல் முதியவர் வரை அனைவரும், அவரவர் செய்ய முடிந்த வேலைகளில் ஈடுபட்டிருப்பார்கள்.

கடின உழைப்பில்தான் வாழ்க்கை நடந்து கொண்டிருக்கும். குவியல் முறைச் செயல்பாடு என்பது இயந்திரச் செயல்பாடு மக்களின் வேலைகளைப் பறித்துவிட்டு,

மக்களை சோம்பேறிகளாகத் திரிய விட்டு, கேளிக்கை நிறுவனங்கள் கொண்டுவரும் கேளிக்கைச் செயல்பாடுகளில் பங்கேற்க வைத்து மக்களிடமிருக்கும் வளத்தைச் சுரண்டிவிடும். கடைசியில் கலாச்சாரத்தையும் நாசமாக்கிவிடும்.

பரவல் முறையில் தொழில்நுட்பம் என்பது மனிதனின் கடுமையான பளுமிக்க வேலைகளுக்கு மட்டும் மாற்றுக் கொண்டுவரும். குவியல் முறையில் காலில் அணியும் காலணியைப் போடுவதற்கு, ஒரு சிறிய கருவியைத் தந்து குனியாமல் செருப்பை மாட்டிக் கொள்ள உதவிடும்.

பரவல் முறையில் மக்களை எப்பொழுதும் செயல்பாட்டில் வைத்திருக்கும். அதுதான் பிரதானம். குவியல் முறையில் மனிதன் செய்வதைப் பிடுங்கி இயந்திரத்தைச் செய்ய வைத்து மனிதனை வேலையிழக்கச் செய்யும்.

குவியல் முறை செயல்பாட்டில் பணியாட்களை புலம்பெயர வைக்கும். பரவல் முறை செயல்பாட்டில் புலம் பெயர்வு என்பது இருக்காது. பரவல் முறையில் செயல்பாட்டின் பலன்கள் பலருக்கும் பரவலாக்கப்படும்.

குவியல் முறைச் செயல்பாட்டில் பயன்கள் ஒரு சிலர் மட்டும் லாபம் பெறுவார்கள், பெரும்பான்மை மக்கள் சுரண்டப்படுவார்கள். பரவல் முறைச் செயல்பாட்டில் இயற்கையை பாதுகாக்கும் பார்வை அனைவரிடமும் இருக்கும்.

குவியல் முறைச் செயல்பாட்டில் இயற்கை மற்றும் சூழல் பற்றிய எந்தச் சிந்தனையும் இன்றி இயந்திரத்தனமான செயல்பாடாகவே இருக்கும். குவியல் முறைச் செயல்பாட்டில், லாப மயக்கத்தில் எந்த பொதுப்பண்பும், பொது ஒழுக்கமும், இன்றி சமூகம் மதிப்பிழந்து நிற்கும்.

பரவல்முறைச் செயல்பாட்டில் பங்கேற்கும் அனைவரும் பங்குதாரர்கள். குவியல் முறைச் செயல்பாட்டில் லாபம் பெறுவோர் மட்டுமே பங்குதாரர்கள்.

பரவல்முறைச் செயல்பாட்டில் மக்கள் தன்னம்பிக்கை உடையவர்களாகவும், அதிகாரமிக்கவர்களாகவும், சுயமரியாதை உடையவராகவும் விளங்குவார்கள். குவியல்முறைச் செயல்பாட்டில் உழைக்கும் வர்க்கம் மதிப்பிழந்து மாக்களைப்போல் நடத்தப்படுவர்.

இன்றைய சூழலில் பெரும்பான்மைச் சமூகம் நுகர்வோராகவும், தன்னம்பிக்கை இழந்தவர்களாகவும், சார்ந்து வாழும் மனோபாவம் கொண்டவர்களாகவும், வாழ்ந்து வருகின்றனர்.

இந்தச் சூழலில் இந்த கொரோனா கோவிட் 19 வந்துள்ளது. இந்தப் பேரிடர் என்பது பரவல்முறைச் செயல்பாட்டிற்கு எந்த இடையூறும் செய்யவில்லை.

குவியல் முறைச் செயல்பாடுகளுக்குத்தான் மிகப்பெரிய தடையை ஏற்படுத்தியுள்ளது என்பதை நாம் புரிந்து கொள்ள வேண்டும். பெரிய கூட்டங்களை அரசியல் கட்சிகளால் கூட்ட இயலாது.

பெரிய வணிக வளாகங்களைத் திறக்க இயலாது. பெரிய திரையரங்குகளை இயக்க இயலாது. இந்த நிகழ்வு மானுடச் சிந்தனைக்கு ஒரு பின்னடைவுதான்.

என்னிடம் இருக்கும் அறிவு, அறிவியல், தொழில்நுட்பத்தால் எந்தச் சூழலையும் வெல்வேன் என்று சொன்ன மானுடம் இன்று திக்கற்று நிற்கிறது.

ஆரோக்யச் சூழலில் வாழ்ந்த மேற்கத்திய நாடுகளின் மக்களும், வட அமெரிக்க நாடுகளின் மக்களும் கொத்துக் கொத்தாக மடிவதைப் பார்க்கும்போது நம் அறிவு எங்கே என்று கேட்கச் சொல்கிறது.

நம் அறிவியல் தொழில்நுட்பம் எங்கே என்று கேட்கத் தோன்றுகிறது. பொருள் உற்பத்தி, பொருள் விற்பனை, லாபம் ஈட்டுதல் இந்த மூன்றையும் வைத்தே நாடுகள் அனைத்தும் மானுடச் செயல்பாடுகளை வடிவமைத்து செயல்படுத்தப்பட்டு வந்தன.

மானுடம் அறிவியலை, தொழில் நுட்பத்தை இதற்காகவே பயன்படுத்தின. இந்த விஞ்ஞானிகளுக்கோ, தொழில்நுட்ப வல்லுனர்களுக்கோ நாடுகளை வழிநடத்திய தலைவர்களுக்கோ, முன்னேற்றவியலாளர்களுக்கோ நாம் பிரபஞ்சத்துக்குள் வாழ்கிறோம், பூமிப் பந்தில் வாழ்கிறோம், நம் வாழ்வு ஒன்றுடன் ஒன்று பின்னிப் பிணைந்தது, நாம் அந்த முழுமையில் ஒரு பகுதிதான், எனவே நம் செயல்பாடுகள் என்பது மற்ற பகுதிகளை சேதப்படுத்தாமல் வாழ்வதுதான் என்ற உண்மை புரியவில்லை.

அதன் விளைவுதான் இயற்கையின் சீற்றங்கள், மாறுபாடுகள், சூழல் சீர்கேடுகள், உயிர்ச்சூழல் சிதைவுகள். உலகத்திற்கே ஞானம் தரும் வாய்ப்பைப் பெற்ற இந்தியாவில், நம் வேதம் இயற்கையுடன் இயைந்த வாழ்வு நிலைத்த தன்மையைப் பெற்றது என்பதை பறை சாற்றும் நாமும் இந்த சீரழிவுப் பொருளாதாரத்துக்குள் சிக்கி சீரழிந்து கொண்டுள்ளோம்.

இன்றைக்குப் புலம் பெயர்வு என்பதே பொருளாதாரத்தின் அடிப்படையாகி விட்டது. ஒன்று அவன் பிறந்த இடத்தில் அவனுக்கு வாழ வழியில்லை.

குவியல்முறைச் செயல்பாட்டில் கிராமங்களை நாம் அழித்துவிட்டோம். கிராமங்கள் அழிகின்றன என்பது தெரியாமலேயே மக்களும் பரவல்முறைச் செயல்பாடுகளை கைவிட்டு விட்டனர். வாழ்வாதாரம் தேடி நகரங்களுக்குப் புலம் பெயர்ந்தனர். அப்படி அவனுடைய வாழ்வும் வாழ்வாதாரமும் மாற்றப்பட்டு விட்டது. பொருள் உற்பத்திக்காக உற்பத்தி நடைபெறும் இடங்களை நோக்கி புலம் பெயர்ந்து வாழும் சூழலுக்கு மானுடம் தள்ளப்பட்டது.

அப்படித் தள்ளப்படும்போது அறிவுத் தளத்தில் செயல்படுகிறவன் சுக வாழ்வு பெற்றுவிட முடிகிறது, உடல் உழைப்புச் செய்யும் மனிதர்கள் வாழ்க்கை என்பது மாக்கள் வாழும் சூழலில் வாழ்ந்தாக வேண்டிய சூழலுக்கு தள்ளப்பட்டார்கள்.

இன்றைய இந்த நிகழ்வுகளுக்குக் காரணமே அடிப்படையில் உற்பத்தி குவிக்கப்பட்டதுதான். குவிக்கப்பட்ட உற்பத்தி என்பது பல்லாயிரக்கணக்கான மனிதர்களின் உழைப்பைச் சுரண்டுவதுடன் ஒட்டுமொத்த வாழ்வாதாரத்தையும் சிதைத்து விட்டது.

டாக்டர் க.பழனித்துரை

ஒரு காலத்தில் ஒவ்வொரு குடும்பத்துக்கும் தேவையான அரிசியை, தங்கள் வீட்டில் வயல்களில் விளைந்த நெல்லை அவித்து காயவைத்து அந்த ஊரில் உள்ள நெல் அரைக்கும் மில்லில் அரைத்து, பெற்றுக்கொள்வர்.

அந்த அரிசியைப் புடைத்து அதில் உள்ள குருணையை தங்கள் வீட்டில் வளர்க்கும் கோழிகளுக்கும், மாடுகளுக்கும் உபயோகப்படுத்துவர்.

தங்கள் வயல்களில் விளைந்த எள்ளை வைத்து நாட்டுச் செக்கின் மூலம் நல்ல எண்ணை தயாரித்து வைத்துக் கொள்வார்கள். அதேபோல்தான் தேங்காய் எண்ணையும் தயாரித்துக் கொள்வார்கள்.

கடலை எண்ணையும் தயாரிப்பார்கள். விளக்குக்குத் தேவையான எண்ணையும் தயாரித்து வைத்துக் கொள்வார்கள். அதுபோல் விதவிதமான ஊறுகாய்களை தயார் செய்து விடுவார்கள்.

வீட்டில் கிடைக்கும் மாங்காய், எலுமிச்சை, நார்த்தை, கிடாரை போன்ற காய்களை உப்பில் போட்டு காயவைத்து விடுவார்கள். அதேபோல் காய்களைப் பறித்து வத்தல் போட்டு வைத்துக் கொள்வார்கள்.

முருங்கை மரம் எல்லா வீடுகளிலும் வேலிகளில் இருக்கும். முருங்கைக்காய் மற்றும் முருங்கை இலை என்பது விலை இல்லாமல் கிடைத்துவிடும் உணவுக்கு.

வீட்டில் உபயோகிக்கும் தண்ணீர் வந்து சேருமிடத்தில் வாழைக் கன்றுகள் நடப்பட்டு வாழைக்காய்க்கு வாய்ப்பு வந்துவிடும். அதுவும் ஒரு காயாக உணவுக்குப் பயன்படும். ஒவ்வொரு ஊரிலும் ஓரிரண்டு மளிகைக் கடை இருக்கும். தேவையான சாமான்கள் மிகக் குறைந்த அளவு அதாவது தேவைக்கு மட்டும் வாங்கும் பழக்கம்தான் இருந்தன நம்மிடம் கிராமங்களில். பணப்புழக்கம் அவ்வளவு அதிகம் இல்லை அப்போது.

கிராமங்களில் ஆண்களும் பெண்களும் கடின உழைப்பாளிகளாகவே இருந்தார்கள். கிராமங்களில் நிலங்கள் என்பது செல்வத்தின் அடையாளம், அதேபோல் ஆடு மாடுகள் என்பதும் செல்வத்தின் அடையாளங்களாக இருந்தன.

கிராமங்களில் இன்று இருப்பதுபோல் கார்கள் இல்லை, பைக்குகள் இல்லை. அனைவரும் பொது ஊர்திகளான

புகைவண்டி மற்றும் பேருந்தைத்தான் பயன்படுத்தினார்கள்.

ஐந்து மைல் தூரம் எல்லாம் மிகவும் சுலபமாக நடந்தே சென்றுவிடுவார்கள். சைக்கிள் அனைவரும் வைத்திருப்பதில்லை. ஒரு சிலரிடம் மட்டுமே இருக்கும். சைக்கிள்களை வாடகைக்கு எடுத்துத்தான் பலரும் ஓட்டுவார்கள்.

கோடையைத்தவிர மற்ற மாதங்கள் அனைத்தும் கடுமையாக உழைத்துக் கொண்டிருப்பார்கள். மக்கள் தங்கள் வாழ்க்கையைப் பெரும்பாலும் கிராம அளவுக்குள்ளேயே வரையறுத்துக் கொள்வார்கள். இன்று கிராமத்தில் வாழ்வாதாரத்திற்கே போராட வேண்டியுள்ளது.

பொருளாதாரத்தை மேம்படுத்த முடியாத அளவுக்கு கிராம உற்பத்திச் சாதனங்கள் மாற்றப்பட்டு விட்டன. இதன் விளைவுதான் கிராமங்களிலிருந்து வாழ்வாதாரம் தேடி இளைஞர்களும் முதியவர்களும் புலம் பெயர்ந்து பெரு நகரங்களுக்குள் அடைபட்டனர்.

சுமார் 12 கோடி தொழிலாளர்கள் புலம் பெயர்ந்து வாழ்வாதாரத்திற்காக மதிப்பிழந்த வாழ்க்கையை நகரத்தில் வாழ்ந்துள்ளனர். இன்று அவர்கள் மீண்டும் தன் இருப்பிடம் வந்துவிட்டனர்.

இன்று நாம் தீர்மானிக்க வேண்டியது மீண்டும் குவியல் முறையா அல்லது பரவல் முறையா? அல்லது இரண்டும் கலந்ததா என்பதைத்தான். பரவல் முறை என்றால் கிராமங்களைப் புனரமைக்க வேண்டும்.

அத்துடன் மக்களின் மேம்பாடு, முன்னேற்றம் வளர்ச்சி என்பதற்கான புது விளக்கத்துடன் இயங்க வேண்டும். பரவல் முறையும் குவியல் முறையும் என்றால் அந்தந்த மாநிலங்களுக்குள்ளேயே தொழிலாளர்கள் புலம் பெயர்வுக்கு வழிகாண வேண்டும்.

எனவே அரசாங்கம் இதனை யோசிக்க வேண்டும். கருத்தியலாளர்கள், சிந்தனையாளர்கள் இந்த விவாதத்தை முன்னெடுக்க வேண்டும்.

*

21 எங்கே மூன்றாவது அரசாங்கம்?

ஆண்டுதோறும் ஏப்ரல் 24ஆம் நாளை பஞ்சாயத்து தினமாக மத்திய அரசு கொண்டாடுவது வழக்கம். ஒரு காலத்தில் மிகப்பெரிய மாநாடாக டெல்லியில் இந்த விழா நடக்கும்.

அப்பொழுது அதிக அதிகாரங்களை, நிதி மற்றும் அலுவலர்களை பஞ்சாயத்துக்களுக்கு பகிர்ந்தளிக்கும் மாநிலங்களுக்கு அந்த மாநாட்டில் பரிசுகளை வழங்குவார்கள்.

அந்த மாநாட்டில் பிரதமர், பஞ்சாயத்துத்துறை அமைச்சர், வெளிநாட்டுத் தூதர்கள், பஞ்சாயத்து செயல்பாடுகளுக்கு உதவிகரமாக செயல்படும் தன்னார்வ நிறுவனங்கள் மற்றும் இந்திய மாநிலங்களிலிருந்து உள்ளாட்சிப் பிரதிநிதிகள்,

அதிகாரிகள் மற்றும் உள்ளாட்சி பற்றி ஆராய்ச்சி செய்யும் பெரும் பேராசிரியர்கள் மற்றும் ஆராய்ச்சியாளர்கள் பங்கேற்கும் நிகழ்வாக இந்த மாநாடு இருக்கும்.

இந்த மாநாட்டில் பஞ்சாயத்துக்கள் செய்திருக்கின்ற சாதனைகள் மற்றும் சாதிக்க வேண்டிய செயல்பாடுகள் பற்றியும் விவாதிப்பார்கள்.

இந்தச் செயல்பாடுகளுக்கு அடிப்படையாக அதிகாரப் பரவல் பற்றிய ஓர் ஆராய்ச்சி அறிக்கை தரமான ஆராய்ச்சி நிறுவனத்தின் மூலம் தயாரிக்கப்பட்டு வெளியிடப்படும். இந்தியா முழுவதும் சென்று கள ஆய்வுகளும் செய்து அந்த அறிக்கை தயார் செய்யப்படும்.

இந்த ஆய்வு அறிக்கையின் மூலம்தான் எந்த மாநிலம் பஞ்சாயத்துக்களுக்கு அதிக அதிகாரங்களையும், நிதியினையும் செயல்பாட்டுக்கு அலுவலர்களையும் தந்துள்ளது என்பதை மற்ற

...| 172 |... மாற்றுமுறை காண்போம்!

மாநிலங்களுடன் ஒப்பிட்டுத் தேர்ந்தெடுப்பார்கள்.

இந்த ஆண்டு ஏப்ரல் 24ஆம் நாள் நம் பாரதப் பிரதமர் காணொலிக் காட்சி மூலம் கிராம் சுவராஜ் போர்டல் ஒன்றைத் திறந்து வைத்து, பஞ்சாயத்துக்களை வலுப்படுத்தி மக்களாட்சியை வலுப்படுத்த வேண்டும் என்ற கருத்தை முன் வைத்து, இந்த சோதனைக் காலத்தில் உள்ளாட்சிகள் எப்படிச் செயல்பட வேண்டும் என்பதைக் கோடிட்டுக் காட்டினார்.

ஆனால் அவரிடம் எதிர்பார்த்தது என்று முதன் முதலில் மக்களுக்கு தொலைக்காட்சி மூலம் கொரோனாவைச் சமாளிக்க எப்படிச் செயல்பட வேண்டும் என்று உரை நிகழ்த்தினாரோ,

அந்த உரையில் மத்திய மாநில அரசுகள்போல், உள்ளாட்சியும் களத்தில் எப்படி இயங்க வேண்டும் என்று கூறியிருப்பாரேயானால் உள்ளாட்சிகள் இன்று கேரளத்தில் செயல்படுவதைப் போல, களத்தில் அனைத்து மாநிலங்களிலும் உள்ளாட்சிகள் செயல்பட வாய்ப்பிருந்திருக்கும்.

களத்தில் பொறுப்புடன் மக்களைக் காக்க நிற்க வேண்டியவர்கள் நீங்கள் என்று கூறி, அவர்கள் ஆற்றவேண்டிய பணிகளைப் பட்டியலிட்டிருந்தால், மாநில அரசுகள் அவர்களையும் களத்தில் இறக்கியிருக்கும்.

ஒரு காலத்தில் பஞ்சாயத்துக்கான அமைச்சகம் ஒரு மாபெரும் அமைச்சகமாக இயங்கியது. பஞ்சாயத்துக்களை வலுப்படுத்த பல்வேறு முன்னெடுப்புக்களைச் செய்தது.

ஆனால் அந்தச் செயல்பாடுகள் அனைத்தும் இன்று வரலாறாக மாறிவிட்டது. இன்று அந்த அமைச்சகம் ஊரக வளர்ச்சி அமைச்சகத்துடனே இணைக்கப்பட்டு விட்டது.

பஞ்சாயத்துக்களை வலுவாக்க வலுவுடன் வழிகாட்டியாக செயல்பட வலுவுள்ள அமைச்சகமாக செயல்பட வேண்டிய அமைச்சகம், அதன் வலுவைத் தொடர்ந்து இழந்து வருகிறதோ என்று தான் எண்ணத் தோன்றுகின்றது.

கடைசியாக அதிகாரப் பரவலுக்கான அறிக்கை 2016 ஆம் ஆண்டு என்னை ஆலோசகராகக் கொண்டு, மும்பையில் உள்ள டாட்டா சமூகவியல் அறிவியல் நிறுவனத்தின் மூலம் தயாரிக்கப்பட்டு, மத்தியப் பஞ்சாயத்து அமைச்சகத்தால் வெளியிடப்பட்டது. அதற்குப் பிறகு எந்த அறிக்கையும் அரசால் தயாரிக்கப்படவில்லை.

ஒரு காலத்தில் பஞ்சாயத்து அமைப்புக்களை வலுவாக்கிட அந்த அமைச்சகத்துக்கு ஒதுக்கப்பட்ட நிதி ரூபாய் 8000 கோடி அளவில் இருந்தது, ஆனால் 2014க்குப் பிறகு அதே அமைச்சகத்துக்கு ஒதுக்கப்பட்ட நிதி 90 கோடி ரூபாய். அந்த அளவுக்கு அந்த அமைச்சகத்தின் செயல்பாடுகள் தேய்ந்து போயின.

ஒரு காலத்தில் மிகப்பெரிய நிறுவனங்கள் உலக வங்கி, ஆசிய வங்கி, ஐ.நா. அமைப்புகள், போர்டு போன்ற பல நிறுவனங்கள் பஞ்சாயத்துக்களை வலுப்படுத்த ஆராய்ச்சிகளுக்கும், மற்ற ஆதாரச் செயல்பாடுகளுக்கும் நிதியளித்து உதவின.

73வது மற்றும் 74வது அரசியல் சாசனச் சட்டத் திருத்தங்கள் வந்த பிறகு மிகப்பெரிய எதிர்பார்ப்புக்கள் இந்திய உள்ளாட்சிகளின்மேல் இருந்தன.

இன்று அந்த நிறுவனங்கள் பஞ்சாயத்துக்களுக்கான எந்த ஆதரவுச் செயல்பாடுகளுக்கும் நிதி அளிக்க தயாராக இல்லை. ஏனென்றால் மத்திய அரசோ, மாநில அரசுகளோ பஞ்சாயத்துக்களை வலுப்படுத்தும் சிந்தனையில் இல்லை என்பதை புரிந்து கொண்ட காரணத்தால்.

இதில் ஒரே ஒரு விதிவிலக்கு கேரள மாநிலம். இந்த மாநிலம் மட்டும்தான் அதிகாரப் பரவல் என்ற நிகழ்வை ஒரு வாய்ப்பாகப் பயன்படுத்தியது.

அத்துடன், அடித்தளத்தில் மக்கள் பங்கேற்புடன் திட்டமிடுதல் என்ற மகத்தான மக்கள் எழுச்சியை ஓர் இயக்கத்தின் மூலம் உருவாக்கி பிற மாநிலங்களுக்கு மட்டுமல்ல, பிற நாடுகளுக்கே வழிகாட்டிக் கொண்டுள்ளன அங்குள்ள பஞ்சாயத்துகள்.

இன்றும் மக்கள் திட்டம் தயாரிப்பு என்பதும் அடித்தளத்தில் மக்களுடன் இணைந்து மேம்பாட்டுப் பணிகளில் செயல்படுவது என்பதையும் ஒரு கலாச்சாரமாக மாற்றி செயல்பட வைத்துள்ள மாநிலம் கேரளா.

இந்தச் சாதனையை நிகழ்த்தியது கேரளத்து மக்களும், கேரளத்தை ஆண்ட அரசியல் இயக்கங்களும்தான் என்பதை யாரும் மறுக்க இயலாது.

உலகத்தில் மிகப்பெரிய மக்களாட்சி நாடான இந்தியாவில் உள்ளாட்சி அரசாங்கமாக அரசியல் சாசனத் திருத்தச் சட்டங்கள் மூலம் உருவாக்கப்பட்டபோது, உலகளவில் பிரசித்த பெற்ற பல்கலைக் கழகங்களில் பணியாற்றிய மிகப்பெரும் ஆய்வாளர்கள்,

இந்தியாவின் சமூக மாற்றத்திற்கும், சமூக மேம்பாட்டிற்கும், மக்களாட்சி விரிவாக்கத்திற்கும் செயல்பட இருக்கும் வாய்ப்புக்களை அறிக்கைகளாக எடுத்துக் காட்டினார்கள்.

இன்று அவர்களுக்கு பெரும் ஏமாற்றத்தை இந்திய ஆட்சியாளர்கள் மாநிலத்திலும் மையத்திலும் தந்து விட்டார்கள். இருந்தபோதிலும் உலக அளவில் ஆராய்ச்சியாளர்களின் கவனத்தை ஈர்த்த மாநிலம் கேரளாதான் என்பதை தற்போது வருகின்ற ஆராய்ச்சிக் கட்டுரைகளிலிருந்து நாம் புரிந்து கொள்ள முடியும்.

பேரிடர் மேலாண்மையில் சட்டத்தின் மூலம் வருவாய்த் துறைக்கு பல அதிகாரங்கள் இருந்தபோதும், மீட்புப் பணிகளிலும், பேரிடர் மேலாண்மை பணிகளிலும் உள்ளாட்சிக்கு இருக்கும் அதிகாரங்களை முழு அளவில் மக்களுடன் இணைந்து செயலாற்றும் மாநிலம் கேரளா என்பதையும் யாரும் நிகராரிக்க முடியாது.

இந்த உள்ளாட்சி அரசியல் சாசனத்தின் பகுதி 9 மற்றும் 9கி வில் இருந்தும் ஏன் அது முக்கியத்துவத்தை இழக்கின்றது என்பதை நாம் உற்று நோக்கும்போது ஒரு காரணம் நமக்கு புலப்படுகிறது.

நீண்ட நாட்களுக்கு முன் ஆலடி அருணா என்பவர் தமிழக சட்ட அமைச்சராக இருந்தார். அவர் என்னிடம் ஒரு கேள்வியைக் கேட்டார்.

அதிகாரப் பரவல் என்பதற்கு எனக்கு சரியான விளக்கத்தினை கூறுங்கள் எனக் கேட்டார்.

அப்போது நான் "அதிகாரப் பரவல் என்பது முடிவெடுக்கும் அதிகாரங்கள் அரசாங்க அமைப்புகளில் உயர் நிலையிலிருந்து, அடித்தட்டில் உருவாக்கப்பட்ட அமைப்புக்கள் வரை பரவலாக்குவது" என்றேன்.

உடனே அவர் கேட்டார் "இது எங்கே துவங்க வேண்டும் எங்கே முடிய வேண்டும் என்று கூறுங்கள்" என்றார்.

நான் உடனே "இந்த அதிகாரப் பரவல் டெல்லியிலிருந்து துவங்கி மாநிலம் வந்து மாநிலத்திலிருந்து கிராமசபை வரை செல்ல வேண்டும் என்றேன்". அப்படி நம் நாட்டில் செல்கிறதா? என்றார்.

அதாவது 73வது மற்றும் 74வது சட்டத்திருத்தங்கள் மாநிலத்தில் உள்ள அதிகாரங்களை உள்ளாட்சிகளுடன் பகிர்ந்து கொள்ளுங்கள் என்று தானே கூறுகிறது மத்திய அரசு.

மைய அரசிடமிருந்து மாநிலங்களுக்கு அதிகாரப் பரவல் நடக்கும் என்று தெரிவிக்கவில்லையே.

அது மட்டுமல்ல, இன்றுள்ள சூழலில் நாங்கள் மாநிலத்திற்கு அதிக அதிகாரம் வேண்டும் என்று போராடி வருகிறோம். ஆனால் மத்திய அரசு உங்களிடம் உள்ள அதிகாரத்தை உள்ளாட்சிகளுடன் பகிர்ந்து கொள்ளுங்கள் என்று தானே கூறுகிறது?

இந்தச் சூழலில் மத்திய அரசின் அதிகாரப் பரவல் என்பது ஒரு தவறாக கட்டமைக்கப்பட்ட ஒன்று, அது வெற்றி பெறப்போவது இல்லை" என்று கூறினார்.

நான் அவரிடம் ஒரு கேள்வியைக் கேட்டேன்.

"உங்கள் கட்சி உறுப்பினர்களும் அந்த அவையில் இருந்துதானே இந்தச் சட்டத் திருத்தங்களை நிறைவேற்றினீர்கள். அப்போது மாநிலத்திற்கு அதிக அதிகாரம் தராமல், மாநில அரசை உள்ளாட்சிக்கு அதிக அதிகாரம் தரச்

சொல்வது நியாயமற்றது என்று ஏன் வாதிடவில்லை" என்று கேட்டேன்.

"நாங்கள் தொடர்ந்து போராடிக் கொண்டுதான் வருகிறோம். உங்களைப் போன்றவர்கள்தான் இதை பொது விவாதத்திற்கு கொண்டுவர வேண்டும்" என்றார்.

அவர் அன்று கூறியதில் சில உண்மைகள் உள்ளன என்பதை யாரும் மறுக்க இயலாது. மத்திய அரசால் உருவாக்கப்பட்ட இரண்டாவது நிர்வாகச் சீர்திருத்த ஆணையம் கொண்டு வந்த அறிக்கைகளில் ஒரு அறிக்கை உள்ளாட்சி பற்றியது. அதைப் படித்தால் ஓர் உண்மை நமக்கு விளங்கிவிடும்.

73வது, 74வது அரசியல் சாசன சட்டத் திருத்தங்களைக் கொண்டுவந்த மத்திய அரசே தான் உள்ளாட்சி வலுப்பட செய்ய வேண்டிய பணிகளைச் செய்யாமல் இருப்பதும், அதைச் சுட்டிக் காட்டும்போது அவைகளை மறுப்பதும் வாடிக்கையான செயல்கள் என்று அந்த அறிக்கை கூறுகின்றது.

அதேபோல் மாநில அரசுகள் உள்ளாட்சியை வலுப்படுத்த சிறந்த முறையில் கேரளா போல் செயல்பட்டிருக்க முடியும். ஆனால் செயல்படவில்லை என்பதை எடுத்துக்காட்டி, மத்திய மாநில அரசுகள் என்னென்ன செய்ய வேண்டும் என பட்டியலிட்டுக் காட்டியுள்ளது.

அந்த அறிக்கையில் கூறிய ஆலோசனைகள் அனைத்தும் கிடப்பில் போடப்பட்டுள்ளன.

இதற்குப் பிறகு மணிசங்கர் அய்யர் குழு ஒன்று அமைக்கப்பட்டு, அந்தக் குழுவும் தன் பரிந்துரையை அரசுக்குச் சமர்பித்தது. அந்தக் குழு முக்கியமாக இரண்டு பரிந்துரைகளை வழங்கியது.

ஒன்று பஞ்சாயத்தைப் பயன்படுத்தி சமூக மேம்பாட்டுத் திட்டங்களை நிறைவேற்றுங்கள் என்றும் கிராம சபையை வலுவாக்கி ஒளிவு மறைவற்ற ஓர் நிர்வாகத்தை உருவாக்குங்கள் என்றும் பரிந்துரைத்தனர்.

இந்தக் குழுவின் அறிக்கையைப் படித்தால் அதிகாரப் பரவலில் எவ்வளவு முட்டுக் கட்டைகள் உள்ளன என்பதை நம்மால் விளங்கிக் கொள்ள முடியும்.

இந்தச் சூழலில் 1965ஆம் ஆண்டு அகில இந்திய பஞ்சாயத்து பரிஷத் நடத்திய மாநாட்டில் உரையாற்றிய ஜெயப்பிரகாஷ் நாராயண் ஒரு கருத்தை முன் வைத்தார்.

"இந்தியாவில் அதிகப்படியான ஏழைகள் தான் இருக்கின்றார்கள். நாம் பேசும் அதிகாரப் பரவல் என்பதோ, காந்தி கண்ட கிராம ராஜ்யம் என்பதோ இந்திய ஆட்சியாளர்களால் நடக்கப்போவது கிடையாது.

ஏனென்றால் இந்த அதிகாரப் பரவலைச் செய்துவிட்டால் இந்த நாட்டில் சாதாரணக் குடிமகன்கூட அரசாங்கத்தை கேள்வி கேட்கும் அளவிற்கு ஊக்கம் பெற்றுவிடுவான். எனவே ஆட்சியாளர்கள் அதைச் செய்யப் போவது கிடையாது.

இது நடைபெற வேண்டுமானால் ஒரு பெரும் மக்கள் இயக்கத்தால்தான் நடைபெற முடியும். அந்த மக்கள் இயக்கம் கட்டப்படுவது ஏழைகளின் மூலம் இருக்க வேண்டும்.

அதற்கான புரிதலை ஏழைகளிடம் உருவாக்க நாம் தயாராக இருக்கிறோமா என்பதை நாம் நமக்குள் கேள்வி கேட்டுக்கொண்டு, பதில் தேட வேண்டும்" என்று கூறினார்.

இன்று அவர் கூறிய கருத்து எவ்வளவு உண்மை என்பதை நம்மால் உணர முடியும்.

இந்தியாவில் வாழும் அனைத்து சமூகங்களும் முன்னேற நமக்குத் தேவை அதிகாரமிக்க உள்ளாட்சிகள். இந்தியா முன்னேற முதலில் நம் கிராமங்கள் முன்னேற வேண்டும்.

நம் கிராமங்கள் அழிந்தால் இந்தியா அழிந்துவிடும் என்று கூறிய காந்தியின் கூற்றில் இருக்கும் உண்மையை நம் ஆட்சியாளர்கள் உணரப்போவது எப்போது என்று தெரியவில்லை. இந்திய கிராமங்கள் தன் தற்சார்பு நிலையை அடைய இந்திய கிராமங்களை அரசாங்கப் பிடியிலிருந்து தளர்த்தி மக்களின் கட்டுப்பாட்டிற்குக் கொண்டு செல்ல கிராம சபையை வலுப்படுத்துவதும்,

நம் உள்ளாட்சிகளுக்கு அளித்த அரசியல் சாசன அதிகாரங்களைத் தராமல், எத்தனை போதனை செய்தாலும் இந்திய ஏழைகள் அரசாங்கத்தின் பயனாளிக் கூட்டங்களே.

*

22. பொதுநலம் பேண தேவையான ஒரு கல்வி!

கொரோனா என்ற வைரஸ் இன்று உலகையே ஆட்டிப் படைக்கிறது. யாரும் தப்ப முடியவில்லை. அறிவியல், தொழில் நுட்பம், பணம், அரசாங்கம், ராணுவம், காவல்துறை, நிர்வாகம் அனைத்தும் களத்தில் இருந்து போராடுகின்றன.

இருந்தும் தப்பித்துக் கொள்வதற்கு அனைவரும் கூறும் ஒரே வழி தனித்திரு, விழித்திரு, விலகி இரு என்பதுதான்.

சுத்தமாய் இருங்கள், கை கழுவுங்கள் நீங்கள் தப்பித்துக் கொள்ளலாம். ஆனால் நம் மக்களுக்கு இவை அனைத்தும் செவி கேளாதோர் காதில் ஊதிய சங்கு போல் இருக்கிறது.

தினம் தினம் உழைத்து தன் வாழ்வை நடத்தும் மக்களுக்கு இந்தச் சூழல் ஒரு அதிர்ச்சியைத் தந்துள்ளது. அடுத்து நேரத்தைக் கொல்வதற்காக அலையும் ஒரு கூட்டம் நம் நாட்டில் விபரம் புரியாமல் அடங்க மறுக்கிறது.

அவர்களுக்கு இந்தத் தனிமை ஒரு கொடுஞ் செயல். நிலைமை புரிந்தவர்களுக்கு இந்தச் சூழல் என்பது ஒரு தவக்காலம்.

இந்தச் சூழலில் காந்தி கூறியதைச் சற்று திரும்பிப் பார்த்தால் நாம் எங்கு தடம் புரண்டோம் என்பது புரியும்.

காந்தி 1915 ஆம் ஆண்டு இந்தியாவுக்குள் வந்து பதினான்கு ஆண்டுகள் இந்தியாவைச் சுற்றி 2000 முக்கிய இடங்களில் மக்களைச் சந்தித்து இந்தியாவைப் புரிந்து கொண்டு, இந்தியாவை மறுசீரமைக்கத் திட்டமிட்டார்.

இந்தியாவை மறுசீரமைப்பதற்கு அவர் கைக்கொண்ட வழி என்பது மேற்கத்திய மயமாக்குதல் அல்ல. இந்தியச் சமூகத்தை இந்திய மயமாக்குதல்.

இந்திய மண்ணுக்கு இருந்த தற்சார்பு வாழ்க்கை முறை கொண்டு, இந்திய வாழ்க்கை முறையை மீட்டெடுத்து, அந்த வழியில் இந்தியச் சமூகத்தை மறுசீரமைக்க அவர் திட்டமிட்டார்.

காந்தி இந்திய மண்ணில் பிறந்து வளர்ந்திருந்தாலும், 1915 ஆம் ஆண்டு இந்தியாவுக்குள் வரும்போது அவர் சாதாரண மோகன்தாஸ் கரம்சந்த் காந்தி அல்ல.

தென்னாப்பிரிக்காவில் 20 ஆண்டு காலம் சத்தியாகிரகம் நடத்தி வெற்றியைப் பார்த்தவர். இருள் வெள்ளத்தில் மூழ்கியிருந்த இந்தியாவுக்குள் சூரியனைப்போல் மக்களுக்கு ஒரு நம்பிக்கை நட்சத்திரமாக வந்திறங்கினார்.

இந்திய மண்ணில் அவர் காலடி பட்டவுடன் இந்தியர்களுக்கு ஒரு ஒளிக்கீற்று தென்பட்டதுபோல், காந்தியை எல்லா பெரிய நகரங்களிலும் அழைக்கின்றார்கள்.

அவரைப் பார்க்க மக்கள் வெள்ளம் அன்றே அவ்வளவு திரள ஆரம்பித்தது. 1915 ஆம் ஆண்டு காந்தி இந்தியாவிற்கு வந்து விட்டார்.

வந்த இரண்டே நாளில் ஊடகங்களுக்குத் தெரிவித்து விட்டார், தான் இந்தியாவில் தங்கி இந்திய மக்களுக்காக பணியாற்றப் போவதாக.

டாக்டர் க.பழனித்துரை

அதைத்தான் பாரதி பாழ்பட்ட பாரதத்தை வாழ்விக்க வந்த மகாத்மா என்று வருணித்தார்.

காந்தி விடுத்திருந்த செய்தி:

அந்த நிலையில் காந்தி இந்திய மக்களுக்கு ஊடகவியலாளர்கள் மூலம் ஒரு கருத்தைத் தெரிவித்தார். இந்தியாவுக்கு வேண்டியது சுதந்திரம் அல்ல சுகாதாரம் தான் என்று ஆணித்தரமாகக் கூறி அனைவரையும் அதிர வைத்தார்.

இந்திய மண்ணுக்கு முதலில் தேவை சுகாதாரம். மக்கள் சுதந்திரம் பற்றித் தெரிந்து கொள்ளுவதற்கு முன் சுகாதாரம் பற்றித் தெரிந்து கொள்ள வேண்டும் என எண்ணினார். அந்த அளவுக்கு இந்தியா சுகாதாரமற்ற சூழலில் இருந்துள்ளது.

ஆனால் சுதந்திரம் அடைந்து 73 ஆண்டுகள் ஆகியும் நம்மால் காந்தி கனவு கண்ட அந்தச் சுகாதாரமான வாழ்க்கையை மக்களால் அமைத்துக்கொள்ள முடியவில்லை.

அதன் விளைவுதான் இன்று நாம் எங்கும் பார்க்கும் சாக்கடைகள், குப்பை மேடுகள், பரந்து கிடக்கும் பாலிதீன் பைகள், சாலையோர திறந்தவெளிக் கழிப்பிடங்கள், சுகாதாரமற்ற குடிநீர்ஞ்

ஆனால் சந்திர மண்டலத்திற்கு ராக்கெட்டை அனுப்பி சாதனை படைத்து வருகின்றது இந்தியா. அனைவர் கையிலும் கைபேசி இருந்தும் அடிப்படைத் தேவையான கழிப்பறை இல்லை.

நாம் வாழும் சூழல் பாழ்பட்டிருக்கிறது என்பதை அறியாமலே நம் மக்கள் வாழ்ந்து கொண்டிருக்கிறார்கள்.

இந்தியாவுக்கு சுகாதாரம் தான் முதலில் வேண்டும். அதற்குப் பிறகுதான் சுதந்திரம் வேண்டும் என்று கூறிய காந்திக்கு அவரின் 150வது பிறந்த ஆண்டில் அவருக்கு புகழ் அஞ்சலி செலுத்தும் விதமாக,

சுத்தமான இந்தியாவை உருவாக்கி அதையே காணிக்கையாக்க வேண்டும் என்பதற்காகத்தான் மிகப்பெரிய திட்டம் ஒன்றை 'தூய்மை இந்தியா' (swachh Bharat) என்ற பெயரில் உருவாக்கி, இன்றைய மத்திய அரசு நடைமுறைப்படுத்தி வருகிறது.

இதன் அடிப்படை நோக்கம் மக்கள் பங்கேற்புடன் சுகாதாரம் பேணுதல் என்பது தான்.

சுகாதாரம் பற்றிய விழிப்பு:

நாம் ஆரோக்கியமற்ற சூழலில் வாழ்ந்து பழகிவிட்டோம். இதற்கு மிகப்பெரும் காரணமாக விளங்குவது, நமக்கு தேவைப்படும் பொதுச் சுகாதாரம், பொதுச் சுத்தம் பற்றிய விழிப்புணர்வு, அறிவு மற்றும் உணர்வு போன்றவை மக்கள் மத்தியில் இல்லாமல் போனதுதான் என்பதை யாரும் மறுக் இயலாது.

ஆண்ராய்டு போன் வாங்கி உபயோகப்படுத்தும் ஒருவருக்கு தன் வீட்டில் சுகாதாரத்திற்கு ஒரு கழிப்பறை வேண்டும் என்ற சிந்தனையோ, உணர்வோ இல்லை என்பதுதான் சோகம்.

ஒரு நாளைக்கு 7 மணி நேரம் மொபைல் போனை உற்றுப் பார்த்துக் கொண்டிருக்கும் நமக்கு, நாம் உபயோகப்படுத்திய கழிப்பறையில் உபயோகப்படுத்துவதற்கு முன்பும், பின்பும் தண்ணீர் ஊற்றிச் சுத்தப்படுத்த வேண்டும் என்ற உணர்வற்று இருக்கிறோம்.

தன் சுமை இறங்கினால் போதும் என்ற உணர்வுடன் செயல்படும் மனிதர்களை அதிகம் பெற்றிருப்பதனால்தானே நம்முடைய பொதுக் கழிப்பிடங்கள் மோசமான நிலையில் இருக்கின்றன.

இந்தப் பொது ஆரோக்கியம், சுத்தம், சுகாதாரம் பற்றிய அறிவையும், பொது விழிப்புணர்வையும் அரசாங்கம் ஏற்படுத்தும் என காந்தி நம்பவில்லை. ஆகையால்தான் கிராம நிர்மாண ஊழியர்களை உருவாக்க வேண்டும் என்று முனைந்தார்.

கிராம நிர்மாணத் திட்டத்தை நடைமுறைப்படுத்துவதற்கு முடிவெடுத்து வேலைகளைத் துவக்கினார். ஆனால் அவர் துவக்கிய வேகத்திலும் பார்வையிலும் அந்தத் திட்டம் நடைபெறவில்லை.

காந்தியும் மறைந்தார். அதன் பிறகு அந்தப் பணிகளும் அரசாங்கத்தின் கைகளுக்குச் சென்று சமூகநலத் திட்டமாக அதிகாரிகள் செயல்படுத்தினர்.

இந்தச் செயல்பாடுகள் மக்களை எழுச்சியூட்டவில்லை. ஏனென்றால் காந்தி உருவாக்கிய அந்தத் திட்டத்தில் ஒரு புனிதம் மையப் படுத்தப்பட்டிருந்தது. அந்தப் புனிதம் அரசின் திட்டத்தில் இல்லை.

பொதுமக்களின் பொதுப்புத்தியை புனிதம் கலந்த செயல்களால் மட்டுமே மாற்றம் செய்ய முடியும். அந்த உண்மை நம் அன்றையத் தலைவர்களுக்குப் புரியவில்லை. பொதுமக்களின் பார்வை, நடத்தை, செயல்பாடு என இவை மூன்றும் மாற்றம் பெற்றாலன்றி பொதுச் சுகாதாரம் பேணுவது என்பது எளிதான செயல் அல்ல.

கல்வியின் பயன்?

சாலைகளைத் தூய்மை செய்வது அரசாங்கம், பொதுக் கழிப்பிடங்களைக் கட்டுவது அரசாங்கம். ஆனால் இவைகளைப் பயன்படுத்துவது மக்கள். மக்களுக்குச் சுகாதாரம், சுத்தம் பேணும் விழிப்புணர்வு இல்லை என்றால் குப்பை போடுவது இங்கு இயல்பாக நடக்கும்.

டாக்டர் க.பழனித்துரை

முறையற்று குப்பை போடுவதை உரிமையாக நினைத்து உணர்வற்ற நிலையில் மக்கள் செயல்படுவார்கள். குப்பையை உற்பத்தி செய்ய முடிந்த நமக்கு, அந்த குப்பையை மேலாண்மை செய்யத் தெரியவில்லை. அதற்கு அரசாங்கம் வேண்டும்.

அதேபோல் ஆயிரக்கணக்கில் செலவிட்டுக் கழிப்பறையை உருவாக்கித் தருகிறது அரசாங்கம். அரசாங்கம் உருவாக்கித் தந்த கழிப்பறைகளைப் பயன்படுத்த கழிப்பறைக்கான ஒரு கலாச்சாரத்தை நம்மால் நம் சமூகத்தில் உருவாக்க முடியவில்லை.

நாடு சுதந்திரம் அடைந்தபோது இதைச் சாதிப்பது மிகவும் கடினமானதுதான். ஏனென்றால் பெரும்பான்மையான மக்கள் கல்வியறிவற்ற நிலையில் வாழ்ந்த காரணத்தினால்.

ஆனால் இன்று எழுதப் படிக்கத் தெரிந்தவர்களின் எண்ணிக்கை 75 சதவிகிதத்தைத் தாண்டிவிட்டது. இன்றும் சூழல் மாறவில்லை என்றால், நம் கல்வியின் பயன் என்ன என்பதை நாம் புரிந்து கொள்ள முடியும்.

நம் கல்வி பணியாட்களை உருவாக்கும் கல்வியாக இருக்கின்றதே தவிர, தன் வாழ்வுக்குப் பயன்படும் கல்வியாக இல்லை என்பதுதான் நாம் பார்க்கும் நிதர்சனமான உண்மை.

இதன் விளைவுதான் நம் பொதுக் கழிப்பிடச் சீரழிவுகள். கள்ள ஓட்டுப்போட கற்றுக் கொண்ட நாம், பொதுச் சுகாதாரம் பேணக் கற்றுக் கொள்ளவில்லை என்பதுதான் வேதனையான ஒன்று.

இந்த அளவுக்கே அரசியல் நம் மக்களுக்கு கற்றுக் கொடுத்திருக்கிறது. நம் அரசியல் கட்சிகள் அவர்களை குடிமக்களாக, வாழத் தேவையான விழிப்புணர்வையும் அறிவையும், புரிதலையும் உருவாக்கவில்லை.

தான் செய்ய வேண்டிய குடிமைப் பணிகளைப் பற்றி நாம் மக்களிடம் எடுத்துச் சொல்லவில்லை. இந்தப் பணியில் அனைவரும் தோல்வி கண்டுள்ளோம் என்பதை நாம் ஆமோதித்தாக வேண்டும்.

ஏனென்றால் கட்சி அரசியல் நடத்தத் தெரிந்த நம் அரசியல்வாதிகளுக்கு வளர்ச்சி மற்றும் மேம்பாட்டு அரசியல் என்ற ஒன்று இருக்கிறது என்ற அடிப்படையே புரியாமல் இதுவரை செயல்பட்டு வந்ததுதான் நாம் இன்றுள்ள நிலைமைக்குக் காரணம்.

இதன் விளைவு மக்களை சமூக மேம்பாட்டு பணிகளில் பெருமளவு பங்கேற்கச் செய்ய முடியவில்லை.

மக்கள் அனைவரும் எப்படி தயார் செய்யப்பட்டிருக்கிறார்கள் என்றால், தங்கள் முன்னேற்றச் செயல்பாடுகள் அனைத்தையும் அரசாங்கம் செய்யும் என்ற உணர்வு பெற்றவர்களாக இருக்கிறார்கள்.

இந்த உணர்வு குடிமக்கள் பொறுப்புக்களை இழக்க வைத்து விட்டது. அத்துடன் சுயநலம் பேணும் குறுகிய மனிதர்களாக அவர்கள் உருவாகி விட்டனர்.

அவர்களின் பொதுப்புத்தியில் பொதுநலத்தில்தான் நம் நலமும் அடங்கியுள்ளது என்பது பதியவேயில்லை. பதிய வைக்கப்படவும் இல்லை.

இதன் விளைவாகத்தான் பொதுமக்கள் சமூக முன்னேற்றம் என்பதில் பார்வையற்றவர்களாகச் செயல்படுகின்றார்கள்.

இந்த விழிப்புணர்வு, பார்வை நம் மக்களிடம் உருவாக்கப்பட்டிருந்தால் இந்த கொரோனாவை வெல்வது மிக எளிது.

அரசுடன் இணைந்து செயல்பட நாம் இன்னும் பழகவில்லை. குடிமக்களின் பொறுப்புகள் என்னென்ன என்பதும் நம் மக்களுக்குத் தெரியவில்லை.

இதை நாம் இன்று தெரிய வைக்க வேண்டிய கட்டாயத்திற்குத் தள்ளப்பட்டுள்ளோம்.

எனவே குடிமக்கள் பயிற்சி என்பது நம் மக்களுக்குத் தரவேண்டிய அடிப்படைக் கல்வி.

கிராமத்திற்கு ஒரு சேவகர் முனைந்தால் இந்தக் கல்வியை அனைவருக்கும் கொடுத்துவிட முடியும். இதுதான் இன்று நம் சமூகத்திற்குத் தேவையான கல்வி.

*

23 இப்போதாவது கேட்போமா?

"**மனிதன்** நாசகாரச் சிந்தனை கொண்ட ஒரு உயிர். அவன் கண்ணுக்குத் தெரியாத ஆண்டவனை விழுந்து விழுந்து வணங்குவான், ஆனால் தனக்கு எதிரே தெரியும் இயற்கையை அழிப்பான். ஆனால் அவனுக்குத் தெரியாது அவன் அழிக்கின்ற இயற்கைதான் அவன் வணங்குகின்ற ஆண்டவன்!" என்று கூறியவர் கூபர்ட் ரீவ்ஸ். அவர் ஒரு பிரெஞ்ச் கனடா விஞ்ஞானி.

இன்று உலகமயம், தாராளமயம், தனியார்மயம் என்று கூவி, இரட்டை இலக்கத்தை நோக்கம் பொருளாதாரத்தை வளர்க்க வேண்டும் என்பதை மையமாக வைத்து நாடுகள் போட்டியில் இறங்கின. இன்று அதன் விளைவு எந்தப் பொருளாதார கட்டமைப்பும் மக்களைக் காக்க முடியவில்லை.

இந்தப் பொருளாதாரம் வளர்ந்த வரலாற்றுக்கு பின்னுள்ள உண்மையை சற்று நிதானமாக சிந்தித்தால் வளர்ச்சி, மேம்பாடு என்ற பெயரில் எவ்வளவு நாசகார வேலை நம் அறிவின் மூலம் நடத்தியுள்ளோம் என்பதை நாம் புரிந்து கொள்ளலாம்.

இந்த வளர்ச்சிப் பாதை ஆரம்பித்த இடம் தொழில்புரட்சி. அது இன்று வந்து நிற்கும் இடம் நான்காம் தொழிற் புரட்சி. அது இதுவரை நடந்து வந்த பாதையில் செல்ல இயலாமல் நிற்கிறது. இந்த மேற்கத்தியமய வளர்ச்சிப்பாதை என்பது முற்றிலும் இயற்கைக்கு மாறானது. இது நிலைத்து நிற்க வழியே கிடையாது என்று வாதிட ஆரம்பித்தவர்கள் சூழலியலாளர்கள். "அவர்கள் அறிவாளிகள் அல்ல, இயற்கை ஆர்வலர்கள் பிற்போக்குவாதிகள் மேம்பாட்டுக்கு எதிரானவர்கள்" என்று சிலர் புறந்தள்ளி விட்டனர்.

காந்தியும், குமரப்பாவும் உணர்த்தியவை:

ஆனால் இந்தியா சுதந்திரம் அடைந்தவுடன் ஒரு மாற்றுப்பாதை வளர்ச்சிமுறை பின்பற்றப்பட வேண்டும் என்று காந்தியும், காந்தியப் பொருளாதார அறிஞர் ஜே.சி.குமரப்பாவும் வலுவான வாதத்தையும், அடித்தளத்தையும் அமைக்க முயற்சித்தனர்.

ஆனால் அதற்கு மாறாக மேற்கத்தியப் பொருளாதார முறையில்தான் பொருளாதாரத்தை வேகமாக வளர்த்தெடுத்து, இந்தியாவில் உள்ள வறுமையைக் குறைக்க முடியும் என முடிவெடுத்து தொழில் மயத்தை ஊக்குவித்தனர்.

இதன் விளைவு வறுமை குறைந்தது என்பதை யாரும் மறுக்க இயலாது.

ஆனால் இயற்கை வளம் மிகப்பெரிய அளவில் சூறையாடப்பட்டது.

இந்த மேற்கத்திய முறை வளர்ச்சிப் போக்கால் பயன் அடைந்தவர்கள் ஏழைகள் அல்ல, மாறாக முதலாளிகளும் அவர்களுக்கு உறுதுணையாக இருந்த நடுத்தர வர்க்கமும்தான் என்பதையும் மறுக்க இயலாது.

இந்த வளர்ச்சிப்பாதை என்பது நகர்மயமாவதை ஊக்கப்படுத்தியது. கிராமங்களை வலுவிழக்கச் செய்தது. மக்கள் கிராமங்களில் வேலை இல்லாத காரணத்தால் நகரங்களை நோக்கி வேலை தேடிப் பலரும் புலம்பெயர ஆரம்பித்தனர்.

இயற்கை வளப் பாதுகாப்பு:

இந்தச் சூழலில்தான் ஐக்கிய நாடுகள் சபை 1972 ஆம் ஆண்டு ஒரு மாநாட்டைக் கூட்டியது. அந்த மாநாட்டின் விவாதப் பொருளாக "பொருளாதார முன்னேற்றமும், இயற்கைச் சூழலின் அபாயமும்" எனத் தேர்ந்தெடுத்து விவாதித்தது.

அதில் இன்னொரு கருத்தையும் சேர்த்துக் கொண்டது. "தொழில் மயமான வடக்கும், வளரும் தெற்கும்" என்ற தலைப்பிலும் விவாதித்தது.

இந்த மாநாட்டில் வறுமையைக் குறைக்க வேண்டும், பொருளாதாரம் வளர வேண்டும், அதே நேரத்தில் சுற்றுச்சூழல் பாதுகாக்கப்பட வேண்டும் என்று விவாதிக்கப்பட்டு இயற்கை வளத்தை பாதுகாத்து எந்த அளவுக்கு உபயோகப்படுத்த முடியுமோ, அந்த அளவுக்குமேல் இயற்கையைப் பாழ்படுத்தாமல் பொருளாதார வளர்ச்சியைக் கொண்டுவர முயல வேண்டும்.

அதற்கான புதுப்பாதையை உருவாக்க வேண்டும் என முடிவெடுக்கப்பட்டது.

இதனைத் தொடர்ந்து 1980ல் இயற்கை வள பாதுகாப்பாளர்கள் "குன்றா வளம்" என்ற அறிக்கையினைத் தயாரித்து ஐ.நா.வுக்கு அளித்தனர். அதன் அடிப்படையில் 1987ஆம் ஆண்டு ஐ.நா ஒரு ஆணையத்தை அமைத்தது.

அந்த ஆணையத்தின் தலைவராக நார்வே நாட்டின் முன்னாள் அதிபரை நியமித்தது. அவர் பெயர் ஜீ.எச். பிரண்ட்லாண்ட். அவர் ஒரு நிபுணத்துவம் பெற்ற விஞ்ஞானி என்பதால் அவரை ஐ.நா. நியமித்தது.

அவர் 1987 ஆம் ஆண்டு அவர் குழுவின் அறிக்கையை "நம் பொது எதிர்காலம்" என்ற தலைப்பிட்டு சமர்ப்பித்தார். அந்த அறிக்கை ஒரு மையக் கருத்தை மானுடத்திற்குத் தந்தது.

சுற்றுச்சூழல் அழிப்பு என்பதன் தாக்கம் ஏழை பணக்கார நாடு என்று பார்க்காமல் அனைவரையும் பாதிக்கும், இதில் யாரும் தப்பிக்க இயலாது.

எனவே அனைவரும் ஒன்று கூடி இயற்கைக்கு இயைந்த வளர்ச்சிப் பாதையைத் தேர்ந்தெடுத்துச் செயல்பட வேண்டும் என்று அறிவுறுத்தியது.

இயற்கை வளப்பாதுகாப்பு, பொருளாதார வளர்ச்சி, சமூக சமத்துவம் என்ற மூன்று தூண்களை வைத்து மானுடம் அதன் செயல்பாடுகளைக் கட்டமைக்க வேண்டும் என்று கோரப்பட்டது.

இந்தப் பாதையில் தங்கள் செயல்பாடுகளை அமைத்துக் கொண்டு செயல்பட்ட ஒரு நாட்டைக்கூட இன்று உதாரணமாகக் காட்ட இயலவில்லை.

டாக்டர் க.பழனித்துரை

பூமி மாநாடு:

இதனைத் தொடர்ந்து 1992ல் 'பூமி மாநாடு' ஒன்று பிரேசிலில் நடந்தது. எப்படி பூமிப் பந்தைப் பாதுகாப்பது என்ற விவாதத்தின் அடிப்படையில் "ஒரு விரிவான செயலாக்கத் திட்டம் 21" என்ற வழிகாட்டு நெறிமுறைக் கையேடு வெளியிடப்பட்டது.

அதனைத் தொடர்ந்து 2002ல் 'சுற்றுச் சூழலும் முன்னேற்றமும்' என்ற தலைப்பில் அடுத்த மாநாடு தென்னாப்பிரிக்காவில் நடந்தது.

இவ்வளவு மாநாடுகளையும் நடத்திக் கொண்டு உலகமயப் பொருளாதாரத்தை வேகமாக முன்னெடுத்துச் செயல்பட்டன பல நாடுகள்.

இதன் விளைவு என்ன என்பதை உலகப் பொருளாதார அமைப்பு என்ற ஒரு நிறுவனம் ஒரு ஆய்வுக் கட்டுரையை தற்போது வெளியிட்டுள்ளது.

புதிய இயற்கைப் பொருளாதாரம் என்ற தலைப்பில் எந்த அளவிற்கு இந்த உலகம் சிக்கலான சூழலுக்கு சூழலை தள்ளியிருக்குமோ, அதேபோல் மானுடமும் எவ்வளவு சிக்கலான சூழலில் சிக்குண்டுள்ளது என்பதை படம் பிடித்துக் காண்பித்துள்ளது.

இது ஒரு முன்னோட்டம்தான். இன்னும் இரண்டு அறிக்கைகளை வெளியிட உள்ளதாக இந்த அமைப்பு அறிவித்துள்ளது.

இந்த அறிக்கை தரும் அபாயச் செய்தி என்னவென்றால், உலகம் இன்னும் பத்தாண்டுகளில் மிகப்பெரிய சீரழிவுகளைச்

சந்திக்க வேண்டிய சூழலுக்கு தள்ளப்பட்டுவிட்டது என்பதுதான்.

உலகமய பொருளாதாரச் செயல்பாடு என்பதற்கு மாற்று முறையில் நாம் பயணிக்கவில்லை என்றால் மீள முடியாத சிக்கலுக்குள் மானுட சமுதாயத்தைத் தள்ளுகின்றோம் என்பதுதான் உண்மை என்பதை கோடிட்டுக் காட்டுகிறது இந்த அறிக்கை.

மானுட மேம்பாடும், சரிவும்:

ஒரு குறிப்பிட்ட அளவில் மானுட மேம்பாடு நடந்துள்ளது என்பதை நாம் மறுக்க இயலாது. சராசரி மனிதன் ஒரு காலத்தில் 29 வயது வரை வாழ்ந்தான் அன்று.

இன்று 73 வயது வரை வாழ விஞ்ஞான மேம்பாடு வழிவகை செய்து விட்டது. குழந்தை இறப்பு விகிதத்தை பாதியாக உலகம் குறைத்து விட்டது. இவைகள் அனைத்தும் சாதனைகள்தான்.

உலகத்தில் வாழும் உயிரினங்களில் மானுடம் என்பது 0.01% தான். ஆனால் அது 83% இழப்பை மற்ற உயிரினங்களுக்கு ஏற்படுத்துகின்றது. தற்போதைய இயற்கைச் சீரழிவு என்பது 10 லிருந்து 100 மடங்கு அதிகரித்துள்ளது.

நம் உற்பத்தி, நுகர்வு, நில உபயோகம், நகர மயம், மக்கள் தொகைப் பெருக்கம், வணிகம், தொழிற்சாலை, ஆளுகை அனைத்துமே மிகப்பெரிய மாற்றத்தை அடைந்துள்ளன.

இதே போக்கில் வாழ்க்கை முறை செல்ல முடியாது என்பதை மானுடம் புரிந்து கொள்ள வேண்டும்.

இந்த வளர்ச்சிப்பாதை என்பது எல்லை இல்லா அளவுக்கு இயற்கையைச் சுரண்டி வாழும் முறை. அத்துடன் ஏழைகளையும் சுரண்டி வாழும் ஒரு முறை.

இந்தியா போன்ற நாடுகளில் வளர்ச்சி என்பது இயற்கை வளங்களைப் பெருமளவு சிதைத்து நடைபெறும் நிகழ்வாகும். ஒவ்வொரு தொழிற்சாலையும் எதாவது ஒரு வகையில் இயற்கையைச் சுரண்டித்தான் செயல்படுகிறது.

இன்றைய 44 ட்ரிலியன் டாலர் பொருளாதாரம் என்பது இயற்கை அளித்து உருவான பொருளாதாரம். இனி அதற்கு வாய்ப்பு என்பது மிகக் குறைவு என்று கூறுகின்றது அந்த அறிக்கை.

புதிய கிராம மேம்பாடு:

இந்த ஆராய்ச்சி அறிக்கைகள், நடக்க இருக்கும் ஐ.நா.வின் 'உயிரியல் வித்தியாசங்கள்' என்ற மாநாட்டுக்குத் தயார் செய்யப்படுகின்றன. அதில் முதல் அறிக்கை தான் தற்போது வெளியாகியுள்ளது.

இப்படிப்பட்ட சூழல் உலகத்திற்கு வரும் என்று காந்தியும், குமரப்பாவும் முன்பு கூறியபோது யாரும் அதைப் பொருட்படுத்தவில்லை.

அவர்கள் புறக்கணிக்கப்பட்டார்கள். கொரோனா பாதிப்பில் லட்சக் கணக்கான கூலித் தொழிலாளர்கள் நகரத்தை விட்டு சொந்த ஊர் திரும்பினார்கள்.

வெளிநாடுகளில் வாழ்ந்த கூலித் தொழிலாளர்களும் கிராமம் வந்தடைந்தனர்.

இன்று கிராமத்தில் என்ன இருக்கின்றன? கிராமங்களை அதன் உண்மைத் தன்மையைச் சிதைத்து, பயனாளிக் கூட்டம் வாழும் இடமாக மாற்றி வைத்துள்ளோம். இவர்களுக்கு அங்கே வேலையை எப்படி உருவாக்குவது?

அதை கிராமத்தைப் புனரமைப்பதன் மூலம், விவசாயத்தை மேம்படுத்துவதன் மூலம் தான் செய்ய முடியும். கிராமத் தொழில்களை ஊக்குவிப்பதன் மூலம்.

இதைத்தான் 80 ஆண்டுகளுக்கு முன் "கிராம இயக்கம் கட்டுவோம், நிலைத்த பொருளாதாரத்தை உருவாக்குவோம், அதுதான் அகிம்சைப் பொருளாதாரம், அமைதிப் பொருளாதாரம், அதை அடைந்து உலகுக்கு புது வழிகாட்டுவோம்" என்றார் ஜெ.சி.குமரப்பா.

இன்று சூழல் நம்மை அந்த இடத்திற்குக் கொண்டு வந்து நிறுத்தியிருக்கிறது. எனவே புதிய வளர்ச்சிப் பாதைக்கான மாற்று வழியில் கிராமம் நோக்கிச் செல்லுதல், அங்கு ஒரு தற்சார்பு வாழ்வை உருவாக்குதல், இவைகள்தான் இன்று நாம் செயல்பட இருக்கும் தளங்கள்.

வாருங்கள் புதிய கிராம மேம்பாட்டு இயக்கத்திற்கு!

*

24. பேரிடரை வெற்றி கொள்ளும் தலைமை!

உலகத்தில் மானுடத்திற்கு பிரச்சினைகள் ஏற்படுகின்றபோது அதை எதிர்கொள்ள மக்களைத் தயார்படுத்தி மாற்றங்களைக் கொண்டுவந்து சாதனை படைப்பவர்கள் உலகத் தலைவர்களாக உருவெடுத்ததை நாம் பார்த்து வந்துள்ளோம்.

அந்த நிலையில் இன்று உலகத்தைப் புரட்டிப் போட்டுக் கொண்டிருக்கும் ஒரு மிகப்பெரிய நிகழ்வு கோவிட்-19 என்ற கொரோனா தொற்று. இந்த வைரஸ் வந்ததிலிருந்து இன்றுவரை அனைவரும் தேடுவது ஒரு உலகத் தலைவரை. அப்படி உலகத்திற்கு வழிகாட்டும் அளவுக்கு ஆற்றல் படைத்த தலைவர் எவரும் கண்ணில் தென்படவில்லை என்று இன்று பலரும் கூற ஆரம்பித்து விட்டனர்.

இந்த கொரோனா வைரஸ் மானுடத்திற்கு விட்டிருக்கும் சவாலைச் சமாளிக்க நாட்டின் ஆட்சிப் பொறுப்பில் இருக்கும் தலைவர்களுக்கு இயல்பாக இருக்கும் ஆற்றலைத் தாண்டி புதிய புரிதலும், மாற்றுச் சிந்தனையும், மாற்று வழிப்பாதையும் ஆட்சியில், ஆளுகையில் நிர்வாகத்தில் கொண்டுவரப் பட வேண்டும். இதற்கான ஆற்றலும், தலைமையும் நம் தலைவர்களிடம் எல்லா நிலைகளிலும் இருப்பதாகத் தெரியவில்லை என்று பலர் எழுதிக் கொண்டிருக்கின்றார்கள்.

அதே நேரத்தில் புதிய தலைவர்கள் உருவாக இந்தச் சூழல் ஒரு வாய்ப்பை ஏற்படுத்திக் கொடுத்துள்ளது. இதனை எத்தனை பேர் பயன்படுத்தி தங்கள் திறமைகளைக் காட்டி தலைவர்களாக எழுகின்றார்கள் என்பதுதான் இன்று நமக்கு எழும் கேள்வி.

டாக்டர் க.பழனித்துரை

இந்தப் பின்னணியில் சமீப காலத்தில் அதிக அளவில் உலகக் கவனத்தை ஈர்த்த ஆய்வுக் கட்டுரைகளில் இடம்பிடித்த நாடு ஜெர்மெனி மற்றும் இந்தியாவில் கேரளா.

கேரளாவைப் பற்றியும் சர்வதேச அளவில் ஆய்வுக் கட்டுரைகள் வெளியிடப்பட்டுள்ளன. அதேபோல் ஜெர்மெனியைப் பற்றியும் ஆய்வுக் கட்டுரைகள் வெளிவந்த வண்ணம் உள்ளன.

அதற்கான காரணங்கள் என்னென்ன என்பதனையும் ஆய்வாளர்கள் விளக்கியுள்ளனர்கள்.

ஜெர்மெனியைப் போலத்தான, இத்தாலி, பிரான்ஸ், ஸ்பெயின் போன்ற நாடுகளையும் கொரோனா வைரஸ் தாக்கியுள்ளது. ஆனால் ஜெர்மெனி மட்டும் சாதுரியமாக பெருமளவு மக்களை இந்தத் தொற்றுக்கு காவு கொடுக்கவில்லை.

ஐரோப்பாவிலேயே ஜெர்மெனியில்தான் மிகக்குறைந்த இறப்பு விகிதம் நிகழ்ந்துள்ளது. இதற்குக் காரணம், அதைக் கையாண்ட தலைமைக்கு அனைவரும் முக்கியத்துவம் தருகின்றனர்.

இதைவிடச் சிறப்பாக வேறு நாடுகளும் செய்துள்ளன. இருந்த போதும் ஜெர்மெனி உலகக் கவனத்தை ஈர்த்துள்ளது கவனிக்க வேண்டிய ஒன்றாக இருக்கிறது.

ஜெர்மெனியின் தலைமைப் பொறுப்பில் இருக்கின்ற பெண் அதிபர் அஞ்சலா மெர்கல் அடிப்படையில் ஒரு விஞ்ஞானி. பல அறிவியல் ஆய்வுகளை மேற்கொண்டு விஞ் ஞானியாக பணியாற்றியவர்.

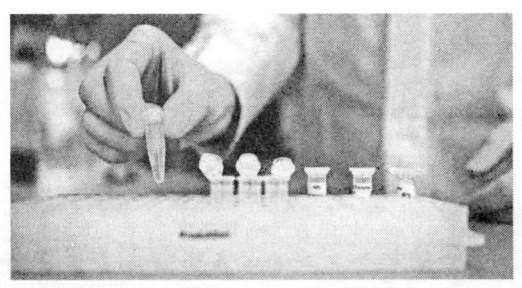

அந்தப் பணியை விட்டுவிட்டு அரசியலுக்குள் நுழைந்தவர். அவர் ஜெர்மெனியில் ஒற்றைக் கட்சி ஆட்சி நடத்தவில்லை. ஜெர்மெனி என்பது கூட்டாட்சியில் இயங்கும் நாடு. அத்துடன் ஜெர்மானிய மத்திய அரசு கூட்டணியில் இயங்கும் நாடு.

அது மட்டுமல்ல அவர் சார்ந்திருக்கின்ற கட்சிக்குள்ளேயே பல பிரிவுகள் உண்டு. அத்துடன் ஐரோப்பிய யூனியனில் அங்கம் வகிக்கும் நாடுகளில் வலுவான நாடு என்பதும் ஜெர்மெனிதான்.

அதோடு ஐரோப்பிய யூனியனும் சிக்கலுக்கு உள்ளாகிவிடும் வேளையில் ஜெர்மெனிதான் அதனைத் தாங்கிப் பிடிக்கின்ற நிலையில் உள்ளது.

ஐரோப்பிய யூனியனைக் காக்க தொடர்ந்து செயல்படும் போது கடும் நெருக்கடிகளையும் சந்திக்கும் நாடு என்பதும் ஜெர்மெனிதான். இப்போது அதற்கு தலைமை தாங்குவதும் இந்த நாடுதான்.

இதற்குமுன் ஐரோப்பிய யூனியனில் இருந்த நாடுகளின் பொருளாதாரச் சிக்கலைத் தீர்த்து அந்த நாடுகளை விடுவித்ததும் இந்த நாடுதான். அப்பொழுது ஜெர்மானியர்களின் மிகப்பெரிய எதிர்ப்பை சமாளித்ததும் இந்த பெண் அதிபர்தான்.

அந்த நேரத்தில் நான் கொலோன் பல்கலைக் கழகத்தில் பணிபுரிந்து கொண்டிருந்தேன். ஜெர்மானியர்கள் என்ன உணர்வுடன் இருந்தார்கள் என்பதை அறிந்தவன். அந்தப் பணியில் ஈடுபட்டு மக்களின் மனோபாவத்தை மாற்றியவரும் இந்தப் பெண் அதிபர்தான்.

ஏறத்தாழ 14 ஆண்டுக்காலம் அதிபர் பதவியில் இருந்து வரும் இவர், மக்களால் மதிக்கப்படும் தலைவர். ஜெர்மானியர்களின் நம்பிக்கையைப் பெற்ற உலகப் பார்வையும் பிரபஞ்சப் பார்வையும் கொண்ட நல்ல ஜனநாயகவாதி

என்பதை ஒவ்வொரு சிக்கலான சூழலிலும் நிரூபித்தவர்.

தற்பொழுது உலகையே அச்சுறுத்தும் இந்த கொரோனா வைரஸ் தொற்றை ஒரு விஞ்ஞானியாக இருந்து முழுப்புரிதலுடன் மாநில அரசுகள் மற்றும் உள்ளாட்சி அமைப்புக்களை ஒரே நேர் கோட்டில் தன் தலைமைத்துவத்தாலே கொண்டு வந்து செயல்பாட்டுக் களத்தில் நிறுத்தி விட்டார்.

ஜெர்மெனி என்பது பல பிராந்தியங்களைக் கொண்ட நாடு. அங்கும் பிராந்தியத்திற்கு பிராந்தியம் வேறுபாடுகள் உண்டு. பொதுவாக ஐரோப்பா பார்ப்பதற்கு ஒரே மாதிரியாகவே இருக்கும்.

அதேபோல் தான் ஜெர்மெனியும் தோன்றும், ஆனால் செயல்பாடுகளில் நிறைய வித்தியாசங்கள் இருக்கும். ஒரு மாநிலம் அதிக தொழிற்சாலைக் கொண்டிருக்கும், இன்னொரு மாநிலம் சுற்றுலாப் பயணிகளை ஈர்க்கும் மாநிலமாக செயல்பட்டுக் கொண்டிருக்கும்.

இப்படி மாநிலத்திற்கு மாநிலம் வேறுபாடுகளைக் கொண்டதாகவே இருக்கும். அதேபோல் ஆளும் கட்சிகளும் வேறுபடும்.

இந்த வேற்றுமைகளுடன் அனைவரையும் செயல்பாட்டுக்கு ஒரே நிலைக்குக் கொண்டு வந்தது அவருடைய சாதனை என்றும் பலர் பார்க்கின்றனர்.

அதனைத் தொடர்ந்து கடந்த 20 வருடங்களாக ஜெர்மெனி பொது மருத்துவக் கட்டமைப்பை உறுதி செய்து வளர்த்தெடுத்தது. இதற்கு பெரும் உதவியாக இந்த அதிபர் இருந்திருக்கிறார் என்பதையும் யாரும் மறுக்க இயலாது.

அத்துடன் மாநிலங்களை முழுச் சுதந்திரத்துடன் செயல்பட வைத்து கொரோனா வைரசுக்கு எதிராகப் போராடும் போராட்டக் களத்தில் இறக்கிவிட்டது மிகப் பெரிய சாதனையாகப் பார்க்கப்படுகின்றது.

பெருமளவு நிதியை உடனடியாக ஆய்வுப் பணிக்கு அளித்து ஆய்வை முடிக்கிவிட்டிருப்பது அவரின் தொலைதூரப் பார்வைக்கு ஒரு எடுத்துக்காட்டு.

அவர் மக்களிடம் உரையாற்றும்போது எந்த வீரதீர வசனங்கள் இல்லாது விஞ்ஞானபூர்வமாகக் கருத்துக்களை எதார்த்த நிலையில் எடுத்து வைத்துப் பேசியது, மக்களைக் கவர்ந்தது.

அது மட்டுமல்ல, அந்த உரைகள் பொதுமக்களின் ஆதரவையும் பங்களிப்பையும் பெறுவதற்கு பெருமளவில் உதவியுள்ளது. அவர் கூறிய செயல்பாட்டு விளக்கங்கள் மக்களிடம் பெரும் நம்பிக்கையை உருவாக்கியது.

அதேபோல் மக்களின் ஏகோபித்த நம்பிக்கையை அவரால் பெற முடிந்தது. அரசுச் செயல்பாடுகளுக்கு மக்கள் அளித்த ஆதரவு என்பது அவரின் மேல் மக்கள் வைத்திருந்த நம்பிக்கையை உறுதிப்படுத்தியது.

அடுத்து தொழிலாளர்களின் பாதுகாப்பு, ஊதியம் இவை இரண்டும் அடுத்த நிலையில் நல்ல வரவேற்பைப் பெற்றன.

இந்தத் தொடர் அடைப்புக் காலத்தில் தொழிலாளர்களின் சம்பளத்தில் 67% அளவுக்கு தொழிலாளர்களுக்கு அந்த

நிறுவனமே கொடுத்துவிட வேண்டும் என்ற முடிவும், அதை அரசாங்கம் நிறுவனங்களுக்குத் தந்து விடும் என்பதும் அவர் தொழிலாளர்கள் மீது கொண்ட பார்வை என்ன என்பதை உலகுக்கு அறிவித்து விட்டது.

அதேபோல் சிறு, குறு தொழில் நிறுவனங்கள் பாதிக்காமல் இருக்க உடனடியாக நிதி உதவி அளித்து அந்த நிறுவனங்கள் அழியாமல் பார்த்துக் கொண்டது, அவரின் தலைமைத்துவத்தின் மற்றொரு சாதனையாகப் பார்க்கப்படுகிறது.

பொதுவாகவே ஜெர்மானியர்கள் கடின உழைப்பிலும் சட்ட விதிகளைப் பின்பற்றுவதிலும் ஒரு தனிக் கலாச்சாரத்தைக் கொண்டவர்கள்.

அவர்களுடைய வெற்றிக்கு அவர்களுடைய கட்டுப்பாடும் ஒழுக்கமும் கடின உழைப்பும் மிக முக்கிய காரணங்களாக விளங்குகின்றன.

இந்தப் பெண் அதிபர் மக்கள் முன் வைக்கும் யோசனைகள் மற்றும் வேண்டுகோள்கள் அனைத்தும் மக்களால் முற்றிலுமாக ஏற்கப்பட்டு நடைமுறைப் படுத்தப்பட்டுள்ளன என்பதை அவரது நிர்வாகத் திறமைக்குக் கிடைத்த சான்றாகப் பார்க்கின்றனர் அங்குள்ள மக்கள்.

பல்வேறு நிறுவனங்களால் மக்கள் மத்தியில் நடத்தப்பட்ட ஆய்வில் 90% மக்கள், அந்த நாட்டு அதிபர் எடுத்த நடவடிக்கைகள் தங்களுக்கு மிகப் பெரிய பாதுகாப்பைத் தந்துள்ளது என்று மதிப்பீடு செய்திருக்கிறார்கள். அதேபோல் இந்த கொரோனாவைக் கட்டுப்படுத்துவதில் நாடுகளின் செயல்பாடுகளைத் தரப்படுத்தும்போது, 40 நாடுகளைக் கொண்ட பட்டியலில், ஜெர்மெனி இரண்டாவது இடத்தைப் பெற்றுள்ளது.

அடுத்து அவருடைய எந்தச் செயல்பாட்டிலும் தன் பிம்பத்தை உயர்த்த எந்த ஒரு செயலும் இல்லாமல் அறிவியல் பூர்வமாக பேசுவது, எளிமையான வாழ்வை நடத்துவது, ஜெர்மானிய பொதுமக்களின் நன் மதிப்பை வாங்கித் தந்துள்ளது.

தான் உயர்வது மட்டுமல்ல, தன்னுடன் அரசியல் களத்தில் உள்ளவர்களையும் செயல்பட விடுவது அவர்களுக்கும் நற்பெயரை வாங்கித் தந்துள்ளது.

இந்த முழு அடைப்பிலிருந்து வெளிவரும்போது எப்படித் தளர்வுகளை மேற்கொள்வது என்பதை மாநில அரசிடமே விட்டுவிட்டது. மாநில அரசை நம்புவது மட்டுமல்ல, மாநில அரசும் மத்திய அரசும் ஒன்றுக்கொன்று உறுதுணையாக இருந்து செயல்படுவதுதான் வெற்றி தரும் என்ற கருத்தை வலுவூன்றச் செய்துள்ளது.

இதற்கு ஒரே ஒரு உதாரணம், தளர்விற்குப் பிறகு எப்படி நிறுவனங்கள் செயல்பட வேண்டும் என்பதை எங்கேயிருந்து துவங்குகின்றார்கள் என்று பார்த்தால், அவர்களின் பார்வை எப்படி உள்ளது என்பது நமக்கு தெளிவாகும். எந்தச் செயல்பாட்டையும் மிகவும் பாதிப்புக்கு உள்ளானவர்களிடமிருந்து தான் துவங்குகின்றார்கள்.

முதலில் பள்ளியைத் துவக்குகின்றார்கள் என்றால் சிறப்புக் கவனம் பெறும் குழந்தைகளுக்கான வகுப்புக்கள்தான் திறக்க வேண்டும் என்ற முடிவு அவர்களின் பார்வைக்கு ஒரு எடுத்துக்காட்டு.

அது மட்டுமல்ல அந்த நாட்டிலுள்ள கடைசி மனிதனின் பிரச்சினை அவரின் சிந்தனைக்கு கொண்டு வரப்படுவதால் எல்லா முடிவுகளிலும் பாதிக்கப்படுவோரின் பிரச்சினைகள் பின்புலத்தில் வைத்துச் செயல்பட்டார் அந்த அதிபர்.

எனவே எவ்வளவு நெருக்கடியான காலக் கட்டங்களிலும் தலைமை என்பது தன்னை இழந்து, ஆத்ம நிலையில் உண்மையைப் பின்பற்றிச் செயல்பட்டால், எதிராளி என்ன உலகமே பாராட்டும் என்பதற்கு நம் கண்முன் தெரியும் நல்ல தலைவர் ஜெர்மென் அதிபர் அஞ்சலா மெர்க்கல்.

மக்களுக்கு உரையாற்றிவிட்டு அதே உடையில் தன் வீட்டுக்குத் தேவையான சாமான்களை தன் இல்லத்திற்குப் பக்கத்திலிருந்த கடைக்குச் சென்று வாங்கி வருவது என்பதற்கு ஒரு மனநிலை வேண்டும்.?

அதை அந்தப் பெண் அதிபர் பெற்றிருப்பது தான் அவர்மேல் மக்கள் கொண்டிருக்கும் ஒரு நம்பிக்கை.

அதுதான் ஒரு தலைவரின் மிகப்பெரிய சொத்து.

*

25 பாடம் படிப்போம் கேரளாவிடம்!

கொரோனா வைரஸ் தடுப்பில் கேரளா செய்திருக்கும் பணிகளைப் பற்றிய கட்டுரைகள் உலகளாவிய அளவில் தொடர்ந்து வந்த வண்ணம் உள்ளன.

சிலர் அதை ஏதோ இடதுசாரி அரசாங்கம் சாதித்தது என்று பேசுவதாக நினைத்து எதிர் வினையும் ஆற்றுகின்றனர். அது ஒரு புரிதலற்ற எதிர் வினையாற்றல்.

கேரளாவில் நடந்த மாற்றங்கள் என்பது ஒரு இருபது அல்லது முப்பது ஆண்டுகால சாதனைகள் அல்ல. இந்தச் சாதனைகளுக்கு ஒரு நூற்றாண்டைத் தாண்டிய வரலாறு உள்ளது என்பதை நாம் புரிந்து கொள்ள வேண்டும்.

அடிப்படையில் கேரளாவின் சமத்துவ மற்றும் மேம்பாட்டுச் சாதனைகள் என்பது ஒரு கட்சியின் அரசாங்கச் சாதனைகள் அல்ல. ஒட்டுமொத்த கேரள மக்களின் கூட்டுச் சாதனை என்பதை நாம் புரிந்து கொள்ள வேண்டும்.

அந்த மாநிலத்தில் ஆட்சி என்பது மாறி மாறி இடதுசாரி இயக்கமும் காங்கிரஸ் கட்சியும் பொருளாதார சமத்துவத்திற்கும், சமூக சமத்துவத்திற்கும் பாடுபட்டிருக்கின்றன என்பதுதான் வரலாறு. அதை யாரும் மறைக்கவோ அல்லது மறுக்கவோ முடியாது.

அம்பேத்கார் கூறியதுபோல் சமூக சமத்துவம் இல்லாது அரசியல் சமத்துவத்தால் நமக்கு எந்த உபயோகமும் இல்லை என்பதை உணர்ந்தவர்கள்தான் கேரளாவின் அரசியல் மற்றும் சமூக இயக்கத் தலைவர்கள் மக்கள் இயக்கம் கட்ட ஆரம்பித்தார்கள்.

...| 202 |... மாற்றுமுறை காண்போம்!

1930 ஆம் ஆண்டு வைக்கம் போராட்டத்தில் ஆரம்பித்து, அதனைத் தொடர்ந்து 1950 மற்றும் 1960களில் விவசாயிகள் மற்றும் உழைப்பாளிகள் இயக்கங்களை நடத்தி சமூக சமத்துவத்தையும், நிலச் சீர்திருத்தத்தின் மூலம் பொருளாதார சமத்துவத்திற்கும் அடிகோலினர்.

அத்துடன் அவர்கள் நின்று விடவில்லை. தொடர்ந்து 1970 மற்றும் 1980களில் எழுத்தறிவு மற்றும் அறிவியல் இயக்கங்களை நடத்தி மக்களின் சிந்தனைப் போக்கிலும் நடத்தையிலும் மாபெரும் மாற்றத்தைக் கொண்டு வந்தனர்.

அதன் பின் மக்களுக்கு அதிகாரமளிக்கவும் மக்களை வளர்ச்சிப் பணிகளில் பங்கேற்கச் செய்யவும் மக்கள் திட்டமிடுதலுக்கான இயக்கத்தை 1990களில் நடத்தி 73வது மற்றும் 74வது அரசியல் சாசன சட்டத் திருத்தங்களை நடைமுறைப்படுத்துவதில் முன்னணி மாநிலம் என உலகளவில் பெயர் வாங்கிவிட்டது கேரளா.

ஒவ்வொரு பத்தாண்டும் ஒரு மக்கள் இயக்கத்தை உருவாக்கி பொதுமக்கள் சிந்தனைப் போக்கிலும் மக்களின் பொதுச் செயல்பாடுகளிலும் மாற்றங்களைக் கொண்டு வந்தனர் கேரள அரசியல் இயக்கங்கள்.

இந்தச் செயல்பாடுகளில் ஒட்டுமொத்த கேரளமும் செயல்பட்டுள்ளது என்பதை யாரும் மறுக்க இயலாது.

இதன் விளைவு எந்தச் செயல்பாடும் அரசாங்கம் செய்யட்டும் நாம் பார்வையாளராக இருப்போம், அரசு தரும் பயன்களைப் பெற்று பயனாளிகளாக இருப்போம் என்ற

சராசரி சிந்தனைப் போக்கிலிருந்து மாறுபட்டவர்களாக கேரள மக்கள் அரசாங்கத்தின் பங்காளிகளாக வளர்க்கப்பட்டு விட்டனர்.

இதன் விளைவுதான் இந்தக் கொரோனா நோய் தடுப்பில் கேரளா என்பது உலகுக்கு வழிகாட்டும் ஒரு சமுதாயமாக எழுந்து நிற்கிறது.

அங்கு நடப்பது ஒரு கட்சியின் ஆட்சியாக இருக்கலாம். ஆனால் அரசியல் என்பது மக்கள் நலன் சார்ந்த மக்கள் அரசியலாகவே நடந்து வருகிறது என்பதை நாம் புரிந்து கொள்ள வேண்டும்.

நம் தமிழ்நாடு போல் தலைவர்களுக்கு ஏங்கி நிற்பதல்ல கேரளக் கலாச்சாரம். அங்கு கட்சிகளின் உறுப்பினர்கள் முடிவு செய்யும் அரசியலாக செயல்பட்டு வருகிறது.

*1930*ல் துவங்கிய வைக்கம் போராட்டத்திலிருந்து *1990*ல் நடந்த மக்கள் திட்டமிடுதலுக்கான இயக்கம் வரை அனைத்திலும் எல்லாக் கட்சிகளின் பங்களிப்பும் இருந்துள்ளது.

இந்தியாவிலேயே அதிக அதிகாரங்களைக் கொண்ட உள்ளாட்சியை கேரளா கொண்டுள்ளது என்பதையும் உலகம் பாராட்டுகிறது.

இதற்கு இடதுசாரிகளுடன் காங்கிரஸ் கைகோர்த்து செயல்பட்டது ஒரு செய்தியை நமக்குத் தருகிறது. அது வேறொன்றும் அல்ல, காந்தியச் சிந்தனையும் மார்க்ஸ்சியச் சிந்தனையும் ஒன்றிணையும் வாய்ப்பு இருக்கிறது என்பதை நமக்கு தெளிவுபடுத்துகிறது.

...| 204 |... மாற்றுமுறை காண்போம்!

இடதுசாரி மற்றும் காங்கிரஸ் கட்சிகள் மாறி மாறி ஆட்சிக்கு வந்தபோதும், அதிகாரப் பரவல் என்பது தொடர்ந்து முன்னெடுக்கப்பட்டு உள்ளாட்சிகள் வலுவாக்கப்பட்டுள்ளன.

அரசியல் என்பது கேரளத்தில் மக்கள் பிடியில் அகப்பட்டிருக்கிறது, கட்சிகளின் பிடியில் அல்ல. எனவே தான் அங்கு மக்கள் அரசியலாகவே நடத்தப்படுகிறது.

அங்கு தொடர்ந்து ஆட்சியில் கட்சிகள் மாறினாலும் மக்களுக்கான அடிப்படை நலன்களை வழங்கி மக்களுடன் ஒரு பந்தத்தை உருவாக்கிக் கொண்டுவிட்டது அரசாங்கம்.

கேரளத்து மக்கள் அரசு நிறுவனங்களை நம்புகின்ற அளவுக்கு அந்தப் பொது நிறுவனங்கள் செயல்படுகின்றன. அங்கு ஊழியர் சங்கங்கள் எல்லா இடத்தையும் விட அதிகமாகத்தான் இருக்கின்றன.

அரசு நிறுவனங்கள் என்பது மக்களுக்கு சேவை செய்ய உருவாக்கப்பட்டது, அதைக் கண்காணிக்க வேண்டிய பொறுப்பு தம்மிடம் இருப்பதாக உணர்ந்து தொடர்ந்து அரசு நிறுவனங்களை வலுப்படுத்தி தங்களுக்குத் தேவையான சேவைகளை பெற்றுக் கொள்கின்றனர் கேரள மக்கள்.

அதேபோல் கேரளத்தில் உள்ள அரசு அலுவலர்கள் எவ்வளவு அடிப்படையில் சங்கவாதிகளாக இருந்தபோதும், மக்களுக்கு பணியாற்றும்போது, மக்களை பயனாளிக் கூட்டமாகப் பார்த்து இயங்குவது கிடையாது.

ஏனென்றால் அங்கு மக்களின் மேம்பாடு என்பதை அடிப்படை உரிமையாக்கி செயல்பட வைத்துவிட்ட காரணத்தால்.

கல்வியும் சுகாதாரமும் கேரள மக்களுடைய இரண்டு கண்கள். அவைகளை அரசு தரவேண்டியது அடிப்படைக் கடமைகள் என்பதை மக்கள் உணர்ந்த காரணத்தால்தான் அந்த இரண்டு பணியும் தரமான பணியாக அரசுப் பள்ளிகளும் அரசு மருத்துவமனைகளும் செய்து வருகின்றன.

ஒரு வித்தியாசமான செயல்பாட்டை கேரள அரசுகள் கேரளத்தில் கொண்டு வந்துள்ளது. அதாவது கேரள அரசு நிறுவனங்களை மக்களை நோக்கி மனிதத்துவமாக்கி (Humanizing) உள்ளது.

அரசாங்கத்திற்கும் மக்களுக்கும் உள்ள உறவு என்பது ஒரு சமூக பந்தமாக (Social Contract) உருவாக்கப்பட்டுள்ளது. அங்கு தமிழகத்தில் உள்ளதுபோல் கொடையாளர் பயனாளி உறவுமுறை இல்லை.

ஏனென்றால் தமிழகத்தில் நடப்பதுபோல் அரசியலுக்கான மக்கள் தயாரிப்பை மட்டும் கேரள அரசியல் கட்சிகள் செய்யவில்லை. ஒட்டுமொத்த சமூக பொருளாதார அரசியல் மாற்றத்திற்கான மக்கள் தயாரிப்பு செய்துவிட்டனர்.

தேர்தலின்போது மட்டுமே அந்த அரசியல் திரட்டும், மக்கள் அரசியல் தயாரிப்பும் நடைபெறுகின்றன கேரளத்தில்.

...| 206 |... மாற்றுமுறை காண்போம்!

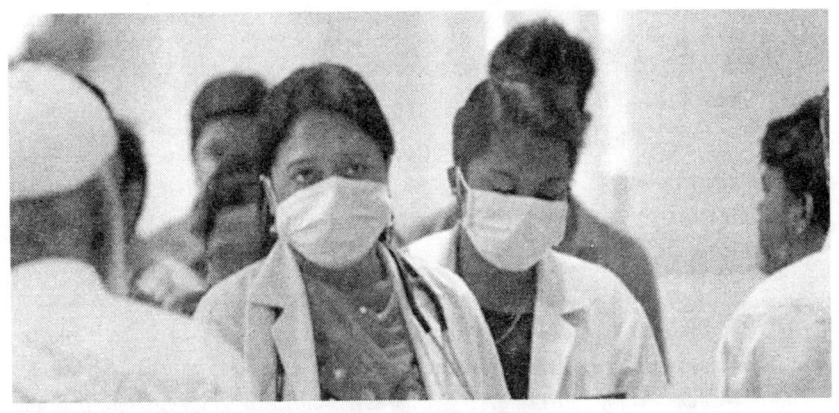

எனவே கேரளாவைப் பற்றி நாம் ஆழமாகச் சிந்தித்துப் பார்த்தால் நம் தமிழகத்திற்கும் சில படிப்பினைகள் கிடைக்கும்.

இன்று கேரளாவில் தினந்தோறும் அந்த மாநில முதல்வர் ஊடகங்களைச் சந்திக்கிறார் என்றால், அது பொதுமக்களுக்கு செய்திகளைத் தருவதற்காக மட்டுமல்ல, கள நிலவரத்தை அறிந்து தங்கள் செயல்பாடுகளை சீராய்வு செய்து பார்ப்பதற்கும் சேர்த்தே என்பதை நாம் புரிந்து கொள்ள வேண்டும்.

அது மட்டுமல்ல அங்கு எந்த ஒளிவு மறைவும் கிடையாது என்பதனால் அச்சமின்றி எல்லா விவாதங்களையும் எந்த கோபமும் இன்றி எதார்த்த நிலையில் எதிர் கொள்கிறார் கேரள முதலமைச்சர்.

இந்த நேரத்தில் இங்கு நடப்பதுபோல் அங்கு அரசியல் நடைபெறவில்லை. ஏனென்றால் அங்கு இயங்குவது இடதுசாரி அரசாங்கம் மட்டுமல்ல. எல்லாக் கட்சிகளைச் சேர்ந்த உள்ளாட்சி அமைப்புக்கள் மற்றும் இரண்டு லட்சம் தன்னார்வத் தொண்டர்கள் இணைந்து நடத்தும் ஓர் மக்கள் செயல்பாடு தான் நாம் களத்தில் காணுகின்றோம் கேரளாவில்.

கேரளாவில் இந்த நேரத்தில் நடைபெறுவது மற்ற மாநிலங்களில் நடைபெறுவதுபோல் அரசு ஆணையிடுகிறது, மக்கள் கேட்டு நடக்க வேண்டும் என்ற கலாச்சாரம் அல்ல, அரசுடன் சேர்ந்து குடிமக்களாக கொரோனாவைக் கட்டுப்படுத்தும் செயல்பாடுகளில் பங்கேற்புச் செயல்பாடுகள்.

அந்த அளவுக்கு குடிமக்கள் கலாசாரம் வளர்த்தெடுக்கப்பட்டுள்ளது என்பதை நாம் புரிந்து கொள்ள வேண்டும்.

அங்கு, சுயஉதவிக் குழுக்களைச் சேர்ந்த பெண்கள் உள்ளாட்சிகளுடன் இணைந்து, 14000 சமூக உணவு தயாரிப்புக் கூடங்களை வைத்து 3 லட்சம் பேருக்கு உணவு தயாரித்து வழங்குகின்றனர்.

அது மட்டுமல்ல உள்ளாட்சியில் உள்ள மக்கள் பிரதிநிதிகள் அனைவரும் களத்தில் மக்களைக் காக்கும் பணியில் அமர்த்தப்பட்டுள்ளனர். அடிப்படையில் நம் அரசியல் கட்சிகள் ஒரு பாடத்தை அவர்களிடம் கற்றுக்கொள்ள வேண்டும்.

மக்கள் மேம்பாட்டுக்காக மக்களைத் திரட்டுவதில் கட்சிகள் அரசியல் செய்வதில்லை. அதில் எல்லாக் கட்சிகளும் இணைந்து கொள்கின்றன.

கேரள உள்ளாட்சியில் இடதுசாரிகள் மட்டுமே இடம்பெறவில்லை, காங்கிரஸ் கட்சியும் இருக்கிறது. ஏன் பி.ஜே.பிகூட இயங்குகிறது. இவைகள் அனைத்தும் மக்கள் மேம்பாட்டுச் செயல்பாடுகளில் களத்தில் உள்ளன.

பொதுவாக அந்த சமூகப் பொருளாதார மேம்பாட்டு இயக்கங்கள் நடத்தித்தான் கேரள மக்களின் குடிமைப் பண்புகளை வளர்த்துள்ளனர்.

ஆனால் நாம் இன்னும் பயனாளிகளை வளர்ப்பதிலேயே நம் அரசியல் கட்சிகள் காலத்தைத் தள்ளி வருகின்றன. கேரளத்தில் நடப்பது இடதுசாரி ஆட்சி மட்டுமல்ல மேம்பாட்டுக்கான ஒரு மக்கள் இயக்கம்.

அதில் விவாதங்கள் உண்டு, விமர்சனங்கள் உண்டு, கருத்து மோதல்கள் உண்டு. தவறுகளை ஒப்புக்கொள்ள ஆட்சியில் உள்ளவர்களும், எதிர்க் கட்சிக்காரர்களும் எந்த சங்கடமும் படுவதில்லை.

இதற்கு ஒரு உதாரணம் கேரளத்தில் உள்ள பட்டியல் இன மக்களின் வாழ்க்கைச் சூழல். ஏன் இந்த சமூகத்தின் வாழ்நிலை இவ்வளவு தாழ்நிலையில் உள்ளது என்று கேட்டபோது, தவறுதான், சரி செய்து விடுவோம் என்று கூறி செயல்பட ஆரம்பித்துள்ளனர்.

அதேபோல் வருமான ஏற்றத்தாழ்வு அதிகமாக உள்ள மாநிலமாக கேரளா உள்ளதாக கூறப்படுகிறதே என்று கேட்பதற்கும் இல்லை என்று மழுப்பலான பதில் கூறாமல் ஆய்வு செய்து ஆவன செய்கின்றோம் என்று ஆட்சியாளர் கூறுவதற்கான தைரியம் அவர்களிடம் உள்ளது.

நாம் கேரளாவுக்குப் பக்கத்தில்தான் வாழ்கிறோம் நாமும் பொருளாதாரத்தில் வளர்ந்துள்ளோம், சமூக மேம்பாட்டில் எவ்வளவோ உயர்ந்துள்ளோம்.

ஆனால் குடிமக்கள் கலாச்சாரத்தை உருவாக்குவதில், சமூக சமத்துவத்தைக் கொண்டு வருவதில் பங்கேற்பு ஜனநாயகத்தை உருவாக்குவதில், விவாத ஜனநாயகத்தை உருவாக்குவதில், மேம்பாட்டுச் செயல்பாடுகளில் மக்களை பங்கெடுக்க வைப்பதில்,

உள்ளாட்சியை அதிகாரப்படுத்துவதில், நாம் பின்தங்கியுள்ளோம் என்பதை நாம் தயக்கமில்லாமல் ஏற்றுக்கொண்டு ஒரு மேம்பாட்டு அரசியலுக்கான முன்னெடுப்பை ஆளுங்கட்சி மட்டுமல்ல அனைத்துக் கட்சிகளும் செய்ய வேண்டும்.

கேரளாவில் நடப்பதை கேரள முதல்வரை பாராட்டுவதற்காக அல்ல, கேரள மக்கள் செயல்பாட்டை முன்னெடுத்து மற்ற மாநிலங்களுக்கு மட்டுமல்ல, மற்ற நாடுகளுக்கும் வழிகாட்டுவதற்காக என்பதை நாம் புரிந்து கொண்டு செயல்பட வேண்டும்.

*

26. காமராஜ் கண்ட முன்னேற்றப் பாதை!

நாம் பொதுவாக நல்லவைகளைப் பாராட்டி, பூஜித்து புறந்தள்ளி விட்டு நமக்கு எது லாபமோ அதைச் செய்வதில் வல்லவர்கள். அது காந்தியானாலும் சரி, கர்மவீரர் காமராஜ் ஆனாலும் அனைவரையும் வாயாரப் புகழ்வதுதான் நம் பணியே தவிர பின்பற்றுவது நமக்கு பழக்கமல்ல.

அத்துடன் எதையும் மூலத்துக்குச் சென்று அலசி ஆராய்ந்து பார்க்காமல் மேலோட்டமாகப் பேசுவதிலும் நாம் வல்லவர்கள். அந்த வழியில் காமராஜ் என்ற மாமனிதரின் தலைமைப் பண்புகளை, தியாகத்தை, நிர்வாகத் திறமையை, ஆளுமைப் பண்புகளை, ஆளுகைத் திறத்தினை, பொதுவாழ்வில் அவர் கடைப்பிடித்த தூய்மையினை நாம் பலர் பேசக் கேட்டிருக்கிறோம்.

ஆனால் அவர் ஒரு வித்தியாசமான சமூகச் சிந்தனையாளர், மேம்பாட்டு செயல்பாட்டாளர் என்பதை நம் ஆராய்ச்சி வல்லுனர்கள் ஆய்வுக்கு உட்படுத்தி அவர் எப்படிப்பட்ட சமூக மேம்பாட்டுக் கருத்தை உருவாக்கி மற்ற மாநில முதல்வர்களிடமிருந்து முற்றிலும் வேறுபட்டு செயல்படுத்தினார் என்பதை நம் பொது உலகுக்கு தெரியப்படுத்தாத குற்றத்திற்கு இன்று ஆளாகியிருக்கிறோம்.

மேம்பாட்டு அறிவியலில் ஒரு கணிசமான அளவுக்குப் புதுச் சிந்தனையை தந்து செயல்படுத்திக் காட்டியவருக்கு, நவீன அறிவியல் உலகுக்குள் அவருக்கு கிடைக்க வேண்டிய அங்கீகாரம் கிடைக்கவில்லை என்று எண்ணும்போது நாம்

...| 210 |... மாற்றுமுறை காண்போம்!

எவ்வளவு பலவீனமாக ஆராய்ச்சி அறிவுச் செயல்பாட்டுச் சூழலில் வாழ்ந்து கொண்டுள்ளோம் என்பது நமக்குப் புலப்படுகிறது.

காமராஜர், காந்தியின் தலைமைத்துவத்தில் தோய்ந்து போன ஒரு மாற்று மனிதர். அவருடைய வாழ்வு என்பது ஒட்டுமொத்த மாற்றத்தைப் பெற்ற ஒன்று. தன் எளிய தூய வாழ்வின் மூலம் தான் காந்தியின் சீடர் என்பதை நிரூபித்தவர் காமராஜர்.

அவர் ஒரு தலைவர் மட்டுமல்ல ஒரு செயல்பாட்டாளர். அதேபோல் அவர் ஆத்ம சக்தி நிரம்பப் பெற்றவர்.

ஆகையால்தான் தான் ஒரு சாதாரண தொண்டனாக இருந்து தன் தியாகத்தாலும் கடின உழைப்பாலும் அகில இந்திய காங்கிரஸ் கட்சியின் தலைமைப் பதவிக்கு உயர்ந்தவர்.

காந்தியின் தொண்டராக எப்படி இருந்தாரோ அதே நிலையில் நேருவின் பாதையைப் பின்பற்றுவதிலும் அவருக்கு நிகர் அவரே தான்.

அவர் முதலமைச்சராக இருந்த காலத்தில் தமிழகத்தின் மேம்பாட்டுக்கான அடித்தளத்தை ஏற்படுத்தி, மத்திய அரசாங்கம் கொண்டுவந்த அனைத்துத் திட்டங்களையும் முறையாகச் செயல்படுத்தி வலுவாக ஏற்படுத்தினார்.

இவர் மேற்கொண்ட வளர்ச்சிப் பாதை என்பது இந்தியாவில் எந்த முதல்வரும் மேற்கொள்ளாத வித்தியாசமான பாதை. அந்தப்பாதை நேரு கண்ட தொழில்மயத்தையும் மகாத்மா காந்தி கண்ட கிராம ராஜ்யத்தையும் இணைத்து உருவாக்கிய புதிய மேம்பாட்டுப் பாதை.

டாக்டர் க.பழனித்துரை

நேரு முற்றிலுமாக காந்தியப் பாதையை நிராகரித்து தொழில்மயம்தான் இந்தியப் பிரச்சினைக்கு தீர்வு தரும் என்ற அடிப்படையில் அதை நோக்கிய பயணத்தில் ஈடுபட்டிருந்தார்.

ஆனால் காந்தி அந்தப் பாதையை நிராகரித்து கிராம மக்களின் பரவலாக்கப்பட்ட பொருளாதாரச் செயல்பாடுகள் தான் நீடித்த நிலைத்த வளர்ச்சியைத் தரும், அதுதான் இந்திய மக்களுக்குத் தீர்வைத் தரும் என உறுதியாக நம்பினார்.

நேருவின் தொழில் மய முன்னேற்றச் செயல்பாடு அறிவின் அடிப்படையில், அறிவியல் பூர்வ சிந்தனையில் விளைந்த ஒன்று. காந்தியின் வளர்ச்சிப்பாதை இந்திய மக்களின் அனுபவ அறிவை அடிப்படையாகக் கொண்டு வடிவமைக்கப்பட்டது.

ஆனால் காமராஜ் ஒரு சுயசிந்தனைக்காரராக அறிவியல் அறிவையும், அனுபவ அறிவையும் ஒன்றிணைத்து தன் சீரிய முயற்சியால் செயல்படுத்தி உலகத்தை தமிழ்நாட்டின் பக்கம் திரும்பிப் பார்க்க வைத்த மாமனிதர்.

இவரின் தனித்துவ சிந்தனை என்பது இந்த இரண்டு வளர்ச்சிக்கான அணுகுமுறைகளையும் இணைத்து மிகப் பெரிய மக்கள் செயல்பாட்டுக் களமாகத் தமிழகத்தை மாற்றியதுதான். இது தான் அவரின் தலையாயச் சாதனை.

இதனைச் சரியாகப் புரிந்து கொள்ள 1963ஆம் ஆண்டு பாரதப் பிரதமர் பண்டிட் நேரு காந்தி கிராமத்திற்கு வந்து கிராம மேம்பாட்டுப் பணிகளை பார்வையிட்ட பிறகு அங்கு

கூடியிருந்த கருத்தாளர்கள் மற்றும் செயல்பாட்டாளர்கள் மத்தியில் பேசிய பேச்சும், அவர் கூறிய கருத்துக்களும் அவர் கொண்டிருந்த வளர்ச்சிப் பாதைக்கு முற்றிலும் வேறுபட்ட கருத்து என்பதுதான் குறிப்பிடத்தக்கது.

அந்தக் கருத்து, காதி கமிஷனின் தலைவராக இருந்த யு.என்.டேபர் அவர்கள் அந்தக் கூட்டத்தில் பண்டிட் நேருவிடம் கேட்ட ஒரு கேள்விக்கு கொடுத்த விளக்கம் தான்.

"நாடு சுதந்திரம் அடைந்து 16 ஆண்டுகள் ஆகிவிட்டன. இதுவரை நாம் மேற்கொண்ட வளர்ச்சி மற்றும் முன்னேற்றத்திற்கான செயல்பாடுகளில் விளைந்த மாற்றங்கள் என்ன என்பதை உங்கள் பார்வையில் விளக்க வேண்டும்" என்பதுதான் அவர் கேட்ட கேள்வியின் சாரம்.

அதற்குப் பதில் அளித்த போது நேரு கூறுகிறார். "நான் அடிக்கடி மகாத்மா காந்தியின் சமூக முன்னேற்றத்திற்கான அணுகுமுறையைப் பற்றி அடிக்கடி சிந்திக்கின்றேன். இந்த நேரத்தில் அவர் பெயரைக் கூறுவதற்கு நான் சிரமப்படுகிறேன்.

ஏனென்றால் நான் தொழில் மயத்தின்மீது நம்பிக்கை கொண்டவன், அதுதான் இந்திய மக்களுக்கு தீர்வு தரும் என்று எண்ணியவன். ஆனால் இன்று இந்தத் தொழில் மயப் பொருளாதாரத்தால் ஏழைகளின் பிரச்சினைகளுக்குத் தீர்வு கிடைக்கவில்லை, எப்போது கிடைக்கும் என்பதும்

தெரியவில்லை. எனவே வேறு ஒரு அணுகுமுறைக்கு நாம் தயாராக வேண்டும். அந்த அணுகுமுறையில் நாம் பயணிக்க வேண்டும்.''

1963ஆம் ஆண்டு என்பது நேருவின் கடைசிப் பகுதி. இதில் நாம் ஒன்றைப் புரிந்து கொள்ள வேண்டும். தொழில்மயப் பொருளாதாரச் செயல்பாடு என்பது பொருளாதார வளர்ச்சியைக் கொண்டுவரும்.

ஆனால் அந்த வளர்ச்சி என்பது ஏழைகள் வாழ்வை மாற்றியமைக்காது என்பதை நேரு தன் அந்திமக் காலத்தில் புரிந்து கொண்டார். அந்தக் கருத்தை எந்த ஒளிவும் மறைவும் இன்றி மக்கள் முன் வைத்தார்.

ஆனால் காமராஜ் ஏழையாக ஏழைகளுடன் ஓசையின்றி தத்துவம் பேசாமல், கோட்பாடு என்று கூறாமல், கீழிருந்து பொருளாதாரச் செயல்பாடுகளை விவசாயத்தின் மூலமும், கிராமத் தொழில்கள் மூலமும் மேம்படுத்த மேலிருந்து வரும் திட்டங்களைப் பயன்படுத்தி ஏழ்மையை விரட்டச் செயல்பட்டது ஒரு புதிய பாதை.

இதில் மிக முக்கியமாகப் புரிந்து கொள்ள வேண்டியது பணக்காரர்களை நன்கொடை வழங்கும் சக்தி படைத்தவர்களை பொது நிறுவனங்களை உருவாக்க பயன்படுத்திக் கொண்டார்.

அவரின் முத்தாய்ப்புத் திட்டமான கல்வித் திட்டம், மதிய உணவுத் திட்டம் மற்றும் பள்ளிச் சீருடைத் திட்டம் ஏற்படுத்திய மாற்றம் என்பது அளவில்லாதது.

இந்தத் திட்டங்கள் அனைத்தும் அரசாங்கமே செய்யும் என்றில்லாமல் பொதுமக்கள் பங்களிப்புடன் நிறைவேற்றப்பட்டவை என்பதுதான் இந்தத் திட்டங்களின்

சிறப்பம்சம். இந்தச் சிறப்பைத்தான் நேரு, காமராஜரின் சிலையைத் திறப்பதற்கு வந்தபோது அந்தக் கூட்டத்தில் பதிவு செய்தார்.

நேரு அந்தக் கூட்டத்தில் பேசும்போது கூறுகிறார், "நான் பொதுவாக உயிரோடு இருப்பவர்களின் சிலையைத் திறந்து வைப்பதற்கு ஒப்புக் கொள்வதில்லை.

ஆனால் காமராஜ் சிலையைத் திறப்பதற்கு ஒப்புக் கொண்டதற்குக் காரணம் இவர் ஒரு வித்தியாசமான மக்கள் தலைவர்.

அது மட்டுமல்ல அவர் மேற்கொண்ட வளர்ச்சிப் பணிகள் இந்த மாநிலத்தின் வருவாயை விட மிதமிஞ்சியவைகள்" என்று பதிவு செய்தார்.

இந்த மிதமிஞ்சிய செயல்பாடுகளுக்குக் காரணம் இவர் மக்களிடமிருந்து திட்டச் செயல்பாடுகளுக்கு நிதி திரட்டிச் செயல்பட்டிருப்பது. மற்றொன்று பணக்காரர்களைச் சமூகச் செயல்பாட்டிற்காக உருவாக்கப்படுகின்ற பொது நிறுவனங்களின் கட்டமைப்புக்கு நிதி வழங்க ஏற்பாடு செய்து செயல்பட்டு சாதனை படைத்தவர்.

உதாரணமாக, பள்ளிக் கூடங்களுக்கும், மருத்துவ மனைகளுக்கும் அடிப்படை கட்டமைப்பு வசதிகளை உருவாக்க. வசதி படைத்தவர்களைப் பயன்படுத்திக் கொண்டார். நடைமுறைச் செலவை அரசே ஏற்று அரசு நிறுவனமாக மாற்றிக் கொண்டது என்பது ஒரு புதிய பாணியிலான நிர்வாக நடைமுறை.

அவருடைய சாதனைகளின் உச்சம் தொட்ட ஒன்று உண்டு. மத்திய அரசுக்கு தேவையான அழுத்தத்தைக் கொடுத்து இடஒதுக்கீட்டுக்கான சட்டத் திருத்தத்தைக் கொண்டுவந்து இந்தியாவில் இட ஒதுக்கீட்டுக்கான பார்வையை உருவாக்கச் செய்தது, அவரின் பார்வைக்கும் சாதனைக்கும் ஒரு எடுத்துக்காட்டு.

அதேபோல் சாதியக் கட்டமைப்பிலும், நிலப் பிரபுத்துவக் கட்டமைப்பிலும் இருக்கும் ஒரு சமுதாயத்தில் அன்று தாழ்த்தப்படுத்தப்பட்டு வைக்கப்பட்டிருந்த சமூகத்தைச் சேர்ந்தவரை உள்துறை அமைச்சராக்குவதும், அறநிலையத்துறை அமைச்சராக்குவதும் சாதாரணமானதொரு சாதனை அல்ல. அந்தச் சாதனையை இன்று வரை எவரும் பெரியார் மண்ணில் முறியடிக்கவில்லை.

அந்த அளவுக்கு விரிந்த பார்வையும், தலைமைத்துவப் பண்பும், ஆளுமையும், தியாகமும் நிறைந்த மனிதராக வாழ்ந்து மறைந்துள்ளார் கர்மவீரர் காமராஜ்.

அமர்த்தியா சென்னுக்கு எதற்காக நோபல் பரிசு கொடுத்தார்களோ, அந்தக் கருத்தாக்கத்தை சமூகத்தில் செய்து காட்டிய மாமனிதர் கர்மவீரர் காமராஜ்.

அவர் காட்டிய வளர்ச்சிப் பாதை முற்றிலும் புதுமையானது, அதில் சமூக மேம்பாட்டு சமூக நீதித் திட்டங்களை மட்டும் நம் தமிழகம் தொடர்ந்து செழுமைப்படுத்தி நடைமுறைப்படுத்தி வருகிறது.

தமிழகம் இன்று வளர்ச்சிப் பாதையில் செல்லும் மாநிலமாக இன்று பரிணமித்திருக்கிறது என்றால் அதற்கு மிகப்பெரிய பங்களிப்பைச் செய்தவர் கர்மவீரர் காமராஜ்.

அவர் காட்டிய பாதையிலேயே எல்லாத் துறைகளிலும் சென்றிருந்தால் தமிழகம் இந்திய மாநிலங்களுக்கெல்லாம் வழிகாட்டியாக இருந்திருக்கும்.

எனவே காமராஜ் அவர்களின் சாதனைகளை வளர்ச்சி மற்றும் மேம்பாட்டுக் கோட்பாட்டு அடிப்படையில் ஆய்வு செய்ய வேண்டியது காலத்தின் கட்டாயம்.

அதைச் செய்வார்களா நம் ஆய்வாளர்கள்?

*

27

இளைஞர்களே... வாருங்கள் வடம் பிடிப்போம்!

ரஜினிகாந்த் தயாரித்த 'அரசியல்' படம் திரையரங்குகளுக்கு வராமலேயே பெட்டிக்குள் பூட்டப்பட்டுவிட்டது. ஆனால் அவரது ரசிகர்கள் அல்லது ரசிகர்கள்போல் சாயம் பூசிக்கொண்டு நின்றவர்கள் "வா தலைவா, தலைமை ஏற்க வா!" என்று கூவிக் கூவி அழைத்தனர். அவரோ "என்னை விட்டுவிடுங்கள். என் மனதைப் புண்படுத்தாதீர்கள்" என்று அறிக்கை விட்டு மன்றாடுகின்றார்.

இந்த நிகழ்வைப் பார்க்கும்போது என் நண்பர் ஒருவர் எப்போதும் கேட்கும் கேள்வி எனக்கு ஞாபகத்திற்கு வந்தது...

"சிலரை 'தலைவர்' என்கின்றனர் நமது மக்கள். நான் அவர்களைத் தரகர் என்கிறேன்" என்பார். தலைவர் என்ற வார்த்தையைப் பொருள் புரியாமல் பயன்படுத்துகின்றனர் என்று கூறுவார்.

தலைவர் என்பவர் பிம்பத்தின் பின் நிற்கின்றவரா அல்லது ஆத்மாவின் சொரூபமாகச் செயல்படுபவரா?

அத்துடன் தலைவர் என்பவர் அறிவால் உருவாகின்றாரா அல்லது உணர்வால் உந்தப்பட்டு செயல்பாட்டுக் களத்தில் தன்னை இழந்து உருவாக்கிக் கொள்கின்றாரா?

தலைவர் என்பவர் சூழலில் சிக்குண்டு போகாமல், சூழலைச் சமாளிப்பவரா அல்லது சூழலை வென்றெடுத்து புதுச் சூழலை உருவாக்குபவரா?

தலைவர் என்பவர், சுயநலம் மறுத்து தன்னலமற்றவராக வாழ்பவரா அல்லது தன்னை மேம்படுத்திக் கொள்பவரா?

தலைவர் என்பவர், சமூகத்தை மாற்றுபவரா அல்லது தன்னை மாற்றிக்கொண்டு மற்றவருக்கு வழிகாட்டுபவரா?

தலைவர் என்பவர், ஆன்மாவில் வளர்பவரா அல்லது உடலில் வாழ்பவரா?

இந்தக் கேள்விகளுக்கெல்லாம் விடைதேட நாம் முயற்சித்தால் நமக்குக் கிடைக்கும் பதில்கள் பொதுத் தளத்தில் 'தலைவர்' என்ற பதம் எப்படியெல்லாம் பயன்படுத்தப்படுகிறதோ, அதற்கு முற்றிலும் மாறுபட்டதாக இருக்கின்றது.

தலைவர் என்பவர், மக்களுடன் வாழ்பவர், அவர் தனது பிம்பத்தில் வாழ்வதில்லை. தலைவர் என்பவர், மக்களை மதிக்கும் உயர்ந்த கலாசாரத்திற்குச் சொந்தக்காரர். அவர் பதவியை நோக்கி ஓடமாட்டார். பதவி அவரை நோக்கி ஓடிவரும்.

தலைவர் என்பவர், மக்களுக்கு ஒரு வழிகாட்டி. அவர் மக்கள் பிரச்னைகளுக்குத் தீர்வு கொடுப்பவர். நாம் பலரையும் இன்று தலைவர் என்று அழைத்து, தலைவர் என்ற சொல்லுக்கு பொருள் புரியாமலேயே அந்தச் சொல்லைப் பயன்படுத்தி வருகிறோம். ஒருகாலத்தில் அந்தச் சொல் மனிதர்களுக்கு வழங்கப்பட்டது. இன்று அது பதவிகளுக்கு வழங்கப்பட்டு, அந்தப் பதவிகளில் அமர்வோரைக் குறிப்பதாக மாறிவிட்டது. பதவிகளில் அமர்கிறவர்களுக்குத் தலைவருக்கான குணங்கள் இருக்கின்றதோ இல்லையோ, அவர்களை தலைவர்கள் என்று நாம் அழைக்கின்றோம்.

இன்று அந்தச் சொல் சந்தையில் மட்டும்தான் சரியான பதத்தில் உபயோகத்தில் உள்ளது. ஆகையால்தான் அந்தச் சொல் பற்றி அதாவது தலைமைத்துவம் பற்றி எண்ணிலடங்கா ஆராய்ச்சிகள் மேலாண்மைத் துறையில் நடைபெற்று புத்தகங்கள் பதிப்பித்துக் குவிக்கப்படுகின்றன. அந்த தலைமைத்துவப் பண்பை வளர்ப்பதற்கான முறைமையும் கண்டுபிடித்து உயர்நிலைக் கல்விக் கூடங்களில் பாடத்திட்டமாக உருவாக்கி செயல்படுத்தி வருகின்றனர்.

பல மேற்கத்திய நாடுகளிலும், வட அமெரிக்க நாடுகளிலும். அதற்கு மிகப்பெரிய தொகையாக கல்விக் கட்டணம் நிர்ணயம் செய்து அந்தப் படிப்புக்குச் செல்லும் மாணவர்களிடம்

கட்டணமாக வசூல் செய்கின்றனர். அந்தப் படிப்புக்களைப் படித்து விட்டு வெளிவரும் மாணவர்களுக்கு வர்த்தக நிறுவனங்கள் போட்டி போட்டுக் கொண்டு சம்பளம் நிர்ணயித்து பணியில் அமர்த்துகின்றனர். அடிப்படையில் பொதுத்தளத்தில் மக்கள் உபயோகப்படுத்தும் தலைவர் என்ற சொல் அறிவுலகில் நடைமுறையில் இருப்பதற்கு முற்றிலுமாக மாறுபட்ட பதத்தில் பயன்படுத்தப்படுகிறது என்பதை நாம் புரிந்து கொள்ள வேண்டும்.

பொதுத்தளத்தில் மக்கள் எப்படிப் புரிந்துகொண்டு தலைமைத்துவம் என்ற சொல்லைப் பயன்படுத்துகின்றார்கள் என்பதைப் பார்க்க வேண்டும். நிறுவனங்களில், அமைப்புக்களில் பொறுப்புக்களில் அதிகாரங்கள் மிக்கவர்களை, ஆதிக்கம் செலுத்துபவர்களை தலைவர்களாகப் பாவித்து செயல்பட்டு இன்று அந்தச் சொல் மக்கள் மனதுக்குள் செலுத்தப்பட்டு விட்டது. அதை மக்களை இயக்கும் பதமாகப் பயன்படுத்துகின்றோம். ஆனால், உண்மையில் தலைமைத்துவம் மற்றும் தலைவர் என்ற சொற்களுக்கு அறிவியல் பூர்வமாக விளக்கப்படும் பொருள் வேறு.

தலைவர் என்றால் மாற்றங்களை மேலாண்மை செய்பவர் என்று பொருள். அந்த மாற்றங்களைச் செய்வதற்கான அடிப்படைத் தகுதிகளை வளர்த்துக்கொள்ள ஒருவர் முதலில் தன்னை மாற்றிக்கொண்டு பிறகு சமூகத்திலும் மாற்றங்களை ஏற்படுத்தவேண்டும். அப்படி ஏற்படுத்துபவருக்குப் பெயர்தான் தலைவர். அவர் மக்களுடன், அதாவது யாருக்கான மாற்றத்திற்காக செயல்படுகிறாரோ, அவர்களுடன் இணைந்து அவர்கள் வாழும் வாழ்க்கையை வாழ்ந்து மாற்றங்களைக் கொண்டு வருகின்றவர்களைத்தான் 'தலைவர்' என்று அழைக்கிறார்கள்.

தலைமைக்குத் தேவை குறியீடு போதனையோ அல்லது மனதை மயக்கும் உரையோ அல்ல. உண்மையை தன்னை நம்பும் மக்களின் ஆன்மாவுக்குள் கொண்டு செல்பவர்தான் தலைவர். தலைமை என்பது தன்னை பிறருக்காக இழப்பது. தலைமை என்பது மற்றவரை அடக்கி ஆள்வதல்ல, தன்னை அடக்கி உயர்ந்து வாழ்வது.

தலைமை என்பது அனைவரையும் அரவணைத்து தன்னுடன் வருவோரின் உள்ளங்களில் குடிகொள்வது. தலைமை என்பது பிறரின் மேல் ஆதிக்கம் செலுத்துவது அல்ல, அனைவரையும் அன்பால் இணைப்பது.

டாக்டர் க.பழனித்துரை

தலைமை என்பது வெறுப்பை உருவாக்குவது அல்ல, மாறாக கருணையே வடிவமாகக் கொண்டு வாழ்தலாகும். தலைமை என்பது தனக்குள் இருக்கும் தனித்தன்மையை அறிந்து, வாழ்க்கையைப் பொருள்பட வாழ, வாழ்க்கையின் உன்னதங்களை உருவாக்குவது.

தலைமை என்பது மானுடச் செயல்பாடு நடைபெறுகின்ற அனைத்து இடங்களிலும் வெளிப்படுகின்ற ஒரு உன்னதக் குணம். எங்கெல்லாம் மாற்றங்கள் நடைபெறுகின்றதோ, அங்கெல்லாம் தலைமை இருக்கிறது என்று பொருள். எனவே மாற்றத்தைக் கொண்டு வருவதும் அதை மேலாண்மை செய்வதும் தான் தலைமைக்கு சரியான விளக்கமாக இன்று முன்வைக்கப்படுகிறது. உலகில் நடந்த மாற்றங்கள் அனைத்தும் ஒருவரால் கொண்டு வரப்பட்டதல்ல.

அதேபோல் ஒரு நாட்டில் நடந்த மாற்றங்கள் தலைமைப் பீடத்தில் அமர்ந்துள்ள ஒரு அதிபரோ அல்லது பிரதம மந்திரியால் மட்டுமோ வருவது அல்ல. ஒவ்வொரு நிலையிலும் பொறுப்பிலுள்ளவர்கள் அல்லது பொறுப்பெடுத்துக் கொண்டு செயல்படுபவர்களால் கொண்டு வரப்படுவது. கிராமத்தில் இயங்கும் ஒரு அரசு பள்ளிக்கூடத்தில் தொடங்கி நாட்டைப் பாதுகாக்கும் ஒரு படைத் தளபதி வரை அனைவரிடமுமே தலைமைத்துவச் செயல்பாடு இருக்கிறது.

ஒரு கிராமத்தில் இயங்கும் அரசுப் பள்ளிக்கூடம் ஒரு புதிய தலைமை ஆசிரியரைப் பெறுகிறது. அதுவரை அங்கு இருந்த தலைமையாசிரியர் ஏன் தங்கள் பள்ளியிலிருந்து மாணவர்கள் தனியார் பள்ளிக்குச் செல்கிறார்கள் என்று யோசிக்காமல் காலத்தைக் கழித்தார். புதிதாக வந்தவருக்கு அது வேதனையாக இருந்தது. பள்ளி வளாகம் தூய்மையாக இல்லை, வகுப்பறை வெளிச்சமற்று இருந்தது, வகுப்பறையில் காற்றோட்டம் கிடையாது, கழிப்பறைகள் சரிவரப் பராமரிக்கப்படவில்லை, அனைத்தும் தாழ்நிலையை அடைந்திருந்தன.

புதிதாகச் சேர்ந்தவர் முதலில் தான் செய்ய வேண்டிய பணிகளை மற்ற ஆசிரியர்களுக்கு முன்னுதாரனமாக செய்தார். அது மற்ற ஆசிரியர்களைப் பாதித்தது, அவர்களும் புதிதாக வந்த தலைமையாசிரியருடன் களத்தில் இறங்கினர். பள்ளி மாறத் துவங்கியது.

பெற்றோர்கள் கவனித்தார்கள், ஊரிலுள்ள பெரிய மனிதர்கள் கவனித்தார்கள், இளைஞர்கள் கவனித்தார்கள், பணி செய்து ஓய்வு பெற்று அந்த ஊரில் வசித்து வந்த அரசு ஊழியர்கள் கவனித்தார்கள். கவனித்தது மட்டுமல்ல, நாங்களும் உங்களுக்கு உதவியாகக் களத்திற்கு வரட்டுமா எனக் கேட்டார்கள். இரண்டாண்டில் அரசுப் பள்ளி, தரமான பள்ளியாக மாறியது. தனியார் பள்ளியில் சேர்ந்திருந்த குழந்தைகளை அரசுப்பள்ளியில் சேருங்கள் என பெற்றோர்களிடம் வேண்டி, ஒரு உத்தரவாதத்தை தந்தார் அந்த தலைமையாசிரியர். மக்கள் அவர் செய்த காரியங்களைப் பார்த்து அவர்மேல் நம்பிக்கை வைக்கத் துவங்கி மீண்டும் அந்தப் பள்ளியில் குழந்தைகளைச் சேர்ந்தனர். அந்தப் பள்ளி மீண்டெழுந்து மாதிரிப் பள்ளியாக உருவானது.

அரசாங்கம் அவருக்கு புதிதாக எந்த ஊக்கத் தொகையும் கொடுக்கவில்லை. எது அவரை அப்படி இயங்க வைத்தது என்றால் அவருக்கு உள்ளே இருந்த ஒரு தணல் அவரை முன்னுக்குத் தள்ளியது. அவர் முனைப்புடன் பணி செய்ய வந்தார். அது மட்டுமல்ல, தானே முன்னுதாரணமாகச் செயல்படத் துவங்கினார். மாற்றத்தைக் கண்ட மற்ற ஆசிரியர்கள் மாற ஆரம்பித்தனர். பள்ளியில் நடந்த மாற்றங்களைக் கண்ட ஊர் மக்கள் சும்மா இருக்காமல் அவர்களும் மாற்றத்திற்கான பள்ளிச் செயல்பாடுகளில் தங்களை இணைத்துக் கொண்டனர். அந்தப் பள்ளியால் அந்த ஊரே மாற்றம் பெற்றது.

இந்தத் தலைமை பற்றி ஒரு நாள் செய்தித்தாளில் வந்தது. அவர் செய்தித்தாளில் பெயர் வரும் என்று அந்தப் பணிகளைச் செய்யவில்லை. தேவையான மாற்றத்தை அந்தப் பள்ளியில் நாம் கொண்டு வரவில்லை என்றால் யார் கொண்டு வருவது? இப்போது கொண்டு வரவில்லை என்றால் எப்போது? எனக் கேட்டுச் செயல்பட்டதால் வந்த விளைவு என்பது நம் கண்களுக்குப் புலப்படுவதில்லை. ஏனென்றால் நமது ஊடகங்கள் அவர்கள் மேல் வெளிச்சம் பாய்ச்சுவது கிடையாது.

கிராமத்தில் படித்த இளைஞர் ஒருவர் எங்கோ மாத ஊதியத்தில் பெரும் பணியில் இருந்தார். அவர் ஜல்லிக்கட்டு போராட்டத்தில் வேலையை விட்டுவிட்டு வந்து பங்கெடுத்தார். அங்கு விவாதிக்கப்பட்ட பல்வேறு

டாக்டர் க.பழனித்துரை ...| 221 |...

கருத்துக்களை உள்வாங்கிக் கொண்டு பணிக்குத் திரும்பாமல் தங்கள் சொந்த ஊருக்குச் சென்று சேர்ந்தார். அங்கு ஒரு இளைஞர் குழுவை உருவாக்கினார். கிராம சபைக்கு இருக்கும் அதிகாரங்களை உள்வாங்கிக்கொண்டு பொது மக்களிடம் ஒரு விழிப்புணர்வை உருவாக்க வேண்டும் எனத் தீர்மானித்தார்.

நம் ஊர் நம் கையில், நம் வாழ்க்கை நம் கையில், நம் எதிர்காலம் நம் கையில் என மக்களைத் தட்டி எழுப்ப, நாம் எங்கு வீழ்ந்து கிடக்கின்றோம் என்பதை மக்களுக்குச் சுட்டிக்காட்ட ஒரு யுத்தியை கையிலெடுத்தார். அந்தக் குழுவில் படித்த இளைஞர்கள் இருந்தனர்.

கிராம வளர்ச்சிக்கென அந்த கிராமப் பஞ்சாயத்தில் செலவழிக்கப்பட்ட தொகை அவ்வளவையும் மத்திய அரசாங்கத்தின் பஞ்சாயத்து ராஜ் அமைச்சகத்தின் இணைய தளத்திலிருந்து பதிவிறக்கம் செய்து கிராமத்து பெண்களிமும், இளைஞர்களிடமும், ஊர் பெரியவர்களிடமும் காட்டினர். நம் ஊர் வளர்ச்சி என்று சொல்லி இவ்வளவு பணம் கொள்ளையடித்து விட்டார்களே, சாலை போட்டதாகச் சொல்லி இவ்வளவு பணம் எடுத்து விட்டார்களே, சாலையைக் காணோமே என அனைவரும் கதற ஆரம்பித்து, இதற்கு நாம் என்ன செய்வது என்று கேள்வி கேட்டனர். அதற்கு அந்த இளைஞர்கள் வாருங்கள் கிராம சபைக்கு கேள்வி கேட்போம் என்று மக்களைத் திரட்டி மிகப் பெரிய கிராமசபைக் கூட்டத்தில் பிரச்சனைகளை விவாதித்துத் தீர்வு கண்டனர். ஊழலுக்கு எதிரான ஓர் மனநிலையை மக்களிடம் உருவாக்கியது மட்டுமல்ல, நம் கிராம முன்னேற்றத்திற்கு எதிராக நாம் தான் உள்ளோம் என்று கூறினர்.

இவற்றை விளக்கமாக மக்களிடம் நாம் ஒரே பஞ் சாயத்தில் பகுதி வாரியாக பிரிந்துள்ளோம், சாதி ரீதியாக பிரிந்துள்ளோம், கட்சி ரீதியாக பிரிந்துள்ளோம் என்பதனை அவர்களிடம் எடுத்து வைத்து, நாம் பிரிந்து நிற்பதால் இந்தப் பிரிவைப் பயன்படுத்தி ஒரு சில குடும்பங்களும், அரசு அலுவலர்களும் நம் பெயரில் முன்னேற்றம் செய்வதாக கூறி எந்த ஊழலையும் செய்வார்கள். நம் அனைவரின் பொது எதிர்காலம் நம் ஒற்றுமையில் தான் இருக்கிறது. அப்படி நாம் ஒற்றுமையைப் பராமரித்தால் நம் பணத்தில் ஒரு ரூபாயைக் கூட எவராலும் களவாட முடியாது என

கற்பித்தார்கள். ஒற்றுமையை உருவாக்கி கிராமத்திற்கு மாற்றம் கொண்டுவந்த அந்த இளைஞர்கள் எந்தக் கட்சியின் ஆதரவையும் பெறவில்லை. அவர்களுக்கு இப்படி ஒரு சிந்தனை எங்கேயிருந்து வந்தது? அவர்களை யாரும் தூண்டி விடவில்லை. அவர்களுக்குள் இருந்த அக்கினிக் குஞ்சு வெளிவந்தது. அவ்வளவுதான்.

இயற்கை விவசாயத்தை முன்னெடுக்க தமிழகத்தில் அதன் தந்தையாய் பல்கலைக்கழகம் போல் செயல்பட்டு இயக்கமாக்கிய நம்மாழ்வார் இறந்த பிறகு, அவரால் தூண்டப்பட்ட எண்ணற்ற இளைஞர்கள் பயிற்சி நிலையங்களை பல இடங்களில் உருவாக்கினார்கள். பயிற்சி வகுப்புக்களை நடத்தினார்கள். மரபு வழி விவசாயத்திற்கும் மாசில்லா பசுமைச் சூழலுக்கும் வித்திட்டு முன்மாதிரிப் பண்ணைகளை அமைத்துச் செயல்பட்டார்கள். அந்த இளைஞர்களுக்கு எது தூண்டுகோலாக இருந்தது? உள்ளத்தில் எழுந்த குமுறலால் உலகைக் காக்கப் புறப்பட்டனர். அவர்களுக்கு ஊடக வெளிச்சம் தேவையில்லை. அவர்களுடைய உள்ளத்தில் வெளிச்சத்தை நம்மாழ்வார் உருவாக்கி வைத்துவிட்டுச் சென்று விட்டார்.

பொருளாதாரச் செயல்பாடுகள் குவிந்துள்ள நிலையில், அதிகாரம் எப்படிப் பரவலாகும் என்ற விவாதம் உண்மையாகி வருகின்ற சூழலில், மக்களுக்கே அதிகாரம் என்ற உள்ளாட்சி அமைப்பை வலுப்படுத்த ஒரு சிறிய அமைப்பை உருவாக்கி, தமிழக கிராமப்புறங்களில் முதலில் இளைஞர்களுக்கு பயிற்சியளித்து கிராம சபையை வலுப்படுத்த வேண்டும் என்று தங்கள் சேவையினைச் செய்து கொண்டிருக்கும் ஒரு இளைஞர் கூட்டம் எந்த அரசாங்கத்தின் திட்டத்தை எதிர்பார்த்து செயல்படுகிறது? யார் ஆதரவை வைத்து செயல்படுகிறது? அவர்கள் அனைவரும் அவரவர் ஆன்மாவின் குரலை ஏற்று களத்தில் நிற்கும் போராளிகள்.

ஒடுக்கப்பட்ட மக்களுக்காகவும், ஒதுக்கப்பட்ட மக்களுக்காகவும் செயல்படுவது தான் மிகவும் சவால்கள் நிறைந்த பணி, அதைவிட மிகச் சிக்கலான பணி ரு கடல் ஓரங்களிலும், மலையோரக் கிராமங்களின் மேம்பாட்டுக்காக செயல்படுவது.

காட்டுப் பகுதிகளில் வாழும் மலைவாழ் மக்களின் குழந்தைகளுக்கு இளைஞர்கள் சிலர் ஒன்று சேர்ந்து ஒரு வித்தியாசமான கல்வியைத் தந்து அவர்களுக்கு வாழ்வளிக்க

முனைந்திடும் அளவுக்குச் சாமான்ய இளைஞர்களை எது தூண்டியது? அவர்கள் யாருக்காகவும் காத்திருக்கவில்லை. அவர்கள் யாருடைய ஆதரவையும் தேடாமல் ஓசையின்றி செயல்படும் இளைஞர்கள். அவர்கள் நம் சமூகத்துக்குச் சொல்லும் செய்தி என்ன?

இப்படி தமிழகம் எங்கும் கிராமப் புறங்களிலும், நகர்ப்புறங்களிலும் பசுமைச் சூழலை உருவாக்கவும், இயற்கை வளங்களைப் பாதுகாக்கவும், நீர் நிலைகளை தூர்வாரி பராமரிக்கவும், இயற்கை விவசாயத்தை முன்னெடுக்கவும், ஆதரவின்றி நடுத்தெருவில் விடப்பட்ட எண்ணற்ற மக்களை பாதுகாக்கவும், எண்ணற்ற இளைஞர்கள் செயலாற்றிக் கொண்டுதான் இருக்கிறார்கள். அவர்களுக்கு வாக்குகள் தேவையில்லை. ஆகையால் அவர்களுடைய செயல்பாடுகளுக்கு விளம்பரம் தேவையில்லை. இவர்கள்தான் இன்று நமக்கு வேண்டிய தலைவர்கள். இவர்கள்தான் சமூகத்தில் மாற்றங்களைக் கொண்டுவரும் மாற்றுத் தலைவர்கள். இவர்கள்தான் புதிய காந்தியர்கள்.

இளைஞர்களாகிய நீங்கள் எங்கு இருக்கின்றீர்களோ அங்கு மேற்கூறிய முன்னுதாரங்களைப் பின்பற்றிக் குழு அமைத்து செயல்படுங்கள். அதுதான் இன்றைக்குத் தேவையான ஒன்று. தலைவரைத் தேடி அலையாதீர்கள். நீங்களே தலைவர்தான். உங்களுக்குள் இருக்கும் தலைவரை அழையுங்கள் நீங்களே தலைவராக மாறுங்கள். சமூகத்தில் உள்ள பிரச்சினைகளுக்குத் தீர்வு காணுங்கள்.

தலைவர்கள் டெல்லியிலும் சென்னையிலும் மட்டுமல்ல, மக்கள் வசிக்கின்ற எல்லா இடங்களிலும் இருக்கின்றார்கள். எனவே, தலைவரை வெளியில் தேடாதீர்கள், உங்களுக்குள் தேடுங்கள். இணையுங்கள், மக்களிடம் விழிப்புணர்வை ஏற்படுத்துங்கள்... செயல்படுங்கள்!

உங்களைத்தான் தேடினார்கள் விவேகானந்தரும் மகாத்மா காந்தியும்.

இளைஞர்களே... வாருங்கள் வடம் பிடிப்போம்!

*